மெல்லுடலிகள்

ஆசிரியரின் பிறநூல்கள்

கவிதைத் தொகுப்புகள்

எரிவதும் அணைவதும் ஒன்றே
தடித்த கண்ணாடி போட்ட பூனை
நெடுஞ்சாலையை மேயும் புள்
சிறிய எண்கள் உறங்கும் அறை
வெறுங்கால் பாதை
திரிபுகால ஞானி
டோமினோ 8

கதைகள்

கிருஷ்ணனின் ஆயிரம் நாமங்கள்
போக புத்தகம்
திகிரி
மர்ம காரியம்

விருதுகள்

கவிஞர் ராஜமார்த்தாண்டன் விருது
சுஜாதா விருது
ஆத்மா நாம் விருது
நெய்வேலி இலக்கியச் சிந்தனை விருது
கனடா இலக்கியத் தோட்ட விருது
கண்ணதாசன் விருது

மெல்லுடலிகள்

போகன் சங்கர்

எதிர்
வெளியீடு

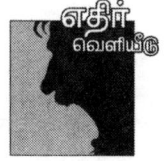

மெல்லுடலிகள்
போகன் சங்கர்

முதல் பதிப்பு: ஜனவரி 2023

எதிர் வெளியீடு
96, நியூ ஸ்கீம் ரோடு, பொள்ளாச்சி - 642 002
தொலைபேசி: 04259 226012, 99425 11302

விலை: ரூ. 350

Melludalikal
Bogan Sankar

Copyright © Bogan Sankar
First Edition: January 2023

Published by
Ethir Veliyeedu, 96, New Scheme Road, Pollachi - 2
email: ethirveliyedu@gmail. com
www.ethirveliyeedu.com

ISBN: 978-93-90811-63-2
Cover Design: Vijayan
Printed at Jothy Enterprises, Chennai.

All rights reserved. No part of this book may be reprinted or reproduced or utilised in any form or by any electronic, mechanical or other means, now known or hereafter invented, including Photocopying and recording, or in any information storage or retrieval system, without permission in writing from the Publisher.

உள்ளடக்கம்

- மெல்லுடலிகள் 07
- பைத்தியம் 15
- ராணி கிளினிக் 21
- பொட்டை 30
- உடைவு 43
- சாயா யாக்கை 69
- குறுங்கதைகள் 80

மெல்லுடலிகள்

1

ஓடிப்போய் ஏறிய பின்பே பார்த்தேன். வண்டியில் கூட்டமே இல்லை. அத்துடன் பின்புறத்தில் நிறைய பெண்களே அமர்ந்திருந்தார்கள். எல்லோரும் ஒரே நிறத்திலான சேலை அணிந்திருந்தார்கள், ஏதோ நிறுவனத்தில் வேலை பார்ப்பவர்கள். வீடு திரும்பிக்கொண்டிருக்கிறார்கள். கூட்டமாக இருப்பதின் துணிச்சல் அவர்களைப் பற்றியிருந்தது. இளமையின் கர்வமும். வேண்டுமென்றே சத்தமாகப் பேசியது போல் பட்டது. அதில் ஒருத்தி நான் திரும்பும் போதெல்லாம் என் கண்களை ஏளனத்துடன் சந்திக்க முயன்றாள். ஒரு நடுவயதினனைத் தடுமாறச் செய்வதில் உள்ள சந்தோஷம். நான் அவர்களைக் கவனிக்காதது போல் இருந்தேன். டிக்கெட் வாங்கும் போதுதான் கவனித்தேன். இடதுபக்கம் அமர்ந்திருந்த அந்த நடுவயதினளை. சிகப்புப் பருத்திச் சேலையும் மஞ்சள் ஜாக்கெட்டும். அவள் அதனுள் வேறு எதுவும் அணிந்திருக்கவில்லை என்று தெரிந்தது. முலைகள் குத்திட்டுத் தெரிந்தன.

நான் எவ்வளவோ முயன்றும் என் கவனம் அவள் பக்கமே திரும்பியது. திடீரென்று கண்டக்டர் அந்த இளம் பெண்களில் ஒருத்தியை அவள் அருகில் வந்து அமரச்சொன்னான். ஒருவேளை கவனித்திருப்பானோ? நான் என் மேலேயே சினம்கொண்டேன். இந்த உடல்தான் எத்தனை வெட்கம் கெட்டது! நான்

கண்களை மூடிக்கொண்டேன். கணேசனின் நினைவு வந்தது. அவன் இதே தடத்தில் நெல்லை நோக்கிப் போன பேருந்தில் இதே போன்றதொரு நடுத்தரப் பெண்ணிடம் செருப்படி வாங்கிய காட்சி. மடேர்! மடேர்! மடேர்! பின் சீட்டில் தூங்கிக்கொண்டிருந்த நான் திடுக்கிட்டு விழித்தேன். பலருக்கும் என்ன நடந்தது என்று ஒருகணம் புரியவில்லை. தூங்கி வழிந்துகொண்டிருந்த பேருந்து சட்டென்று விழித்துக்கொண்டது. முன் சீட்டில் அமர்ந்திருந்த ஒரு நடுவயதுப் பெண் எழுந்து நின்று பின்னால் அமர்ந்திருந்தவனைச் செருப்பால் தலையில் அடித்துக்கொண்டிருந்தாள். அது கணேசன் என்று உணர எனக்குச் சற்று நேரம் பிடித்தது. நான் பாய்ந்து போனேன். "கணேசா!"

"அப்போதிருந்து பார்க்கேன். பின்னால இருந்து தடவிக்கிட்டே இருக்கான். நாயே! எனக்கு உம்ம அம்மை வயசு இருக்கும்லே!"

அவளது தாக்குதலைத் தடுத்துக்கொள்ளும் முயற்சிகூட இல்லாமல் கணேசன் பிரமிப்புடன் அவளையே பார்த்துக்கொண்டிருப்பதை நான் பார்த்தேன். நான் போய், "அம்மா, நிறுத்தும்மா. முதல்ல என்னன்னு சொல்லு" என்று சொல்வதற்குள் பக்கவாட்டிலிருந்து ஒரு குரல். "அது அவன் இல்லே. பக்கத்தில உள்ள கிழவன், அவன் தொந்திரவு தாங்காமத்தான் நான் இந்த சீட்டுக்கு வந்தேன்." ஒரு திருநங்கை. பேருந்துக்குள் ஓர் ஆழ்ந்த அமைதி. அந்தப் பெண் சற்றேதான் தடுமாறினாள். பிறகு, "எல்லா ஆம்பிள நாய்ங்களும் ஒன்னுதான்" என்று கத்திவிட்டு அமர்ந்துவிட்டாள். மருந்துக்கேனும் அவள் முகத்தில் தவறான நபரை அடித்துவிட்டோமே என்ற வருத்தம் இல்லை. அவள் திரும்பியே பார்க்காமல் என். ஜி. ஓ காலனி நிறுத்தத்தில் இறங்கிப் போனாள். கண்டக்டர் மட்டும், 'என்ன பொம்பிளை' என்று முனகினான்.

பாளை பேருந்து நிறுத்தத்தில் இறங்கும் போதுதான் கணேசனின் மூக்கிலிருந்து இரத்தம் வழிந்துகொண்டிருப்பதை நான் கவனித்தேன். அவன் இன்னமும் திகைப்பில் இருந்தான். நான் என் கர்ச்சீப்பால் அவன் இரத்தத்தைத் துடைத்தபோது என் கையைப் பற்றிக்கொண்டு, "நான் பண்ணலைங்க" என்றான். நான், "தெரியும், வாடா போகலாம். தேவடியா! ஆளும் மூஞ்சியும். இவளை யார் சீண்டுவானாம்?" என்றேன். அவன் என் கையை மீண்டும் பற்றிக்கொண்டு, "நான் பண்ணல அம்மா" என்று சொன்னதும்தான் அவன் மனச்சிதைவுக்குள் விழுந்துவிட்டான்

என்பது எனக்குப் புரிந்தது. டாக்டர், "என்னாச்சு?" என்றார். அவன் அவரிடம், "நான் பண்ணல அம்மா" என்றான் மீண்டும்.

நான் திரும்பி அந்த நடுவயதுப் பெண் இன்னமும் முலை காட்டிக்கொண்டிருக்கிறாளா என்று பார்த்தேன். இளவயதுப் பெண் மறைத்துக்கொண்டிருந்தாள். அவள் செல்போனில் எதையோ தீவிரமாகப் பார்த்துக்கொண்டிருந்தாள். காதல் பாடல்கள். நான் கவனிப்பது தெரிந்ததும் நிமிர்ந்து பார்த்தாள். அவள் முகத்தில் ஒரு கர்வமான சிறிய புன்னகை படர்ந்தது. எனக்கு அவளிடம், "நீயில்லயடி பொட்டை நாயே!" என்று சொல்ல வேண்டும் போலத் தோன்றியது. இவள்கள் எல்லோர் பாவாடையையும் தூக்கி அவர்கள் பொன்னைப் போல் பாதுகாத்து மினுக்கம் கொண்டிருக்கும் சாமான் மேல் காறித் துப்ப வேண்டும் என்று தோன்றியது. "வெறும் புண்! வெறும் புண் இது!" அதன் பிறகு அவர்கள் கர்வத்தோடு சுழிக்கும் அவர்கள் வாயைத் திறந்து அதற்குள் துப்ப வேண்டும்.

நான் கண்களை மூடிக்கொண்டேன். கணேசன் ஆடி ஆடி தூக்கில் தொங்கிக்கிடந்த காட்சி நினைவுக்கு வந்தது. பேருந்தில் போலவே இந்தக் காட்சியும் முதலில் எனக்குப் புரியவில்லை. தூக்கில் தொங்குகிறவனின் இரத்தம் அவன் அறை முழுக்கத் தெறித்திருந்தது. அவன் விரும்பி வாசித்த அத்தனை புத்தகங்கள் மீதும் அவனது இரத்தக் கறை இருந்தது. தூக்கில் தொங்கும் முன்பு அவன் தனது விதைக் கொட்டைகளை அறுத்துக்கொண்டிருந்தான் என்று பிறகுதான் கண்டுபிடித்தார்கள். நான்தான் அவனைக் கீழிறக்கினேன். அவனை மயானத்துக்குக் கொண்டுவருகிற வரைக்கும் நானும் அவன் அப்பாவும் தெற்குப் பஜாரில் இருக்கும் அவனது அம்மா வருவாள் என்று எதிர்பார்த்திருந்தோம். "தகவல் சொல்லியாகிவிட்டது" என்று மட்டும் அவனது அப்பா சொன்னார். "ஒருவேளை, அவர் தடுத்திருப்பாரோ? நான் வேண்டுமானால் போய்..." என்று கேட்டேன். அவர் இல்லை என்பது போல் தலையசைத்தார். அவள் வரவேயில்லை. ஏன் வரவில்லை என்று அவளிடம் கேட்க வேண்டும் என்று நெடுநாட்களுக்கு நினைத்துக்கொண்டே இருந்தேன். அது தெரியாவிட்டால் என்னால் அந்த விஷயத்தை மூட முடியாது என்று தோன்றியது. ஒரு நாள் அவள் வேலை பார்க்கும் வங்கியில் கண்ணாடித் தடுப்புக்கு மறுபுறம் இருந்துகொண்டு அவளைப் பார்த்தேன். "யெஸ்?" என்றாள். பாப் கட் செய்து லிப்ஸ்டிக்

அணிந்திருந்தாள். நான், "நான் கணேசனோட பிரண்டு" என்று சொல்லிவிட்டு திரும்பிவிட்டேன்.

நாகர்கோவில் வரும்போது மணி எட்டாகிவிட்டிருந்தது. அந்த இளம்பெண்கள் கூச்சலுடன் இறங்கிப் போனார்கள். அதில் ஒரு பெண் "பை" என்பது போல் என்னை நோக்கிக் கையசைத்தாள். நான் அந்த நடுவயதுப் பெண்ணின் பின்னால் இறங்கினேன். அவள் உடலிலிருந்து காரமான வியர்வை நெடி அடித்தது. நான் மெதுவாக அவள் பின்னால் இறங்கி நின்றேன். நான் ஒரு சமிக்ஞைக்கு காத்திருந்தேனா? கனகமூலம் சந்தையை நோக்கி அவள் போனாள். அங்கே கடை எதுவும் வைத்திருக்கிறாளோ? அவளைப் பார்த்தால் அப்படி ஒரு சாடை இருக்கத்தான் செய்தது. ஒட்டி இறங்கும்போது அவளது கடைவாயில் சிறிய வெற்றிலைப் புண்களைப் பார்த்தேன். அது எனக்கு ஏனோ நீலப்படங்களில் நான் பார்த்த பெண்ணுறுப்புகளை நினைவுபடுத்தியது.

சற்று தூரம் போனதும் அவள் திரும்பிப் பார்த்தாள். நான் அவள் பார்வையைக் கோபம் என்றோ அழைப்பு என்றோ வகைப்படுத்த முயன்றேன். அவள் ஒருகணம் சந்தைக்குப் பேருந்து நிலையத்திலிருந்து ஏறும் வாசல் மேட்டில் நின்றுவிட்டு மறைந்தாள்.

கணேசனுக்கு இறுதிக் காலங்களில் அவ்வப்போது போதம் வருவதுண்டு. அப்போது அவன் அந்தப் பேருந்துக் காட்சியைத் துல்லியமாக நினைவுகூர்வான். "அந்தப் பெண் கடைசிவரை ஏன் ஒரு சாரிகூட கேட்கவில்லை?" என்பான். "அந்தத் திருநங்கை மட்டும் அது நானில்லை என்று சாட்சி சொல்லியிருக்காவிட்டால்?" என்று பதற்றமடைவான். "அவர்கள் என்னை போலீஸ் ஸ்டேஷனில் கொண்டுபோய் அடித்திருப்பார்கள். பேப்பரில் என் பெயர் வந்திருக்கும். ஆபீசில், தெருவில் நமக்குத் தெரிந்தவர்கள் எல்லோரும் அதைப் படித்திருப்பார்கள். அப்புறம் "அம்மா..." என்று கண்ணீர்விடுவான். "அந்தப் பெண் நம்மை நிரந்தரமாகக் காயடித்துவிட்டுப் போய்விட்டாள். உனக்குப் புரிகிறதா?"

நான் தலையை உலுக்கிக்கொண்டேன்.

"நம்மையல்ல. உன்னை, உன்னை, உன்னை" என்று நடு பேருந்து நிலையத்தில் நின்றுகொண்டு கத்தினேன்.

இரண்டொருவர் திரும்பிப் பார்த்தார்கள்.

இலேசாக மின்னி மழை பெய்ய ஆரம்பித்தது.

2

எனக்கு மூத்திரம் முட்டுவது போலிருந்தது. ஆனால் பேருந்து நிலையத்தின் கழிவறைக்குச் செல்லத் தயக்கமாக இருந்தது. ஒரு தடவை மூத்திரம் பெய்துகொண்டிருந்த போது பக்கத்துப் புரையில் மூத்திரம் பெய்துகொண்டிருந்த ஆள் எட்டி சுன்னியைப் பிடித்துவிட்டான். நான் "ஏய் என்ன?" என்று உளற, "டேய் இருடா, சும்மா வா என்கூட. நான் நல்லா ஊம்பி விடுவேன்" என்றான். நான் விடுவித்துக்கொண்டு வெளியே ஓடிவந்து வாசலில் சில்லறையை எண்ணிக்கொண்டிருந்தவனிடம், "அங்கே ஒரு ஆளு தப்பா...." என்று சொன்னேன். அவன் நிமிர்ந்து பார்த்துவிட்டு மீண்டும் சில்லறையை மௌனமாகப் பிரித்து வைக்க ஆரம்பித்தான். நான் அங்கேயே நிற்பதைப் பார்த்துவிட்டு, "புடிச்சா போ சுன்னி. இல்லேனா விடு. என்கிட்ட வந்து எதைச் சிரைக்கச் சொல்லுதே?" என்றான்.

நான் எட்டிப் பார்த்தேன். இன்று வேறு ஒரு ஆள் இருந்தான். ஒரு பையன். நான் சற்றே ஆசுவாசமாய் உள்ளே நுழைந்தேன். ஒரே ஒரு வயசாளி மட்டும் கோவணத்தை அவிழ்த்து கட்டிக்கொண்டிருந்தார். அவரது ஆண்குறி பெரிய கழுதையுடையதைப் போலத் தொங்கிக் கிடந்தது. அதை மடித்து கோவணத்துக்குள் பொதிய சிரமப்பட்டுக்கொண்டிருந்தார். "இழவு. இந்த ஓதத்தோட நான் கிடந்து சாவுதேன்" என்றார். நான், "ஆபரேசன் பண்ணிக்கலாமே?" என்றபடியே மூத்திரம் பெய்ய ஆரம்பித்தேன். அது அங்கு ஏற்கனவே நுரைத்துக் கிடக்கும் மஞ்சள் அம்மோனியக் கழிவுடன் போய்ச் சேர்ந்தது. மூத்திரப் புரைக்கு மேலே, "தரமான ஓலுக்கு ஷீலா கொட்டாரம்" என்று ஒரு பெண் புண்டையை விரித்து அமர்ந்திருப்பது போல் படம் போட்டு - அதே போல் ஒரு சிலையை சுசீந்திரம் கோவிலில் பார்த்திருக்கிறேன், லஜ்ஜா தேவி என்று ஏதோ ஒரு பெயரைக் கணேசன் சொன்னான் - ஒரு போன் நம்பரும் எழுதியிருந்தது. கீழே எவனோ, "உண்மையிலேயே சூப்பர் ஓல்!" என்று ரிவ்யூ வேறு அளித்திருந்தான்.

"அரசாங்க ஆஸ்பத்திரில இன்னிக்கி வா நாளைக்கி வா, கூட கையெழுத்து போட ஒரு ஆளைக் கூட்டிட்டு வான்னு விரட்டி

விரட்டி விடுதான். தனியார்ல வீட்டை எழுதிக் கேக்கான். புள்ளைங்களும் பார்க்க மாட்டேங்குதோவ்" என்றார் அந்த முதியவர். அவருக்கு இருப்பது போன்ற விரை வீக்கம் கொண்ட ஒரு ஆணின் சிலையையும் கோவில்களில் பார்த்திருக்கிறேன். அந்தச் சிலையின் பெயர் என்னவோ? கணேசனுக்குத் தெரிந்திருக்கும்.

நான் பதில் பேசவில்லை. மூத்திரம் போகிற இடம் இலேசாக எரிவது போல் இருந்தது. கீழே குனிந்து பார்த்தேன். பழுப்பாய் முத்து போல் ஏதோ ஒன்று வெளிப்பட்டு என்னவென்று பார்ப்பதற்குள் மூத்திரப் புரைக்குள் விழுந்துவிட்டது. சட்டென்று ஒரு பதற்றம் ஏற்பட்டது. நான் திரும்பி அந்த முதியவரிடம், "பிள்ளைங்க பார்க்கலைன்னா சாவுவே" என்று கத்தினேன். "பூல் பாண்டி! போலே!" கிழவன் அதிர்ச்சியடைந்து அப்படியே நிற்பதைப் பார்த்தபடி வெளியேறினேன்.

3

ஒரு வாரமாகவே மாத்திரை இல்லை. வீட்டுக்குப் போகும் முன்னர் டாக்டர் க்ளினிக்கில் எட்டிப் பார்த்தேன். கூட்டம் அதிகம் இல்லை. நர்ஸ், "சீக்கிரம் போங்க. டாக்டரு போகப் போறாரு" என்றாள். உள்ளே போகும்போது யாரிடமோ போனில், "இதோ வரேம்மா" என்பது போல் தெலுங்கில் மென்மையாகச் சொல்லிக்கொண்டிருந்தார். மாத்திரை எழுதித் தரும்போது, "மாத்திரை போட்டாலும் பெரிதாய் தூக்கம் வருவதில்லை" என்று சொன்னேன். "கனவுகள்தான் வருகின்றன". அவர், "நீங்க நிறைய காபி, சிகரெட் குடிக்கறீங்க. அதெல்லாம் கார்ல ஆக்சிலேட்டர் மாதிரி. நான் கொடுக்கிற மாத்திரைகள் பிரேக் மாதிரி. இரண்டையும் ஒரே நேரத்தில பிடிச்சா?" இதைச் சொல்வதற்குள் அவருக்கு மறுபடி அந்தப் போன் வர 'இதோ வரேம்மா' என்று மறுபடியும் மென்மையாகச் சொன்னார். அவரது அந்தக் குரல் வேறுபாடு எனக்கு வெறுப்பை அளித்தது. நான் எனது ஹோமியோபதி டாக்டர் பற்றி நினைத்துக்கொண்டேன். அவளானால், "என்ன மாதிரியான கனவுகள்?" என்று கேட்பாள். நான் வேண்டுமென்றே மிக ஆபாசமான கொடூரமான கனவுகளை விவரித்துச் சொல்லி அவள் முகம் மாறுவதைப் பார்த்துக்கொண்டிருப்பேன். ஒரு கட்டத்தில் அவள், "என்னால உங்களை க்யூர் பண்ண முடியாது. வேற டாக்டரைப் பார்த்துக்கோங்க" என்று சொல்லிவிட்டாள்.

ஆனால் அவளிடம் போய்க்கொண்டிருந்த நாட்களில் நன்றாக உறக்கம் வந்துகொண்டிருந்தது.

நான் மாத்திரையை வாங்கிவிட்டு கௌரி சங்கரில் இரண்டு மசால் தோசையும் பன்னீரும் பார்சல் வாங்கிக்கொண்டேன். டெரிக் சந்திப்பைக் கடக்க முடியாமல் ஒரே கூட்டமாக இருந்தது. எட்டிப் பார்த்தேன். ஒரு ஸ்கூட்டி கவிழ்ந்து கிடக்க எதிரே ஒரு டவுன் பஸ் நின்றிருந்தது. "ஒரு பொண்ணு பஸ்ஸுக்கு அடியிலே போய்டுச்சு" என்று கத்திக்கொண்டிருந்தார்கள். நான் வண்டியை நிறுத்திவிட்டு குனிந்து பார்த்தேன். ஒரு பெண்ணின் வலது கையின் மேல் பேருந்தின் டயர் ஏறி நின்றிருந்தது. அவள் அதிலிருந்து கையை உருவ முயல அது இரத்தமும் நிணமுமாய்ப் பிய்ந்து வந்தது. எலும்பே கூழாகியிருக்க, தன் மற்ற கையால் ஊன்றித் தவழ்ந்து வர முயன்று, முடியாமல் அப்படியே மயங்கிச் சரிந்தாள். நத்தை ஒன்று தன் உடலை இழுத்துக்கொண்டு ஊர்ந்து ஊர்ந்து வருவது மாதிரி இருந்தது. டிராபிக் போலீஸ் ஒருவர் நிதானமாக நடந்துவந்து கீழே பார்த்துவிட்டு 'ச்ச்ச்ச்' என்றார். பிறகு போனை எடுத்துக்கொண்டு தள்ளிப் போனார். அந்தப் பெண் மறுபடி விழித்து, இருந்த ஒற்றைக் கையை அசைத்து, வேடிக்கைப் பார்த்துக்கொண்டிருந்த எங்களைப் பார்த்து எதையோ சொல்லிவிட்டு, மறுபடி மயங்கினாள்.

4

வீட்டுக்குள் நுழையும்போதே குப்பென்ற மல நாற்றம் அடித்தது. சனியன் என்று நினைத்துக்கொண்டேன். டயபரையும் போட மாட்டாள், ஹோம் நர்சும் பிடிக்காது, அதே நேரம் வாயிலும் கட்டுப்பாடு இல்லை. எதையாவது கண்டது கழியது தின்றுவிட்டு பேதி கழிந்துகொண்டு இருப்பாள். நான் விளக்கைப் போட்டேன். "என்ன.. மறுபடி ஒரு மணி நேரம் வேலை வச்சிட்டியா? மனுஷன் ஒரு நாள் நிம்மதியா தூங்கிரப்படாது. ஏனிப்படி உயிரை வாங்கறே?" என்று கத்தினேன். அவள் என்னையே பார்த்துக்கொண்டிருந்தாள். பிறகு கையால் என் சட்டையைக் காண்பித்து 'என்ன?' என்பது போல் கேட்டாள். நான், "சொல்றேன்" என்றபடி பாத்ரூமுக்குப் போனேன். என் ஆடைகளை உரிந்து தனியாக வாளியில் போட்டேன். கை காலைக் கழுவினேன். பிறகு வெளியே வந்து அம்மாவைத் தூக்கி அவள் நைட்டியை உருவி ஈரத்துண்டால்

13

அவள் உடல் முழுவதையும் துடைத்தேன். போர்வையை மாற்றினேன். பக்கத்து ஸ்டூலில் சாப்பாடு பாதி சாப்பிட்டு உலர்ந்து அப்படியே கிடந்தது. அதை எடுத்துக் குப்பைத் தொட்டியில் போட்டேன். வேறொரு நைட்டியை அவளுக்கு அணிவித்துவிட்டு எழுப்பிச் சாய்த்து சுவரோடு உட்கார வைத்தேன். பிறகு பார்சலைப் பிரித்து அவள் முன் வைத்து, "சாப்பிடு" என்றேன். அவள் சாப்பிடாமல் என் நெஞ்சைக் காண்பித்து 'என்ன?' என்று மறுபடியும் சைகையால் கேட்டாள்.

நான், "அதுவா?" என்றேன். "ரத்தம், ஆக்சிடண்ட். ஒரு பொண்ணு வண்டிக்கு அடியில போயிடுச்சு. எல்லாத் தேவடியா மவனுங்களும் ஆம்புலன்ஸ் வரட்டும் மயிரு வரட்டும்னு பார்த்துக்கிட்டே நிக்கானுங்க. நான் போயி இழுத்து வெளியே போட்டேன்" என்றேன்.

"என் கழுத்தைப் பிடிச்சிக்கிட்டே செத்துப் போச்சு."

❖❖❖

பைத்தியம்

ஒருவேளை பைத்தியமோ என்று யோசித்தேன். ஆனால் ஆளைப் பார்த்தால் அப்படியெல்லாம் தோன்றவில்லை. ஒரு பைத்தியம் இப்படித்தான் இருக்க வேண்டும் என வரையறை இருக்கிறதா என்றுகூட யோசித்தேன். இன்று பைத்தியம் எனச் சொல்வது சரியில்லை என்று என் தோழி ஒருத்தி சொல்கிறாள். அப்படிச் சொல்லும் லைசன்ஸ் மனநல மருத்துவர்களிடம் மாத்திரமே உள்ளது. அவர்களும் வேறு ஏதேதோ வாயில் நுழையாத வார்த்தைகளால் அதைச் சொல்லுகிறார்களே தவிர நேரடியாகப் பைத்தியம் என்று சொல்லுவதில்லை. முன்பு இப்படி இல்லை. பைத்தியம் என்கிற சொல் சர்வசாதாரணமாகப் புழங்கியது. பைத்தியங்கள் சர்வசாதாரணமாகப் புழங்கின. இப்போது கவிஞர்கள் மட்டுமே பைத்தியம் என்று அழைக்கப்படும்போது கோபப்படுவதில்லை.

அந்தப் பெண்ணின் கண்களைப் பார்த்தேன். "ஈ மெயில் போட்டிருந்தேன்" என்றாள். "வரச்சொல்லி பதில்கூட போட்டிருந்தீங்க."

நான் "ஓ" என்றேன். என்னுடைய வழக்கமான சபலப்புத்தி கொண்டுவந்துவிட்ட பிரச்சினையோ இது? பொதுவாகவே எனக்கு வாசகிகள் அதிகம். இது சில சந்தோஷங்களையும் சில தொந்திரவுகளையும் கொண்டுவந்துவிடுகிறது. "உங்கள் கதைத்தலைப்புகளில் ஷ, ஸ, க்ஷ போன்ற மெல்லினங்கள் அதிகம் வராமல்

பார்த்துக்கொள்ளுங்கள்" என்று ஒரு மூத்த எழுத்தாளர் என்னிடம் உபதேசித்தார்.

"நீங்க என்ன பண்றீங்க?" என்று தொடர்பில்லாமல் கேட்டு வைத்தேன்.

அவள், "மெயில்ல எழுதிருந்தேனே?" என்றாள். நான் தர்ம சங்கடத்துடன் உள்ளே பார்த்தேன். மனைவி வழக்கத்துக்கும் அதிகமான சத்தத்துடன் காப்பி டம்ளர்களை உருட்டும் சத்தம் கேட்டது. என்னைத் தேடி வருகிறவர் ஆணா பெண்ணா, பிராயம் என்ன, அழகாய் இருக்கிறாரா இல்லையா, எப்படி ஆடை அணிந்திருக்கிறார் என்பதைப் பொறுத்து இந்த 'ணங்'கென ஒலிக்கு நாதத்தின் ஓங்காரம் கூடும். அவளைச் சொல்லியும் குற்றம் உண்டா? இதே அவள் ஒரு எழுத்தாளராய் இருந்து வாரத்துக்கு நாலு தடியன்கள் அவளைத் தேடிக் காலையிலேயே வந்து கூடத்தில் அமர்ந்திருந்தால் நான் என்ன செய்திருப்பேன்? நான் பெண்ணியவாதி இல்லை. இருந்தாலும் ஓரளவு பட்சபாதம் இல்லாமல் சிந்திக்கக்கூடியவன்.

நான் அந்தப் பெண்ணின் மற்ற விவரங்களையும் கவனிக்க ஆரம்பித்தேன். வடிவாகத்தான் இருக்கிறாள். பைத்தியத்தின் எந்த இலட்சணமும் இல்லை. அம்மாகூட அப்படித்தானே? அவளிடம் பிரச்சினை இருந்தது என்று யாராலும் கண்டுபிடிக்கவே முடியவில்லை. ஏனோ பெண்களுக்குத்தான் அதிகமாகப் பைத்தியம் பிடிக்கிறது. அவர்கள் உடல் வாகோ மன வாகோ என்னவோ, பைத்தியம் தாவிப் பிடிப்பதற்கு ஏதுவாய் இருக்கிறது. அம்மாவின் பைத்தியம் அவளது கர்ப்பப்பையை எடுத்ததும் அடங்கிவிட்டது. ஆனால் அதன்பிறகு ஓரிஜினல் டாக்குமெண்டின் நூறாவது நகல் போலாகிவிட்டாள்.

ஆண்களுக்குத்தான் கர்ப்பப்பை இல்லையே? அவர்களுக்கு ஏன் பைத்தியம் பிடிக்கிறது? நான் முன்பு குறிப்பிட்டிருக்கும் தோழி கேட்பாள். ஆனால் அது எண்ணிக்கையில் குறைவுதானே? அவளுக்கு என்ன தெரியும்? ஒருநாள் அவளிடம் பைத்தியம் தொற்றுமா என்று கேட்டேன். தொற்றவே தொற்றாது எனச் சொல்லிவிட்டாள். ஆனால் எனக்கு நேரடியாகவே தெரியும். எனது கல்யாணமாகாத அத்தை ஒருத்திக்குப் பைத்தியம் பிடித்து இரவெல்லாம் கூ. . கூவென்று கத்திக்கொண்டே இருப்பாள். இரத்தச் சம்பந்தமில்லாத அவளது சினேகிதி மகள்தான் அவளைக்

கடைசிவரை பார்த்துக்கொண்டாள். அவள் பேரில் ஊரின் முக்கியப் பகுதியில் ஒரு வீடு இருந்தது. அதற்காகத்தான் என்றால் குற்றமில்லை. ஆனால் அத்தை இறந்துபோன மறுநாள் அவளும் கூ.. கூவென்று கத்த ஆரம்பித்துவிட்டாள்.

நல்லவேளையாக மனைவி காப்பி கொண்டுவந்துவிட்டாள். டம்ளரை ஓரளவு சகிக்கத்தக்க ஒலி அளவுடன் வைத்தாள். அதன் பொருள், வந்திருக்கும் பெண்ணை அவள் அவ்வளவு அழகி என்றோ தனக்குப் போட்டியாளராக மாறக்கூடிய சாத்தியம் உள்ளவள் என்றோ கணிக்கவில்லை என்பதே.

வந்திருந்த பெண்ணிடம் ஏதோ குசலம் விசாரித்து எப்படியோ அனுப்பிவிட்டாள். "சாயங்காலம் வாங்களேன்."

அவள் போனபிறகும் நான் அப்படியே சோபாவில் அமர்ந்திருந்தேன். இதுதான் மிகவும் அபாயகரமான நேரம். மனைவியின் பைத்தியம் வெடிக்கும் நேரம். அவள் கிட்டே வந்து, "என்ன... ராத்திரி மாத்திரை போட்டீங்களா இல்லையா?" என்றாள்.

"என்ன மாத்திரை?" என்றேன்.

அவள் "சரிதான்" என்றாள்.

நான் சோர்வுடன், "டயர்டா இருக்கு. போய் படுத்துக்கிறேன்" என்றேன்.

அவள் "ஆயிடுமே" என்றாள்.

அவள் இப்படி வார்த்தைக்கு வார்த்தை என்னை வீழ்த்த முயன்றது எனக்குச் சோர்வை அளித்தது. அம்மாவும் இப்படித்தான். ஆனால் அம்மாவுக்குத்தான் இறுதியில் பைத்தியம் பிடித்தது. இங்கோ நான்.

நான் அந்தப் பெண் குறித்து யோசித்தேன். என் ஈ மெயிலைத் திறந்து பரிசோதித்தேன். ஆமாம், ஏதோவொரு பத்திரிகைக்காக இண்டர்வியூ கேட்டிருந்தாள். பெயர் வசீகரமாக இருந்தது. ஆள் அந்தளவுக்கு இல்லை. எனக்குச் சிரிப்பு வந்தது. வசீகரமாக இருந்தாலும் நான் என்ன செய்துவிடப் போகிறேன்?

என் நினைவுகள் அம்மாவின் பக்கம் மீண்டும் திரும்பின. அம்மா என் கையை இறுகப் பிடித்து இழுத்துக்கொண்டு டவுனில் ஒரு சந்துக்குள் போய்க்கொண்டிருக்கிறாள். அப்போது

தண்ணீர்க் கஷ்டகாலம். வழியெங்கும் குடங்கள் அடிபம்புகளின் முன்பு பிரஜைகள் போல் வரிசையாகக் காத்திருந்தன. அந்த அடிபம்புதான் ராஜா. முன்னால் கம்பி போட்ட, ரேழி உள்ள வீட்டின் முன்பு நின்று, அம்மா வாசல் கொண்டியைத் தடதடவென்று ஆட்டினாள். கிருஷ்ணர் புல்லாங்குழல் வாசிக்கும் திரைச்சீலையை விலக்கிக்கொண்டு ஒரு சிறுமியின் முகம் எட்டிப் பார்த்தது. சட்டென்று மறைந்தது. உள்ளே கிசுகிசுக்கும் குரல்கள். கொஞ்ச நேரம் மௌனம். அம்மா கொண்டியை மீண்டும் லொடலொடவென்று தட்டினாள், பக்கத்து வீடுகளிலிருந்து எட்டிப் பார்த்தார்கள். எங்கோ அருகே சிலோன் ரேடியோ ஒன்று, "பொங்கும் பூம்புனல்" என்று மகிழ்ந்துகொண்டிருந்தது. நான் என் உள்ளங்கையில் அம்மாவின் கை வியர்வையை உணர்ந்தேன். மெல்ல விடுவித்துக்கொள்ள முயன்றேன். அவள் பிடி இன்னும் இறுகியது. உள்ளிருந்து இப்போது முண்டா பனியன் அணிந்த ஒருவர் எட்டிப் பார்த்தார். அவர் முகம் சிவந்திருந்தது. மீசை இல்லாது நன்கு மழுமழுவென்று சிரைக்கப்பட்ட முகம்.

"அம்மா, என்னம்மா நீங்க... இப்படி வீட்டுக்கே வந்து தொந்திரவு பண்றீங்க? அன்னிக்கேதான் நான் ஆபீஸ்ல வச்சு விளக்கினேனேம்மா?"

அம்மா, "எனக்கு பேச்சு உங்க சம்சாரத்துக்கிட்டேதான். அவங்கதான் விளக்கணும்" என்றாள். "நேத்து அவரு சட்டைப் பையில இந்த மல்லிகைப்பூ இருந்தது" என்று பர்சிலிருந்து எடுத்துக் காண்பித்தாள். "இது உங்க சம்சாரத்தோடது இல்லன்னு அவங்க சொல்லட்டும்."

"சிவராமா, அங்கே என்னடா பிரச்சினை?" மாடியிலிருந்து ஒரு குரல் கேட்க அம்மா பதில் சொல்வதற்குள் அவர் தடாலென்ற சத்தத்தோடு கதவைத் திறந்தார். "உள்ளே வந்து பேசுங்கோ... தலையெழுத்து... மானக்கேடு..."

அம்மா என்னையும் இழுத்துக்கொண்டு உள்ளே நுழைந்து அங்கிருந்த மர நாற்காலியில் அமர்ந்துகொண்டாள். "உங்க வீட்ல இருக்கிற பூஜை ரூம்ல சாமி முன்னாலே உங்க குழந்தை மேல ஒரு தடவை உங்க சம்சாரம் சத்தியம் பண்ணாப் போதும். நான் போயிடறேன். இனி வரமாட்டேன்."

அவர் சட்டென்று உள்ளே போனார். "கமலம், ஏய் கமலம்..."

கமலம் வெளியே வரவில்லை.

அதட்டல்களும் விசும்பல்களும்தான் வெளியே வந்தன. அவர் குரலின் ஸ்தாயி கூடிக்கொண்டே போவது கேட்டது. நான் அந்தக் கமலம் மாமியைப் பார்க்க மிகவும் விரும்பினேன். ஆனால் அவள் வரவேயில்லை.

நேரமாக ஆக அம்மாவின் முகத்தில் பிரகாசமும் அமைதியும் கூடிக்கொண்டே போனது.

“அப்போ?” எனத் தனக்குத்தானே உரக்கக் கேட்டுக்கொண்டாள். “நான் பைத்தியமில்லைதானே?”

யாரிடம் அந்தக் கேள்வியைக் கேட்டாள்? தெரியவில்லை.

எல்லோரது வீடுகளிலும் விளக்கு போட ஆரம்பித்துவிட்டார்கள். அம்மா புன்னகையுடன் எழுந்தாள். வெளியே சந்திப் பிள்ளையார் முக்குக்கு நடந்துவந்து பஸ் பிடித்தோம். அம்மா இப்போது உற்சாகமாக இருந்தாள். என் கையை விட்டுவிட்டாள்.

“உனக்கு என்னதாவது வேணுமாடா?” என்றாள். நான் “வேணாம்” என்றேன். இருந்தும் ஜங்ஷனில் இறங்கி லக்ஷ்மி விலாஸ் லாலா கடையில் எனக்குப் பிடித்த தடியங்காய் பர்பி, அரசன் கலர் பூந்தி எல்லாம் வாங்கினாள்.

அன்றிரவு அப்பா வரவில்லை. மறுநாள் காலையிலும் வரவில்லை. சாயங்காலம் வந்தார். சட்டையெல்லாம் அழுக்காகி, தலை வாராமல் குளிக்காமல், சிவந்த கண்களுடன் வந்தார்.

“செத்துப் போயிட்டாடீ!” என்று கதறினார். “கெரசின் ஊத்திக் கொளுத்திக்கிட்டா! கொன்னுட்டடீ அவளை. . பாவீ!”

அம்மா அசரவில்லை. “முதல்ல குளிங்க. சாவு வீட்டுக்குப் போனா குளிக்காம வரக்கூடாது!” என்றாள்.

அப்பா பேச்சின்றி அவளையே பார்த்தார்.

“காப்பி குடிக்கிகளா?” என்றாள் அவள்.

அப்பா அதன்பிறகு வெகுநாள் இருக்கவில்லை. பென்ஷன் பேப்பர்களுக்காக ஒரே ஒருமுறை அவர் அலுவலகத்துக்குப் போகவேண்டி இருந்தது. அதே அலுவலகத்தில்தான் கெரசின் ஊற்றி

எரிந்துபோன கமலம் மாமியும் வேலை செய்துகொண்டிருந்தாள். எல்லோரும் அவளைப் பயத்துடன் பார்த்தார்கள்.

அம்மா அவர்களிடம் சொன்னாள். "ஏன் பயப்படணும்? நான்தான் பைத்தியம் இல்லேன்னு ப்ரூவ் ஆயிட்டுதே?"

ராணி கிளினிக்

1

நான் விழித்தபோது சின்ன மாமா என் அறையில் அமர்ந்திருந்தார். நான் பதறி எழுந்து கைலியைக் கட்டிக்கொண்டு கோரையைத் துடைத்துக்கொண்டு "என்ன மாமா" என்றேன். அவர் புன்னகைத்து "ஒரு வாக்கிங் போலாமா "என்றார்.

அம்மா அறையில் காப்பி போட்டுக்கொண்டிருந்தாள். "செல்வம் தேங்காத் தோசை சுடுதேன். தின்னுட்டுப் போயேன்", மாமா புன்னகைத்து, "எனக்கு கொஞ்சம் கிரியாட்டின் லெவல் கூட இருக்கு. பொட்டாசியம் சேர்க்கக் கூடாது. தேங்காய்ல பொட்டாசியம் ஜாஸ்தி."

அவள் "இவன் ஓர்த்தன். எப்பவும் பொட்டாசியம் சோடியம்பான்."

நான் "மாமா இன்னிக்கு காலேஜ் இல்லியா" என்றேன். அவர் திடுக்கிட்டது போல "இருக்கே"என்றார். நாங்கள் இருவரும் சற்றுநேரம் மவுனமாக நடந்தோம். அவர் வழக்கம்போல தரையையே பார்த்தபடி நடந்து வந்தார். பிறகு அப்படியே நின்று குனிந்து பார்த்தார் பிறகு "பார்த்தியா" என்றார் என்னிடம். நான் பார்த்தேன். அங்கே எனக்கு ஒன்றும் தெரியவில்லை. "குழி நரி" என்றார் "ஆங்கிலத்தில லயன் ஆன்ட். தரை முழுக்க சின்னக் குழியா தோண்டி வச்சிருக்கும். தனியா வர்ற

எறும்புகள் அதில விழுந்துடும். விழுந்தா எந்திருக்க முடியாது. குழிநரி அதைப் பிடிச்சுத் தின்னுரும்."

நான் என்ன சொல்வதென்று தெரியாமல் அப்படியா என்றேன். லேசாகக் கொட்டாவி வந்தது. இதைச் சொல்லவா என்னை இந்தக் காலை நேரத்தில் எழுப்பி இழுத்து வந்தார்? மாமா நினைவு வந்தாற்போல "சிவா உன்னோட பிறந்த வருஷம் என்ன?"

நான் "1972"என்றேன். அவர் "ஆ! ஆமா. அந்த வருஷம் அமெரிக்காவில என்ன நடந்தது தெரியுமா. அர்ஜின்டினா எறும்புன்னு ஒரு சிகப்பு எறும்பு நாடு முழுக்கப் பரவி பயிர் பச்சைகளை அழிச்சது. அமெரிக்க அரசாங்கம் அவற்றை அழிக்க நூறு மில்லியன் டாலர் செலவழிச்சும் பிரயோசனமில்லை. உண்மையில அது வியட்னாம் போர் அளவுக்கே ஒரு பெரிய செலவு."

நான் "பிறகு என்ன ஆச்சு?அந்த எறும்புகள் கிட்டே இருந்து அமெரிக்கா எப்படி தப்பிச்சது?"

"தெரியலை. அந்த எறும்புகள் ஒரு உச்சத்துக்குப் போய் தானாகவே குறைஞ்சிட்டது." என்றவர் "இப்போ புதுசு புதுசா வைரஸ்கள் வருதில்லியா அதுமாதிரிதான். ஒரு போர் மாதிரி, சுத்தப்படுத்தும் நபர் மாதிரி, ஒரு மாபெரும் பெருக்குமாறு மாதிரி இவை வந்து குப்பைகளை பெருக்கித் தள்ளிடுது."

நான் மவுனமாக இருந்தேன். காய்ச்சலில் இறந்துபோகிறவர்களை குப்பைகள் என்று சொல்வது எனக்குப் பிடிக்கவில்லை. போன மாதம்தான் என் வீட்டில் அருகில் இருந்த ஒரு பெண் டெங்குவில் இறந்து போயிருந்தாள். ஒளி நிரம்பிய பெண். இறப்பதற்கு முந்திய வாரம் அவள் எழுதிய கவிதைகளை என்னிடம் காண்பித்திருந்தாள். அதில் அவள் இறப்பதற்கான எந்த சமிக்கையும் இல்லை. குப்பைகள்? எனக்குள் லேசாகச் சினம் எழுந்தது.

மாமா திடீரென்று "நீ ஒரு பெண்ணைக் காதலித்தாய் அல்லவா" என்றார். "என்னிடம் சொன்ன நினைவு இருக்கிறது."

நான் விரக்தியுடன் "அவள் செத்துப் போயிட்டா மாமா" என்றேன். "ஒரு ராட்சதப் பெருக்குமாறு பெருக்கி பெருக்கி வந்து அவளைக் கொண்டுபோயிட்டது."

அவர் "ஓ" என்றார். பிறகு நாங்கள் இருவரும் மவுனமாக நடந்தோம். பிறகு "சிவா சில பெண்பூச்சிகள் உடலுறவில் ஈடுபட்டுக்கொண்டிருக்கும்போதே ஆண் பூச்சிகளைக் கொஞ்சம் கொஞ்சமாச் சாப்பிட்டுடும்" என்றார். "அவற்றின் சந்ததியினருக்கான புரதத்தை அவை பெறும் வழி இது. இயற்கை ஒருவகைல மாபெரும் வாய். அல்லது மாபெரும் இனப்பெருக்க உறுப்பு. இரண்டுக்கும் நடுவில நீ பண்ற காதல், கவிதை பத்தியெல்லாம் அதுக்கு அக்கறையில்லே'. ஆனா அது ஓகே. நாம அதுக்கு மேல என்ன பண்ணனும்."

எனக்கு அந்த விளையாட்டு சலிப்பைத் தந்தது. காலையில் ஒரு டீ கூட நான் குடித்திருக்கவில்லை. ஒரு சிகரெட்டுக்கு வாய் ஏங்கியது. கைலியுடன் வாக்கிங் போகிற என்னை சிலர் விநோதமாகப் பார்த்தபடி கடந்துபோனார்கள்.

அப்போது மாமா சட்டென்று ஒரு சிறிய வீட்டின் முன்பு நின்றார். அந்த வீட்டின் முன்பு முருங்கை மரத்தடி சுற்றியிருந்த பள்ளத்தில் ஒரு மிகப்பெரிய நாய் கிடந்தது. மாமா "கன்னி" என்றார். அருகில் பல அறைகள் கொண்ட நீளமான கோழிக்கூண்டு ஒன்று இருந்தது. அதனருகே ஒரு வயதான மிடுக்கான நபர் கால்களில் குத்தவைத்தவாறு அதிலிருந்த கோழிகளைத் திறந்து விட்டுக் கொண்டிருந்தார். அவை கூச்சலுடன் வெளியே வந்து வெளியே பெரிய பாத்திரத்தில் வைக்கப்பட்டிருந்த தானியங்களைத் தின்ன ஆரம்பித்தன. நாய் மாமாவைப் பார்த்ததும் லேசாக கண்களிலேயே வாலாட்டிவிட்டு என்னைக் கண்டதும் உறுமியது. அவர் திரும்பி "வா செல்வம்" என்றார். பிறகு கூண்டுக்குள் கைவிட்டு வர மறுத்த ஒரே ஒரு கோழியை இழுத்து வெளியே எடுத்தார். "இரண்டு நாளா இது இரையே எடுக்கலை. என்னன்னு பார்க்கணும்" என்று அதன் அலகுகளைப் பிரித்து நாக்கைப் பரிசோதித்தார். பார்த்துவிட்டு "ஹெர்பிஸ்" என்றார். அப்போது உள்ளிருந்து ஒரு வெளுப்பான பெண்மணி வந்தார். அவர் அவரிடம் "ரூபி இந்தா இந்த செவலையை மட்டும் தனியா அடைச்சு வை. அப்புறம் டிராப்ஸ் கொடுக்கணும்" என்றார். அவர் "செல்வம் வா" என்றார். "பத்மா வரலியா?"

மாமா "பத்மா வர மாட்டா டீச்சர், அவ இன்னொருவரோட போயிட்டா" என்றார்.

அந்த விசயத்துக்குப் பிறகு ஜான்சன் சாரும் செல்வம் மாமாவும் ரொம்ப நேரம் பேசிக்கொண்டிருந்தார்கள். மாமா தான் ஒரு புதுவகை எறும்பு இனத்தை நெருங்கிக் கொண்டிருப்பதாக ஆர்வத்துடன் சொன்னார். கிளம்பும்போது ஜான்சன் சார் மாமாவின் கையைப் பிடித்து "ஒரு சாரணன் எதற்கும் விழிப்பாக தயாராக இருக்கவேண்டும். அவ்வளவுதான். இல்லையா" என்றார்.

மாமா "ஆமாம். நான் கொஞ்சம் உறங்கிவிட்டேன்" என்றார்.

2

அம்மா "என்னலே சொல்லுதே" என்றாள்" "உண்மைதான்மா. பத்மா அத்தை மாமாவை விட்டு போயிடுச்சாம். பத்து நாளாச்சாம். மாமா அந்த ஜான்சன் சார்கிட்டே சொல்லிட்டிருந்தார்."

"ஜான்சன் சாரா. அந்த இழவெடுத்தவன்தான் இவனைக் கெடுத்தது. ஸ்கவுட்டு அவுட்டுன்னு இவனை எங்கெங்கோ கூட்டிட்டுப் போயி என்னென்னத்தியோ சொல்லிகொடுத்து அதுக்குப் பிறகுதானே இவனுக்கு இந்த பூச்சிப் பைத்தியம் பிடிச்சுது. அய்யோ இப்போ இது பெரிய மாமாவுக்குத் தெரிஞ்சா திங்கு திங்குன்னு ஆடுவானே."

நான் "சொல்லாதே" என்றேன்.

"அதெப்படி சொல்லாம இருக்கமுடியும்? யார் கூட போயிட்டாளாம்ல? இந்த வயசில இப்படி ஒரு பொம்பிளைக்கு நெஞ்சுரம் இருக்குமா? எல்லாம் இவன் கொடுத்த இடம்."

பத்மா அத்தையை நான் கடைசியாகப் பார்த்தபோது அவள் வீட்டிலிருந்த நீச்சல் குளத்தில் நீந்திக்கொண்டிருந்தாள். திருநெல்வேலியில் மிகப்பெரிய பணக்காரர்கள் கூட செய்யத் துணியாதது அது. நான் தயங்கி நின்று "மாமா இல்லியா" என்றேன். அவள் குளத்திலிருந்து ஏறி தரையில் அமர்ந்துகொண்டு "இல்லே" என்றாள். நான் அவளது தொடைகளைக் கண்டும் காணாததுபோல பாவனை செய்ய அவள் சிரித்து "உனக்கு கார் ஓட்டத் தெரியுமாடே" என்றாள். நான் "தெரியும். லைசன்ஸ் வச்சிருக்கேன். எதுக்கு?" அவள் "நாளைக்கு எனக்கு மதுரைல ஒரு கான்பரன்ஸ் இருக்கு. வழக்கமான டிரைவர் லீவு. நீ வரியா?" நான் போனேன். அந்தப் பிரயாணம் முழுவதும் அவள் ஏதோ

ஒரு புத்தகம் படித்துக்கொண்டே வந்தாள். திரும்பி விடுகையில் எண்ணி ஐநூத்தி முப்பது ரூபாய் கொடுத்தாள். மிகச்சரியாக அவளது டிரைவரின் ஒருநாள் சம்பளம்.

அந்த நீச்சல் குளத்தைக் கட்டிய காண்டிராக்டரோடுதான் போய்விட்டாள் என்று மாமா சொன்னார். அவனை எனக்கு தெரியும். ஊரில் பெரிய சண்டியரும் ஒரு சாதிக்கட்சியின் மாவட்டச் செயலாளராகவும் கூட இருக்கிறான். கூட தெற்கு பஜாரில் ஒரு பைனான்ஸ் கடையும் கேப்ஸ் கடையும் வேறு இருக்கிறது. அது தவிர மகாலட்சுமி மனமகிழ்மன்றம் என்ற ஒரு மன்றத்தையும் நடத்தி வந்தான். ஊரின் அத்தனை செத்தைகளும் அங்கே பகலில் குஸ்தி பழகிவிட்டு இரவு குடித்தார்கள். குடித்துவிட்டு காசுவைத்து சீட்டு விளையாடிக் கொண்டிருப்பார்கள். அவனை அடிக்கடி போலிஸ் ஸ்டேசன் முன்போ கோர்ட் முன்போ பார்ப்பேன். சட்டத்தின் காவலர்கள் அவனிடம் மரியாதையுடன் நடந்துகொள்வதையும்.

அவனிடம் அத்தை என்ன கண்டாள்?

சாயங்காலம் பெரிய மாமா வந்தார். அம்மாவிடம் "ஏய் காந்தி நான் என்னத்தைக் கேள்விப்படுதேன்."

அம்மா "உண்மைத்தான் போலிருக்கு அண்ணே. காலைல இவன்கிட்டே சொல்லிருக்கான். கேட்டதிலிருந்து எனக்கு கையும் ஓடலை காலும் ஓடலை. இப்போ என்ன செய்யா?"

"என்ன செய்யவா? அந்தத் தேவடியாளை வகுந்து போட வேண்டாமா. அப்புறம் அந்தப் பயலையும்."

அம்மா "அவசரப்படக் கூடாது. அவன் பெரிய சண்டியன்னு இவன் சொல்லுதான். நாமளும் இப்போ முந்தி இருந்த நிலைமையிலா இருக்கோம். தவிர நம்ம பைய வேற சரியில்லை. அவளை செய்துங்கநல்லூர்ல அந்த வீட்டில போயிப் பார்க்கறப்பவே நினைச்சேன். கட்டிக்கப் போறவன் முன்னால கால் மேல கால் போட்டுல்லா உக்கார்ந்திருந்தா. அப்புறம் அந்த நீச்சல்குளம் கதை. ஊர்ல சிரிக்காத பய கிடையாது. நம்ம அப்பா எல்லாத்தயும் விவரமா இருப்பாரு. போகும்போ இப்படியொரு சீந்திரத்தைப் பண்ணிவச்சிட்டுப் போயிட்டாரு. நல்லவேளை இவன் பயலாப் பொறந்தான். பொம்பிளைப் பிள்ளையா இருந்தா மாப்பிள்ளை கிடைக்கச் சிரமமாயிருக்கும்."

“அற்பங்களுக்குக் காசு வந்தா இப்படித்தான். அவளுக்க கிளினிக்ல சாயங்காலமானா அப்படியொரு கூட்டம். எல்லாம் அபார்சன் கேசு.”

“அதான் அவளுக்கும் ஒண்ணு கூட தாங்காம போச்சு.”

“இப்போ நாம என்ன செய்யணும்.”

“நாம என்ன செய்யறது. நமக்கும் அவனுக்கும் சம்பந்தமில்லேன்னு இருந்திட வேண்டியதுதான்.”

ஆனால் அப்படி இருக்கமுடியவில்லை.

சாயங்காலமே சொக்கலிங்கம் அண்ணாச்சி வந்துவிட்டார். அவருடன் இரண்டு மத்திய வயதுக்காரர்கள். அவர்களில் ஒருவன் என்னிடம் “நீ ஏண்டே நம்ம சாதி சங்கத்துக்குப் பக்கமெல்லாம் வர மாட்டேங்கே. உன்னை மாதிரி ஆளெல்லாம் ஒதுங்கி ஒதுங்கி போறதுனாலதான் முந்தி நம்மைக் கண்டு ஒதுங்கிப் போனதுகள்ளாம் ஒய்யாரத்தில நிக்குது பார்த்துக்கோ. இப்போ பார்த்தியா வேத்து ஆளு உன்னோட அத்தையைத் தள்ளிக்கிட்டுப் போயிட்டான்” என்றான். எனக்கு அவன் அத்தையை அப்படிப் பேசியது பிடிக்கவில்லை. அத்தையை அறிந்தவர்கள் அப்படிச் சொல்ல மாட்டார்கள் என்று நினைத்தேன். அத்தையை யாரும் தள்ளிக்கொண்டு போகமுடியாது.

அம்மா கையைப் பிசைந்துகொண்டு நின்றாள். அண்ணாச்சி “காந்தி இது உன் குடும்பத்தோட நிக்குற காரியமில்லே பார்த்துக்கோ. நக்கீரன்ல வரைக்கும் வந்துடுச்சு. இப்படியே விட்டா நாளைக்கு நம்ம வீட்டு குமரிப் பொண்ணுங்களையும் வீடு புகுந்து கொண்டுபோவானுங்க.”

நான் இடைபுகுந்து “அத்தை விரும்பிதான் அவன் கூட போயிருக்குது” என்றேன். அண்ணாச்சி சீறினார். “நீ கண்டியா? என்னத்தைப் படிச்சிருந்தாலும் பொம்பிளைக்கு தனக்கு என்னது நல்லதுன்னு தெரியுமா. சும்மாருடே.”

“அண்ணாச்சி இப்போ நான் ஒன்னும் செய்யறதுக்கில்லை. அவன் எங்க குடும்பத்தில பொறந்திருந்தாலும் தனிக்குணமாக்கும். அவளைப் பத்திச் சொல்லவே வேண்டாம்.”

“அதெல்லாம் இங்கே யாரும் தனியில்லை. மனுஷன் சாதி சனத்தொடதான் பொறக்கான். சாதி சனத்தொடதான் வாழனும். சாவறதா இருந்தாலும் சாதி சனத்தொடதான்.”

அத்தையின் விவகாரம் இப்படி ஒரு திருப்பம் எடுக்கும் என்று எனக்கு தோன்றியிருக்கவில்லை. அதற்கு மாமா எப்படி எதிர்வினை புரிவார் என்று பார்க்க ஆர்வமாய் இருந்தது. ஆகவே அண்ணாச்சியின் கூட்டத்தோடு மாமாவின் வீட்டுக்கு நானும் போனேன். நீச்சல்குளத்தில் தண்ணீர் நிரப்பாமல் கிடந்தது. மாமா வீட்டின் பின்னால் இருந்த கூடத்தில் அவரது லேபில் இருந்தார். அந்த கூடம் முழுவதும் விதம்விதமான கண்ணாடிக்குடுவைகளில் விதம் விதமான பூச்சிகள் இருந்தன. பெரும்பாலும் எறும்புகள். பல்வேறு நிறங்களில். பச்சை நிறத்தில் கூட ஒரு எறும்பு இருந்தது. ஒரு பெரிய குடுவையில் ஒன்றன் மீது ஒன்று ஏறிக்கொண்டு ஏறக்குறைய மனித முகமும் தாடையும் கொண்ட ஒரு ஏறும்புக்குவியலை என்னிடம் காட்டி “இதுக்கு பேரு புல்டாக் எறும்பு. ரொம்ப விஷமுடையது. அமெரிக்காவிலிருந்து கப்பல்ல வரவைச்சன்” என்றார். அண்ணாச்சி கோஷ்டி வாயைப் பிளந்துகொண்டு நிற்பதைப் பக்கவாட்டில் பார்த்தேன். சுதாரித்துக்கொண்டு அண்ணாச்சி பேசத் தொடங்கியதுமே மாமா இடைமறித்து “நான்சென்ஸ்” என்றார். பிறகு என்னிடம் “சிவா இங்கே வா” என்று ஒரு நீல நிற கண்ணாடிக்குடுவையில் உள்ள எறும்புகளிடம் அழைத்துப்போனார். “என்ன பார்க்கிறாய் நீ” என்றார். நான் “எறும்புகள் சண்டை போட்டுக்கொண்டிருக்கின்றன” என்றேன். “சண்டை போடவில்லை. அவை சேர்க்கை செய்துகொண்டு இருக்கின்றன” என்றவர் ஒரு லென்சை என் கையில் கொடுத்து “நன்றாகப் பார்.” நான் பார்த்ததில் எறும்புகள் ஒன்றன் மீது ஒன்று ஏறிக்கொண்டிருப்பதைப் பார்க்கமுடிந்தது. அவர் “நீ இன்னும் நன்றாகப் பார்க்கக் கற்றுக்கொள்ளவேண்டும். இந்த எறும்புகளின் ஆணுறுப்பில் குச்சி போன்ற ஒரு அமைப்பும் ஒரு தூர் வாரும் கரண்டி போன்ற ஒரு அமைப்பும் இருக்கும். குழல் தனது உயிரணுவைச் செலுத்துவதற்கு. கரண்டி முன்பு சேர்க்கை செய்த ஆண் எறும்பின் உயிரணுவை வாரி வெளியே வீசுவதற்கு” என்று சொல்லிவிட்டு கடகடவென்று சிரித்தார். “லைப் இஸ் காம்பெட்டிசன்” என்றவர் அண்ணாச்சியிடம் திரும்பி “உங்கள் அக்கறைக்கு நன்றி. ஆனால் உங்கள் உதவி எனக்கு வேண்டாம்” என்றார். பிறகு என்னை மட்டும் தனியாக அழைத்து “சிவா இங்கே வா எனக்கு அவசரமா ஒரு வீடு வாடகைக்கு வேணும்.

அங்கே எனது இந்த ஏறும்புங்களை எல்லாம் வைக்கிற மாதிரி இடம் இருக்கணும்” என்றார். நான் ஏன் மாமா இந்த வீட்டுக்கு என்ன? அவர் “இது பத்மா பேர்ல இருக்கு. இதைச் சீக்கிரம் காலி பண்ணிக்கொடுக்கனுமின்னு ஆளு அனுப்பியிருக்கா.”

எனக்கு வியப்பாக இருந்தது. அத்தை அப்படிப்பட்டவளா?ஜான்சன் சார் மாமாவிடம் சொன்னது நினைவுக்கு வந்தது. அத்தை எல்லாவற்றிற்கும் தயாராக மிக விழிப்பாக இருந்திருக்கிறாள்.

அண்ணாச்சி “இவன் இவ்வளவு கிறுக்கன்னு தெரிஞ்சா வந்திருக்கவே மாட்டேன்” என்றார். கூட வந்தவர்கள் வேஷ்டியை உதறிக்கொண்டே வந்தார்கள். “கண்ட இடத்திலேயும் எறும்பு கடிக்கிற மாதிரியே இருக்கு அண்ணாச்சி.”

திரும்பும்போது ஏதோ தோன்றி அத்தையின் கிளினிக் வழி வந்தேன். அங்கே வழக்கம்போல கூட்டம். நிறைய பெண்கள் வெவ்வேறு வடிவங்களில் வயிற்றோடு காத்திருந்தார்கள். மருந்து, கிருமி நாசினிகள் மணத்தையும் தாண்டி ஒரு வீச்சம் அங்கிருந்தது. ஒரே நேரத்தில் விருப்பமாயும் வெறுப்பு அளிப்பதாகவும் அது இருந்தது. அந்த இடமே பொதுவாகவே ஆண்களுக்கு விரோதமாக இருந்ததுபோல பட்டது. அங்கே இருந்த ஆண்கள் எல்லோருமே ஏதோ ஒருவிதத்தில் அந்தப் பெண்களுக்குச் சேவை செய்துகொண்டிருந்தார்கள். எனக்கு நான் ராணி எறும்புகள் பற்றிப் படித்தது நினைவுக்கு வந்தது. ஒருவேளை மாமா சொன்னதோ? அத்தையின் ஆஸ்பத்தியின் பெயர் ராணி க்ளினிக்தான். வெளியே வரும்போது அத்தையின் கார் வந்து நின்றது. அவன்தான் ஓட்டிவந்தான். அத்தை பின்னால் அமர்ந்திருந்தாள். அதிலிருந்து மிடுக்காக இறங்கி உள்ளே போனாள். அவள் என்னைப் பார்த்தாள் என்பது நிச்சயம். ஆனால் ஒன்றும் சொல்லாமல் போனாள். அவன் வண்டியைவிட்டு இறங்கி என்னருகே வந்தான். “என்னலே?”என்றான். நான் ஒன்றும் பேசாமல் நின்றேன். அவன் “என்னலே இங்கே சுத்திகிட்டு இருக்கே. மரியாதையா உன் மாமன் கிட்டே சொல்லி வீட்டை சீக்கிரம் காலி பண்ணச் சொல்லு” என்றான். நான் “சரி” என்றேன். பிறகு “வேலைக்கார எறும்பு” என்றேன். அவன் “என்ன?” என்றான். நான் “நீ வேலைக்கார எறும்பு” என்றேன். அவன் முகம் குழப்பமடைந்தது. பிறகு நான் ஏதோ மரியாதையில்லாமல் சொல்கிறேன் என்பதாகப் புரிந்துகொண்ட கைகள் இறுக என்னை நெருங்கி வருகையில் உள்ளிருந்து ஒரு நர்ஸ் வந்து அவனை “உங்களை மேடம்

கூப்பிடுதாக" என்றாள். அவன் சட்டென்று வேஷ்டியைத் தாழ்த்திவிட்டுக்கொண்டு உள்ளே ஓடினான்.

அவன் அப்படி ஓடுவதைப் பார்க்க ஏனோ ரொம்ப சந்தோஷமாக இருந்தது.

பொட்டை

1

ஒரு கிழவியின் பழைய கண்ணாடியின் ஒடிந்த காலை மாட்டிக் கொடுத்துக்கொண்டிருக்கும் போது ஓர் ஆள் வந்து நின்ற மாதிரி இருந்தது. பக்கத்து வீட்டுப் பையன். "ஆச்சி உடனே வரச் சொல்லிச்சி."

நாதன் நிமிர்ந்து, "ஏம்லே... என்ன விஷயம்?" என்று கேட்டான். பையன், "தெரியலை, உடனே வரணுமாம்" என்றான்.

நாதன், "கிழவி, போட்டுப் பாரு... பார்ப்போம்" என்று கண்ணாடியைக் கொடுத்தான். அவள் அதைப் போட்டுக்கொண்டு "ஆங்" என்று முகம் மலர்ந்தாள். "எவ்வளவு கொடுக்கணும் ராசா?"

"இருக்கிறதை கொடு."

அவள் தனது சுருக்குப் பையிலிருந்து ஐந்து ரூபாய் நாணயம் ஒன்றைத் தேடியெடுத்துக் கொடுத்தாள். அதில் விபூதி வாசம் அடித்தது. பையன், "உடனே வரணுமாம்" என்றான் மறுபடியும்.

நாதன் தத்தளித்தான். அந்தி கறுக்கிற சமயம். இதுபோல் அல்லாமல் உருப்படியான ஏதாவது கிராக்கி வந்தால் இப்போதுதான் வரும். ஆபீசுக்குப் போய்விட்டுத் திரும்புகிறவர்கள் வழியில் பழைய கண்ணாடி மாற்றிக்கொள்ளவும் புதிதாய்ப் பரிசோதனை செய்து

வாங்கிக்கொள்ளவும் வருவார்கள். மேலும் இந்த நேரத்தில் கதவடைத்தால் லக்ஷ்மி எப்படி வருவாள்?

"ஏலேய். . கடையில கொஞ்சம் நிக்கியா? நான் போயி என்னன்னு பார்த்துட்டு வாரேன்."

அவன், "ஹுக்கூம். எனக்குப் படிக்கணும்" என்று ஓடிவிட்டான்.

அந்த நேரம் பார்த்து சரம் போட சரோஜம் வந்தாள்.

"ஏய் சரோஜம், கடைல கொஞ்சம் இரி. வீட்ல அம்மை எதுக்கோ கூப்பிடுதா. போய்ப் பார்த்துட்டு இந்தா வந்துடுதேன்."

"ஆத்தாடி... இதைப் பத்தி எனக்கென்ன தெரியும்? என்னை உட்கார வைச்சிட்டுப் போனா?"

"ஒன்னும் தெரிய வேண்டாம். ஓனர் இந்தா போயிருக்காரு... வந்துருவாருன்னு யாரும் வந்தா சொல்லி உட்கார வை. நீ சிரிச்சிக்கிட்டே சொன்னா யாரு தப்பிச்சுக்க முடியும்?"

அவள், "அது சரி" என்றாள். முகத்தில் இலேசாக புன்னகை ஏறியது. "சீக்கிரம் வந்துடு. எனக்கு இன்னும் ஆறு கடை இருக்கு."

"இதோ வந்துடறேன். பெரும்பாலும் எனக்கு நெஞ்சு கரிக்காப்ல இருக்கு.. . குல்கந்து வாங்கியா, அஞ்சால் வாங்கியான்னு சொல்லக் கூப்பிடுவா. இந்தப் பையன்கிட்ட ஒரு ரூபா கூட கொடுத்தா வாங்கிக் கொடுப்பான்."

"காந்திமதி அம்மைக்கு அந்த ஒரு ரூபா கொடுக்க மனசு வராதுல்லா?" என்றாள் சரோஜம்.

2

"ஏலேய். . இந்த லட்சுமி சனியன் மதியம் பனிரெண்டு மணிக்கு டைப் ரைட்டிங் கிளாசுக்குப் போறேன்னு இறங்கிப் போனது. இன்னும் வரலைலே... நானும் இப்போ வருவா, அப்போ வருவான்னு இருந்தேன்."

நாதன் தளர்ந்து அமர்ந்துவிட்டான்.

"என்ன சொல்லுதே? மதியம் நான் சாப்பிட வந்தப்ப ஒன்னுமே சொல்லல?"

"எதுவும் பிரண்டு வீட்டுக்குப் போயிருப்பான்னு நினைச்சேன்."

"அங்கே போகலியா?"

"அவ போகக்கூடிய எல்லா இடத்துக்கும் இந்தப் பயலை விட்டு விசாரிச்சேன். எங்கியும் இல்லை".

"பட்டப்பகல்ல யார் கண்லயும் படாம எங்கே போயிருப்பா?"

"டைப் கிளாசுக்கு பத்து நாளா வரலியாம்…"

"அவ ரூம்ல பார்த்தியா?"

"பார்த்தேன். கொஞ்சம் துணிமணி மட்டும் எடுத்துட்டு போயிருக்கா. கைல கால்ல போட்டதோட போயிருக்கா."

நாதன் மெதுவாய் எழுந்து அவள் அறையைத் திறந்து பார்த்தான். பெரிய வித்தியாசம் ஒன்றும் தெரியவில்லை. கட்டிலில் வழக்கம் போல் அவள் துணிகள் குவிந்து இறைந்து கிடந்தன. சினிமா பத்திரிகைகள். முகம் பார்க்கும் கண்ணாடியில் ஒரு மாய வாய் சிரிப்பது போன்ற வடிவில் ஒட்டப்பட்டிருந்த ஸ்டிக்கர் பொட்டுகள்.

நாதன், "யாரு?" என்றான்.

"யாரோ? நான் தலைதலையா அடிச்சிக்கிட்டேன். உனக்கு இவளுக்கு ஒரு பையனைப் பிடிச்சிக் கொண்டுவரத் துப்பில்லே. உங்க அப்பா செத்ததோட இந்த வீட்டோட சீவன் போச்சி."

அம்மை புலம்ப ஆரம்பித்தாள்.

நாதன், "இப்போ நிறுத்தப் போறியா இல்லியா? அப்பா இருக்கும் போதுதானே அந்த ஜான்ஸ் காலேஜ் பையனோட பாபநாசத்துக்கு ஓடிப்போயி பிடிச்சிட்டு வந்தீங்க? என்னமோ ஒழுக்க மயிரா பேசுறே? ஒரு பொட்டைப் புள்ளையைச் சரியா வளர்க்கத் துப்புண்டா? எங்க… உனக்கே மார்னிங் ஷோவும் மேட்னி ஷோவும் பார்க்க நேரம் சரியா இருந்திச்சி."

அம்மை புலம்புவதை நிறுத்திவிட்டாள். பிறகு, "இப்போ என்ன செய்யப் போறே சொல்லு? பக்கத்துல தெரிஞ்சா அசிங்கம்."

"இனி என்ன அசிங்கம்? இன்னேரம் அந்தப் பய போயி எல்லா இடமும் சொல்லிருப்பான். எங்கே போயிருக்கான்னு மட்டும் தெரிஞ்சா கொஞ்சம் நிம்மதியா இருக்கலாம்."

3

கடைக்குப் போகும்போது சரோஜம் தவித்துப் போயிருந்தாள். “ஏய். . என்ன இவ்வளோ நேரம் ஆக்கிட்டே? மூந்தி கறுத்துப் போன பிறகு யாரு பூ வாங்குவா?”

நாதன், “போய்த் தொலை” என்றான்.

சரோஜத்தின் முகம் சுருங்கியது. “என்ன அக்கா வாயில வரா?” என்றாள்.

நாதன் தாழ்வான குரலில், “இந்த லட்சுமிப் புள்ளை இல்லே? காலைலருந்து வீட்டுக்கு வரலியாம். யார் கூடயோ போயிடுச்சு போலிருக்கு” என்றான். “யாருன்னு தெரிஞ்சா கொஞ்சம் நிம்மதியா இருக்கும். இது கொஞ்சம் பேக்கு. விவரம் பத்தாது. அதான் பயமா இருக்கு.”

சரோஜம், “அய்யோ” என்றாள். பிறகு, “நீ ஒன்னும் கவலைப்படாதே. எல்லாம் சரியாயிடும். நான் உன்கிட்ட வேற ஒன்னு சொல்ல வந்தேன்.”

“என்ன?”

“பெரிசா ஒன்னுமிலே. கோலார்ல இருந்து இது லெட்டர் போட்டிருக்கு. அடுத்த பத்தாம் தேதி இங்க வருதாம். இந்த தடவை கட்டாயம் கூடப் போகணுமாம்.”

நாதன், “ஓ!” என்றான்.

“அது ஒன்னுமில்லே. நீ மண்டையைப் போட்டு உடைச்சுக்காத. நான் கொஞ்சம் விசாரிச்சிப் பார்க்கேன்.”

4

இரண்டாம் மாலை வரை எந்தத் தகவலும் இல்லை. அம்மா, ‘சாத்தான் குளத்தில அவ பெரியம்மா வீட்டுக்குப் போயிருக்கா’ என்று பக்கத்து வீட்டுக்காரர்களிடம் சமாளித்துக்கொண்டிருந்தாள். லட்சுமி பத்தாம் வகுப்பு படிக்கும்போதும் இதே போல் ஒரு நாள் காணமல் போயிருக்கிறாள். ஆனால் அன்று இரவுக்குள் பாபநாசத்தில் ஜான்ஸ் காலேஜில் படிக்கும் பையன் ஒருவனுடன்

அப்பாவின் நண்பர் ஒருவர் பார்த்துப் பிடித்துவிட்டார்கள். அவனுக்கு நன்றாக நினைவிருக்கிறது. வீட்டுக்கு வந்தவளைப் பிடித்து ஈர்க்குவாரியல் பிய்ந்து போகும்வரை அம்மா அடித்தாள். “பொட்டைக் கழுதைக்கு இப்பமெ தொடை ஊறுது... என்ன?”

உடலெல்லாம் இரத்தக் கோடுகளுடன் லட்சுமி இரண்டு நாட்கள் சாப்பிடாமல் கிடந்தாள். அப்பா ஒன்றுமே சொல்லவில்லை. ஆனால் உள்ளுக்குள் உடைந்து போய்விட்டார் என்று தெரிந்தது. இரண்டாவது நடு ராத்திரி கடையிலிருந்து வந்தவர், நேராக லட்சுமியின் அறைக்குப் போய் அவளை அப்படியே வாரி எடுத்துவந்து பட்டாளையில் வைத்துச் சாதம் ஊட்டியதை அம்மா பார்த்துவிட்டு, “உங்கப்பனுக்கு கிறுக்குதான் பிடிச்சிருக்கு. இவரு இப்படி இருந்தா இவ இப்படித்தான் இருப்பா” என்றாள். அத்தோடு லட்சுமியின் படிப்பு முடிந்தது. அப்பா அன்றிலிருந்து ஒரு வருடத்துக்குள் இதய நோய், சர்க்கரை நோய் என்று என்னென்னவோ நோய்கள் வந்து இறந்துபோனார்.

சாகும் முன்பு ஹைகிரவுண்டில் சேர்த்திருந்தது. “முழுக்க குணமாகிட்டாரு. நாளைக்குப் போயிடலாம்” என்று டாக்டர் சொன்ன அன்றிரவு அவனைக் கூப்பிட்டு, “சரியாயிடுச்சின்னு நர்ஸ் சொல்லுதா. இல்லை, நான் பொழைக்க மாட்டேன். எனக்கு இந்த லட்சுமிப் பிள்ளையை நினைச்சாத்தான் கவலைய இருக்கு. அது உண்மையிலேயே நல்ல குணமுள்ள புள்ளை. கொஞ்சம் வெகுளி. அவ்ளோதான். நிறைய கனா காணும். மனுஷங்களை ஈசியா நம்பிடும். அது ஒரு தப்புன்னு அதுக்கு தெரியாது. வேற ஒரு இடத்தில வேற ஒரு ஊர்ல அது நல்லாருந்திருக்கும். இந்த ஊர்ல பிறந்ததுதான் அது தப்பு. நீ எக்காரணம் கொண்டும் அதை வெறுத்திரக் கூடாது” என்றார். சொன்னபடியே மறுநாள் காலையில் இறந்துபோனார்.

ஆனால் இந்தக் கணத்தில் அவனால் லட்சுமியை, அப்பாவை, அம்மாவை வெறுக்காமல் இருக்க முடியவில்லை. அவனுக்கே இப்போது முப்பத்து மூன்று வயதாகிறது. அவனுக்கும் லட்சுமிக்கும் ஏறக்குறைய பத்து வயது வித்தியாசம். வியாபாரத்திலும் விருத்தியில்லை. அப்பா ஆரம்பித்துக் கொடுத்த கண்ணாடிக்கடை அப்படியே அசையாது வளராது நிற்கிறது. தன்னிடம் என்ன குறை என்று அவனுக்குத் தெரியவில்லை. எதுவோ கண்ணுக்குத்

தெரியாத பிரம்மாண்டமான ஒன்று எப்போதும் வழியில் படுத்துக்கொண்டிருப்பது போல இருந்தது.

அம்மாவின் அண்ணன் வந்து போலீசுக்குப் போகக்கூடாது என்று சொல்லிவிட்டார். "ஊர் சிரிக்க வச்சிராதே. போலீசுக்குப் போனா அவளுக்குக் கல்யாணமே ஆகாது. அவளுக்கு மட்டுமில்ல, உனக்கும்தான். கொஞ்சம் தேடிப் பார்க்கலாம்" என்றார். உண்மையில் வீட்டுக்குப் பெரிய ஆள் என்ற முறையில் போலீஸ் கீலீஸ் என்று அலைவதுதான் அவருக்குப் பிரச்சினையாக இருப்பது போல் பட்டது. "கல்யாண வயசில நமக்கும் ஒரு மக இருக்கு. நீங்க இதில அதில இடைபடாதீங்கோ" என்று அத்தை சொல்லியிருப்பாள்.

மூன்றாம் நாள் மாலை சரோஜம்தான் செய்தி கொண்டுவந்தாள். "நம்ம தங்கச்சி பால்சாமி வீட்ல இருக்கு" என்றாள். நாதன் திகைத்தான். "எந்த பால்சாமி? கந்துவட்டி பால்சாமியா?"

அவள், "ஆமா" என்றாள்.

"இவ எங்கே அவனோட? அவனுக்கு ஏற்கனவே கல்யாணம் ஆயிடுச்சில்லா?"

"ஒரு புள்ளைகூட இருக்கு."

அவன் மறுபடியும் நம்ப முடியாதவனாய், "இவ எப்படி அவனோட?" என்றான்.

"இந்தி படிக்கறேன்னு போனாள்லா? அவன் வீடு இந்தி மாஸ்டர் வீட்டுக்கு அடுத்த வீடுதான்."

நாதனுக்குக் கடும் சினம் எழுந்தது. "இவளுக்கு எதுக்கு இப்போ இந்தியெல்லாம்?" என்று கேட்ட அம்மாவிடம், "சும்மா இரு. வீட்லெயே கிடந்து டிவில சினிமா பார்த்துப் பார்த்து ஆனை மாதிரி ஆயிட்டிருக்கா" என்று அவன்தான் அனுப்பிவைத்தான். "அப்படிப் பண்ணதுக்கு நல்லா என் மூஞ்சில மோண்டுட்டு போய்ட்டா" என்று நினைத்தான். பெண்கள் எல்லோரும் ஏன் இப்படிச் சுயநலமாய் இருக்கிறார்கள் என்று நினைத்தான்.

சரோஜம், "இப்போ என்ன பண்ணப் போறே?" என்றாள்.

அவன், “என்ன பண்றது? எல்லோருமே தேவடியாளா இருக்கீங்க!” என்று வெடித்தான். அவள் முகம் கறுத்தது. “என்ன சொல்லுதே?” என்றாள்.

அவன், “போடி... பெரிய பத்தினியாட்டம்” என்றான். அவள் சட்டென்று எழுந்து பூக்கூடையை எடுத்துக்கொண்டு இறங்கி விடுவிடுவென்று போய்விட்டாள். அவள் விசுக்விசுக்கென்று இடுப்பு அசையப் போவதைப் பார்த்தபடியே அவன் அமர்ந்திருந்தான்.

5

இதே கேள்வியை இரவு அம்மாவும் கேட்டாள். அவன், “என்ன செய்யணும்?” என்றான். அவள், “என்னலே... பொட்டை மாதிரி என்ன செய்யணும்னு என்னைக் கேக்கே? போயி பொடதில நாலு போட்டு வீட்டுக்கு இழுத்துட்டு வாலே” என்றாள். “இழுத்து வந்து...?” என்றான் அவன். “அவளாத்தானே போயிருக்கா?”

“அது உனக்குத் தெரியுமா? அந்தப் பய ரொம்ப கிருத்திரமமான பய. தூக்கிட்டுப் போயிருந்தான்னா? அந்தக் குடும்பமே மோசமான குடும்பம். முதல்லே அவளைப் பார்த்துப் பேசு. அதுக்கப்புறமும் அவ அங்கதான்இருப்பேன்னு சொன்னா நாம தலைமுழுகிடலாம். நாதனில்லாத குடும்பம் நடுத்தெருவிலன்னு சொல்றது சரியாப் போச்சே? நாளைக்கு உனக்கே ஒரு கல்யாணம் ஆயி உன் பொண்டாட்டியை யாராவது தூக்கிட்டுப் போனாலும் இப்படித்தான் குத்த வைச்சு பொட்டப் பய மாதிரி அழுதுட்டு இருப்பே போல.”

நாதன் மறுநாள் மாமாவையும் கூப்பிட்டுக்கொண்டு அவர்கள் வீட்டுக்குப் போனான். அவர் இப்போது, “போலீஸ் மூலமாப் போவோம்” என்று மாற்றிச் சொன்னார். “அந்தப் பயலுவ ரவுடிப் பசங்க. கடன் கொடுத்து வட்டி கட்டலன்னா வீட்டை எழுதி வாங்கிக்கறது, பொண்ணைத் தூக்கிட்ட்டுட்டுப் போயிடறது... இதுதான் அவங்க பிசினெஸே. இதில நாம தனியா போயி என்னத்த புடுங்க முடியும்?” என்று முணுமுணுத்துக்கொண்டே வந்தார்.

அந்த வீடு உச்சிமாகாளி அம்மன் கோவிலுக்கு இடதுபுறம் இருந்த தெருவில் இருந்தது. முதலில் வாடகைக்கு வந்து பிறகு

வீட்டு ஓனரிடம் பிரச்சினை பண்ணி மிரட்டி தங்கள் பெயரில் வாங்கிவிட்டதாக மாமா சொன்னார். "இவனுங்க கையில போய் இந்தப் புள்ளை மாட்டிக்கிட்டிருக்கு. நீ என்ன பண்ணிட்டிருந்தே? புடுங்கிட்டிருந்தியா? உனக்குப் பூக்காரியோட சரசம் பண்ணவே நேரம் சரியா இருந்திருக்கும்."

நாதன் விதிர்த்து விழிக்க, "தெரியாதுன்னு நினைக்காதே. ஊருக்கே தெரியும். பண்ற தப்பை மறைவா பண்ணவும் துப்பில்லை."

தாழ்வாரத்தை அடுத்து ஒரு மேடை மீதிருந்த நாற்காலி போன்ற அமைப்பில் அமைந்திருந்தது வீடு. கீழே அடிபம்பில் தண்ணீர் அடித்துக்கொண்டிருந்த நடுவயதுப் பெண் இவர்களைப் பார்த்தும் பார்க்காதது போல் தொடர்ந்து தண்ணீர் அடித்துக்கொண்டிருந்தாள். நாதன், "பால்சாமி இருக்காப்லியா?" என்றான். "ஆரு?" என்றொரு குரல் மேடையிலிருந்து கேட்டது. அப்போதுதான் அந்தப் பெண்மணியைப் பார்த்தான். மேடை மீதிருந்த பெரிய நாற்காலியில் கைப்பிடியில் இருபுறமும் கை வைத்தபடி அமர்ந்திருந்தாள். அறுபது வயது இருக்கலாம். வெற்றிலையை மென்று மென்று உதடுகள் சிவந்த புண் போலிருந்தன.

"பால்சாமி வீடுதானே இது?"

"அது இருக்கட்டும். நீங்க ஆரு?"

"நாங்க... நான் லட்சுமியோட அண்ணன்."

"லட்சுமி யாரு?"

நாதன் திகைத்தான்.

"லட்சுமி... லட்சுமி இங்கே இருக்கான்னு சொன்னாங்க."

"யாரு சொன்னா?"

அந்த அம்மாள் வெற்றிலையை மெல்லுவதை நிறுத்திவிட்டு அவனைக் கூர்ந்து பார்த்தாள்.

"சொல்லு தம்பி, யாரு சொன்னா? சும்மா திடீர்னு ஆம்பிளங்க இல்லாதப்ப வந்து உன் வீட்டுப் பொண்ணு இங்கே இருக்குன்னு சொல்றியே? எங்க வீட்டு ஆளுங்க வந்தா என்ன ஆவும் தெரியுமா?" என்றவள் திரும்பி, "ஏய்... என்ன வேடிக்கை பார்த்துட்டு நிக்கே?

பின்னால போயி தண்ணியை மாட்டுக்கு ஊத்து. சும்மா கோழை வடிச்சிட்டு நிப்பா" என்று அந்தப் பெண்ணிடம் சீறினாள். அவள் அவசரமாகக் குடத்தைத் தூக்கிக்கொண்டு பின்னால் தொழுவம் போன்றிருந்த முடுக்கை நோக்கிப் போனாள்.

இப்போது அவள் மாமாவின் பக்கம் திரும்பி, "அய்யா பெரியவரே, நீங்க சொல்லுங்க."

மாமா கையெடுத்துக் கும்பிட்டு, "அம்மா எங்க வீட்டுப் பொண்ணை மூணு நாளாக் காணோம். இங்க இருக்குன்னு ஒரு தகவல் கிடைச்சது, இருந்தா பார்த்து ஒரு வார்த்தை பேசிட்டுப் போயிடறோம். வீட்ல நிம்மதியா யாரும் ஒரு வாய்த் தண்ணி குடிச்சி மூணு நாளாச்சி. தயவு பண்ணுங்க. அவ நல்லா இருக்கான்னு தெரிஞ்சா போறும்."

"என்னவே பேசுதீரு? உம்ம வீட்டுக் கழுதை ஓடிப்போயிட்டா தெருவில போயித் தேடும்வே. இல்லே எங்கியாவது கிணத்துல குளத்தில எட்டிப் பாரும். என் வீட்ல ஏறிச் சாடுதே? உன் நல்லவேளை. என் வீட்டுக்காரரும் பயலும் இருந்தாம்னா உங்க இரண்டு பேரு காலு கையை முறிச்சிருப்பான்".

மாமா வெலவெலத்துவிட்டார், "அம்மா மன்னிச்சிடுங்க. தப்பான தகவல். நாங்க போயிடறோம்."

"வே இரும்வே... உன் மன்னிப்பு மயிரை உடைப்புல போடும். இப்போ நீங்க பண்ணதுக்கு அபராதம் என்ன?"

இருவரும் ஏறக்குறைய வெளியே ஓடிவந்தார்கள். மாமா, "எலே. . யார்லே சொன்னா இந்த தகவல்? நீ சொன்னது சரியானதுதானா? நீயும் உன் தங்கச்சியும் என்னையும் சேர்த்துக் குழில இறக்கிட்டுத்தான் விடுவீங்க போல இருக்கே" என்றார். நாதன் தெருவில் நின்று வேதனையுடன், "மாமா எங்களுக்கு உதவி பண்ணணும்னு உங்களுக்குத் தோணுச்சுன்னா பண்ணுங்க. இல்லேன்னா வேணாம்" என்றான். அவர், "ஓ! உங்களுக்கு ரோஷம் வேற வருது. எனக்கு என் குடும்பத்தைப் பார்க்க வேணும்டே. எனக்கென்ன தலையெழுத்தா... உங்ககூடக் கூட வரணும்னு?" என்றபடி விடுவிடுவென்று விலகிப் போனார்,

நாதன் வேதனையுடன் என்ன செய்வதென்று தெரியாமல் உச்சிமாகாளி கோவிலின் முன்பு நின்றான். கோவில் பூட்டிக்

கிடந்தது. உள்ளே இருட்டில் ஒன்றும் தெரியவில்லை. காய்ந்த பூக்கள் சிதறிக் கிடந்தன. முன்னால் சப்பரம் மட்டும் சாய்த்தி வைக்கப்பட்டிருந்தது. எல்லாத் தெய்வங்களும் தன்னிடமிருந்து பூட்டிக்கொண்டு மறைந்திருப்பது போல் தோன்றியது. உதவி என்று வந்ததும் மறைந்துவிடுகிற, பலி மட்டும் தவறாது கேட்கும், சுயநலத் தெய்வங்கள். ஓர் ஆள் தெருவில் இறங்கி முகத்தில் அறைவது போல் வெயில் அடித்துக்கொண்டிருந்தது. நாதன் உள்ளிருக்கும் நீர்மையெல்லாம் வற்றி சருகு போல் அப்படியே நின்றிருந்தான்.

அப்போது அந்தப் பெண்ணைப் பார்த்தான். குப்பை வாளியை எடுத்துக்கொண்டு அவனைக் கடந்து போனாள். குப்பையைத் தொட்டியில் கொட்டியபடியே அவனை ஒருமுறை ஓரக்கண்ணால் பார்த்தாள். திரும்பி வரும்போது ஒருகணம் கோவிலின் முன்பு நிழலில் காலாற்றி நிற்பது போல் நின்றாள். பிறகு அவன் கண்களைப் பார்க்காமல், “உங்க பொண்ணு அங்கேதான் இருக்கு. இன்னும் ஒரு வாரம் இருந்ததுன்னா செத்துப் போயிடும். தாங்காது. கூட்டிட்டுப் போயிடுங்க. போலீஸ்கிட்ட போனாக்க உடம்புகூட கிடைக்காம சீனி போட்டு எரிச்சிடுவாங்க. அங்கே இருக்கிறது இவங்க சொந்தக்காரந்தான். கேக்கிறதைக் கொடுத்துட்டு கூட்டிட்டு போயிடுங்க. புரியுதா? காணாமப் பண்ணிடுவாங்க. புரியுதா? பொண்ணு பார்த்து வளர்க்க வேணாமா?” என்று சொல்லிவிட்டுச் சட்டென்று போய்விட்டாள்.

6

ஐந்து இலட்சம் கேட்டார்கள். அவர்கள் நியாயம் விநோதமாய் இருந்தது. “எங்க பையன் மனசைக் கெடுத்ததுக்கு” என்றார்கள். “விஷயம் தெரிஞ்சதும் அவன் தூக்கில தொங்கப் போயிட்டான். உங்க பொண்ணு ஏற்கனவே ஒரு பையனோட ஓடிப்போச்சாமே? அவளுக்கு இப்படி அறியாப் பையங்களை மயக்கிச் சாவடிக்கிறதே சோலி போல.”

நாதன், “என்கிட்ட அவ்வளவு பணம் இல்லியே ஐயா.”

“இந்தக் கடை இருக்கே? அதை வச்சி கடன் வாங்கிக்கொடும். பொண்ணு வேணுமா இல்லியா?”

அவர்களே பத்திரத்தை வாங்கி வைத்துக்கொண்டு கடன் கொடுத்தார்கள். உண்மையில் அந்தப் பணத்தை அவன் கண்ணால்கூடப் பார்க்கவில்லை. "ஒரு வருஷத்தில திருப்பிக் கொடுத்துடணும். இல்லேன்னா இரட்டை வட்டியாகும்" என்று ஒரு வெள்ளைப் பேப்பரில் கையெழுத்து வாங்கிக்கொண்டார்கள். அம்மாவிடம் சொன்னபோது, "பொட்டைப் பய... பொட்டைப் பய... எல்லாத்தியும் தொலைச்சிட்டுத்தான் வந்து நிப்பான்... பொட்டைப்பய. ஒன்னுக்கும் கூறு கிடையாது. போ எல்லாத்தியும் தொலைச்சிட்டு நடுத்தெருவில நில்லு" என்று கத்தினாள். மறுநாள் அதிகாலையில் பால்காரன் வரும் முன் வீட்டின் முன்பு லட்சுமி உட்கார்ந்திருந்தாள். பாய்ந்து அடிக்கப் போனவளைக் கோலம் போட வந்த பக்கத்து வீட்டு அம்மா, "உள்ளே கூட்டிட்டுப் போய்ப் பேசுங்க. ஏதாவது பண்ணிக்கப் போவுது" என்றாள். வாரியலை எடுத்துக்கொண்டு சுற்றிச் சுற்றி வந்தவளைத் தடுத்து அவளை அறைக்குள் கொண்டுபோய்ப் படுக்க வைத்தான். "முதல்ல தூங்கு. நீ எதாவது சாப்பிட்டியா?"

லட்சுமியின் கண்கள் அதற்குள் குழி விழுந்து, முடி பஞ்சாகி, உச்சி மாகாளி அம்மன் கோவிலில் பார்த்த காய்ந்த பூச்சரம் போலாகியிருந்தாள். யார் கண்களையும் பார்க்காமல் தரையில் எதையோ தேடுவது போன்ற எலிப்பார்வை வந்துவிட்டிருந்தது. கழுத்தின் ஓரம் ஒரு காயம் இருந்தது. சேலையைக்கூடத் தாறுமாறாய்க் கட்டியிருந்தாள். நடக்கும்போது தடுக்கி விழப் பார்த்தாள். கைகள் நடுங்கிக்கொண்டே இருந்தன. "முதல்ல இவளை ஒரு லேடி டாக்டர்கிட்ட கூட்டிட்டுப் போணும்லே... சேலையைப் பார்த்தியா? ஒரே ரத்தம்" என்றாள் அம்மா.

7

நீண்ட நாட்கள் கழித்து கடையைத் திறக்கும்போது ஏதோ பெரிய வியாதிக்காக ஆஸ்பத்திரியில் நிறைய நாள் இருந்துவிட்டு வீட்டுக்கு வருவது போல் இருந்தது. கடையில் சாமிப் படங்களில் போடப்பட்டிருந்த பழைய சரங்களைக் களையும் போதுதான் சரோஜத்தின் நினைவு வந்தது. அவளை ஒரு வாரமாய்ப் பார்க்கவே இல்லை என்பதும். மாமாவுக்குத் தெரிந்திருக்கிறது என்பது வியப்பாய் இருந்தது. அவள் பழக்கம் ஏற்பட்ட பிறகு அவன் அவளைச் சேர்ந்தாற்போல் இத்தனை நாட்கள் காணாமல்

இருந்ததே இல்லை. அவள் கணவன் அவளைக் கூட்டிப்போக வருவதாய் அவள் சொல்லியிருந்தது நினைவுக்கு வந்தது. அதன் பிறகு அவளைக் காணாமலே போய்விடக்கூடும். நாதன் சட்டென்று திறந்த கடையை அதே வேகத்தில் பூட்டிக்கொண்டு தெருவில் இறங்கினான். வேகமாக நடந்து கிருஷ்ணன் கோவில் அடுத்து உள்ள அவள் தெருவுக்குப் போனான். சாக்கடைகள் எப்போதும் தெருவில் வழிந்துகொண்டிருக்கும் முடுக்கு அது. போகும்போது அவள் திறந்த நடு முற்றத்தில் குத்த வைத்து அமர்ந்துகொண்டு பாத்திரம் கழுவிக்கொண்டிருந்தாள்.

அவனைப் பார்த்ததும், "என்ன ஆச்சரியமா இருக்கு... பகல்லியே தைரியமா வந்துட்டே?" என்றபடி எழுந்தாள். நாதன் திண்டில் நின்றபடியே, "லட்சுமியைக் கூட்டி வந்துட்டேன்" என்றான். அவள் தூணைப் பிடித்தபடி சிரமத்துடன் மேலே எழ முயன்றாள். "கொஞ்சம் கைகொடு" என்றாள்.

"காப்பி குடிக்கியா?"

அவன், "வேணாம்" என்றான். "அன்னிக்கி உன்னைக் கண்டமானிக்கு பேசிட்டேன்" என்றான்.

அவள், "விடு" என்றாள். "பால் இல்லியே... கடுங்காப்பி போடட்டா?"

"என்னை மன்னிச்சிடு சரோ."

"விடுங்கறேன்."

அவன் பாய்ந்து சென்று அவள் இதழ்களைக் கவ்வினான். கையை அவள் சேலைக்குள் செலுத்தினான்.

அவள் மெல்ல விலக்கி, "கொஞ்ச நாளைக்கி முடியாது" என்றாள். அவன் ஏன் என்பது போலப் பார்க்க, "நாளு தள்ளிப் போச்சி. நாப்பது நாளு. அதான் அன்னிக்கு உன்கிட்ட சொல்ல வந்தேன். நடுவில உனக்கு இந்தப் பிரச்சினை. முந்தா நேத்திதான் கற்பகவல்லி கிட்ட போய் கழுவிட்டு வந்தேன்."

அவன் அதிர்ந்து, "நம்முதா?" என்றான். அவள், "ம்ம்ம்... தெருவில போறவனுடையது. அதான் சொல்லிட்டியே தேவடியான்னு."

அவன் தளர்ந்து நாற்காலியில் அமர்ந்தான். அவள் அருகில் வந்து, "ஒன்னுமில்லை. இப்போ என்ன? அதை வச்சுக்கவா முடியும்?"

அவன், "ஆமா முடியாது" என்றான். "என்னால எதையுமே பத்திரமா வச்சுக்க முடியாது" என்றான். "ஏன்னா... நான் ஒரு பொட்டை."

"ஏய்... என்ன இது? ரொம்ப டென்ஷனா இருக்கியா? வேணும்னா வாயில பண்ணிவிடவா?" என்று வேஷ்டிக்குள் கைவிட்டு அவன் ஆண்குறியை எழுப்ப முயன்றாள். அது சுருங்கிக் கிடந்தது.

"நான்தான் சொன்னேனே? நானொரு பொட்டை" என்றான் அவன்.

உடைவு

1

"சார் ஒரு ரிக்வஸ்ட். இவரு இந்த ஒரு நாள் மட்டும் இங்கே தங்கிக்கட்டுமா? இவரோட ரூம்ல திடீர்னு பியூஸ் போயிடிச்சி. எலெக்ட்ரிசியனை காலைல தான் கூப்பிட முடியும். நல்ல மள பார்த்திகளா? கீழே விகெ புரத்தில இருந்து தான் வரணும்."

நான் அந்த நபரைப் பார்த்தேன். நல்ல சிகப்பாக, உடம்புக்குப் பொருத்தமில்லாத சற்றே சிறிய முகத்தோடு, அந்தச் சிறிய முகத்துக்குப் பொருந்தாத சற்றே பெரிய தும்பு மீசையோடு இருந்தார்.

"நான் டாக்டர் ராமேந்திரன். திருநெல்வேலி மெடிக்கல் காலேஜில சைக்யாற்றிஸ்ட்டா இருக்கேன்" என்றார். "I'm not mad."

நான் சிரித்தேன். "நான் ஒரு எழுத்தாளன், கவிஞன்" என்றேன். "நானும் பைத்தியமில்லை."

அவர் சிரித்தார். "காலையில் ரிஷப்ஷனில் பார்த்தேன். எங்கோ பார்த்தது போலத் தோன்றியது."

"நீங்கள் தமிழ் இலக்கியப் பத்திரிகைகள் வாசிப்பதுண்டா? தமிழ்க் கவிதைகள்?"

“ஒரு காலத்தில்… பிஜி உளவியல் எடுத்தப்பிறகு அங்கே எழுதுவதெல்லாம் என்னுடைய நோயாளிகள் என்று தோன்றிய பிறகு விட்டுவிட்டேன். அவ்வப்போது புரட்டுவதுண்டு.”

அவர் தனது வென்னீர் ப்ளாஸ்க், மொபைல் மற்றும் சிறிய மாத்திரைகள் அடங்கிய பெட்டி போன்றவற்றை அங்கிருந்த இன்னொரு படுக்கையில் வைத்தார்.

“ராமேந்திரன், நீங்கள் மலையாளியா?”

“கன்னியாகுமரி மாவட்டம்” என்றவர், “நீங்கள் மனப் பதற்றத்துக்கு மருந்து எடுத்துக் கொள்கிறீர்களா?” என்றார்.

நான் சட்டென்று அடங்கிய குரலில், “ஆம்” என்றேன். “எப்படி கண்டுபிடித்தீர்கள்?”

“அடிக்கடி நாக்கை பாம்பு போல வெளியே துருத்தி இழுத்துக் கொள்கிறீர்கள். அது மனப் பதற்றத்துக்கு எடுத்துக் கொள்ளும் சில மாத்திரைகளில் ஒரு சிறிய பக்கவிளைவு” என்றவர், “நீங்கள் மது அருந்துவீர்களா?” எனக் கேட்டார்.

நான் சற்று ஆயாசமடைந்து, “ஆம். இதை எப்படி கண்டுபிடித்தீர்கள்?”

அவர் சிரித்து, “இல்லை. நான் அருந்துவேன். அதான் கேட்டேன். உங்களுக்கு ஆட்சேபணை இல்லையே?”

“இல்லை. நான் இரவில் கொஞ்ச நேரம் படிப்பேன். அது உங்களுக்கு தொந்திரவாக இருக்குமா? வெளியே கொசு கடிக்கிறது.”

“இல்லை. நான் கொஞ்ச நேரம் இசை கேட்பேன். பிறகு கண்பட்டி கொண்டு வந்திருக்கிறேன். அதைக் கட்டிகொண்டு தூங்கிவிடுவேன். கொசுவை அஞ்சுவது சரியான செயல்தான். இந்தப் பக்கம் டெங்குவும் மலேரியாவும் அதிகம்.”

“சாப்பாடு?”

“வாட்ச்மேன் கொண்டு வந்தான். முயல் கறி. அதைச் சாப்பிட்டுக்கொண்டு இருக்கையில் தான் மின்சாரம் போய்விட்டது. நீங்கள்?”

“நான் சைவம். முட்டை சாப்பிடுவேன். வேறு வழியே இல்லை எனில் மற்றதும்…”

"ஓ! நடராஜ குருவைப் போல."

"நடராஜ குரு?"

"நாராயணகுருவின் சீடர். அவர் சைவம்தான். ஆனாலும் உணவில் ரொம்பக் கட்டுப்பாடாக, குறிப்பாக இருப்பதில் ஒரு அடிப்படைவாதம் உள்ளது என்கிறார்."

"ஓ! நீங்கள் ஒரு அத்வைதியா?"

"ஈழவர்" என்று சிரித்தார். "என் அப்பா ஈழவர். இந்தப் பக்கம் இல்லத்து பிள்ளைமார் என்பார்கள். எங்களுக்கு நாராயண குரு தெய்வம். அவர் அத்வைதம் போதித்தாரா அல்லது epicureanism-ஆ என்று கவலையில்லை."

"புரிகிறது."

"ஒருவர் தனது சிறந்த சிந்தனைகளோடு தனியாக இருக்கவேண்டும் என்று நடராஜ குரு சொல்லியிருக்கிறார். அதற்காகத் தான் இந்த மலை வாசஸ்தலத்துக்கு வந்தேன்."

"சிறந்த சிந்தனைகளோடு? உங்களது சிறந்த சிந்தனை என்ன?"

"அவற்றோடு தனியாக இருக்கவேண்டும் என்றும் சொல்லியிருக்கிறாரே?" என்று அவர் சிரித்தார். பிறகு எழுந்து, "எக்ஸ்க்யூஸ் மீ" என்றபடி பாத்ரூமுக்கு போனார்.

நான் எழுந்து எனது சாப்பாட்டு பொட்டலத்தைப் பிரித்தேன். பரோட்டாவும் முட்டைக் கறியும். பரோட்டா காய்ந்து வற்றல் போலிருந்தது. முட்டைக் கறியால் அதனைப் பொதுமவைத்துச் சாப்பிட்டேன். முட்டை, வாத்து முட்டையா என்று சந்தேகம் வந்தது. அதனை எடுத்து குழல்விளக்கின் வெளிச்சத்தில் உருட்டி உருட்டிப் பார்த்தேன்.

"வாத்து முட்டையின் கரு பச்சை நிறத்தில் இருக்கும்" என்றபடி வெளியே வந்தார் அவர். "சற்றே பெரிதாக துர்நாற்றமும் வீசும்" என்றவர், "துர்நாற்றமல்ல. நமக்குப் பழக்கமில்லாத ஒரு நாற்றம். கோழி முட்டையின் நாற்றத்துக்கு நாம் பழகியிருக்கிறோம். கொச்சி பக்கம் முட்டை என்றாலே வாத்து முட்டை தான். இது இங்கே கிடைக்கும் மலைக் கோழியாக இருக்கும். Semi-wild hen. வெறுமே சாப்பிடுகிறீர்களே? Appetizer எதுவும் வேண்டாமா? என்னிடம் ஜாக் டேனியல் இருக்கிறது" என்றார்.

எனக்கு ஒரு கணம் சபலம் தோன்றினாலும் மறுத்துவிட்டேன். ஏனோ அவரிடம் ஒரு விலகல் தோன்றியிருந்தது. அவர் என் எண்ணங்களை எல்லாம் எனக்குத் தோன்றும் ஒரு நொடி முன்பே படித்துவிடுவது போல ஒரு சிறிய அச்சம் ஏற்பட்டது. ஆசாமி அவரே சொன்னது போல பைத்தியம் இல்லை. ஆனால்...

அதன்பிறகு அவர் சற்றே மது அருந்தினார்.

பிறகு காதில் ஹெட்போனை மாட்டிக்கொண்டு படுத்துவிட்டார். நான் பரோட்டாவைத் தின்ன முடியாமல் சுருட்டி அறைக்கு வெளியே போய் எறிந்தேன். அந்த பங்களாவில் இருந்த மற்ற அறைகள் எதிலும் ஆட்களும் இல்லை. மின்சாரமும் இல்லை. ரிசப்ஷனில் இருந்த பையன் மெழுகுவர்த்தியை ஏற்றி வைத்துக்கொண்டு எதையோ எழுதிக்கொண்டிருந்தான். "சார் உங்க ரூம்ல மட்டும்தான் கரண்ட் இருக்கு. அதான் அவரை அங்கே கொண்டுவிட்டேன்."

"வேற கெஸ்ட் யாரும் இல்லியா?"

"இல்லை சார். இது கடுமையா மழை பெய்ற காலம் இங்கே. வெளியவே போக முடியாது. அதுனால டூரிஸ்ட் யாரும் வர மாட்டங்க. உங்களை மாதிரி, டாக்டர் மாதிரி யாராவது வருவாங்க."

"டாக்டர் அடிக்கடி இங்கே வருவாரா?"

அவன் தயங்கி, "ஆமா. அவரு எங்க முதலாளியம்மாவுக்கு வைத்தியம் பார்த்தார்" என்று தலைக்கு மேல் காண்பித்தான். அங்கே ஒரு பெரிய படத்தில் ஒரு நடுவயதுப் பெண் காய்ந்த மாலை குங்குமத்திடையே சிரித்துக் கொண்டிருந்தாள். "அகஸ்தியர் மலை உச்சிலிருந்து தவறி விழுந்து செத்துப் போயிட்டாங்க. "

"ஓ"

"இங்கேதான் படுத்துக் கிடப்பேன். எதுனா வேணும்னா எழுப்புங்க சார்."

"சரி."

நான் வெளியே அடர்ந்து கிடக்கும் இருளைத் துளைத்துப் பார்க்க முயன்றேன். தூய இருள். மழை கனமாகப் பெய்யும் சத்தம் மட்டுமே கேட்டது. வேறு எதையுமே பார்க்க முடியவில்லை. நான் மெதுவாக எனது மொபைலின் வெளிச்சத்தில் அறைக்குத்

திரும்பினேன். வராண்டா முழுவதுமே ஈரமாக இருந்தது. எனது சப்பல் அந்த ஈரத்தோடு ஒட்டிக்கொண்டு வர மறுத்தது. ஒரு பாசி மணம் எங்கும் நிரம்பியிருந்தது. பூனை ஒன்று என் பின்னாலேயே வருவது போல் எனக்கு ஒரு உணர்வு ஏற்பட்டது. அதன் மெல்லிய தப்படிகள். ஆனால் திரும்பிப் பார்த்தால் ஒன்றுமில்லை.

அறைக்குள் டாக்டர் இப்போது சட்டையை எல்லாம் கழற்றிவிட்டு கைலிக்கு மாறியிருந்தார். பலகை போன்ற மார்புப் படமும் அதில் அடர்ந்திருந்த நரை கலந்த மயிர்க்காடும். அவரது புஜங்களில் கூட அந்த மயிர்ப்பரவல் இருந்தது.

அவர், "*Semi naked ape*" என்று சிரித்தார். எழுந்து மீண்டுமொருமுறை ஜேக் டேனியல் புட்டியைச் சரித்து ஒரு மிடறு குடித்துக்கொண்டு படுக்கையில் சாய்ந்து கொண்டார். "உங்களது புத்தகங்களை எல்லாம் பார்த்தேன். மாண்டேய்ன், ரூசோ, அசோகமித்திரன், செஸ்டர்டன்... ஒரு பேய்க்கதை கூட இல்லை" என்றார். "லவ்கிராப்ட், எட்கர் ஆலன் போ, ஏன் ஒரு ஸ்டீபன் கிங் கூட இல்லை? இந்தச் சூழலுக்கு, மது போல, பேய்க்கதைகள் நல்ல பொருத்தமாக இருக்கும் அல்லவா?"

"எனக்கு கோட்டயம் புஷ்பநாத் கதைகள் பிடிக்கும்."

"நான் கோட்டயம் புஷ்பநாத் வகையைச் சொல்லவில்லை. கோட்டயம் புஷ்பநாத்துக்கு கோட்டயம் சொந்த ஊர் இல்லை. நாகர்கோவில் தான். ஒருவகையில் எனக்கு உறவு கூட வரும். நான் சொல்வது சற்று சீரியசான கதைகளை, பஷீர் எழுதிய நீல வெளிச்சம் போல, மலையாற்றூர் ராமகிருஷ்னன் எழுதிய யக்ஷி போல. தமிழில் நல்ல பேய்க் கதைகளே இல்லை. மேலை நாடுகளில் எல்லா மாஸ்டர்களும் ஒரே ஒரு பேய்க்கதையாவது எழுதியிருக்கிறார்கள்."

"டால்ஸ்டாயும் தஸ்தாவ்ய்ஸ்கியும் எழுதியதில்லை."

"அவர்கள் புனித ஆவி பற்றி எழுதிக்கொண்டிருந்தார்கள்."

""தமிழில் ஜெயமோகன் எழுதியிருக்கிறார்."

"ஆனால் அவரும் மலையாளி தானே?"

நான், "புதுமைப்பித்தன் காஞ்சனை என்று ஒரு கதை எழுதியிருக்கிறார். தமிழின் மிகச் சிறந்த பேய்க்கதை காஞ்சனை தான்" என்றேன்.

அவர், “ஆம்” என்றார். “காஞ்சனை”, என்றவர் எழுந்து சட்டைப் பையிலிருந்து ஒரு சிகரெட்டை எடுத்து, “மே ஐ?” என்றார்.

“காஞ்சனா என்று எனக்கு ஒரு பேஷண்ட் இருக்கிறாள். அவளுக்கும் பேய் பிடித்துவிட்டது என்று தான் சொன்னார்கள். இப்போது நல்ல சுகமாக இருக்கிறாள்” என்றார். பிறகு, “நான் மலையாளத்தில் எழுதப்பட்டுள்ள அத்தனை பேய்க் கதைகளையும் படித்திருக்கிறேன். கோட்டயம் புஷ்பநாத்தின் பெரும்பாலான கதைகள் ஐதீக மாலையின் ஏதாவது ஒரு வரியிலிருந்து தொடங்கி வளர்பவை. பஷீருக்கும் மலையாற்றுருக்கும் ஒரு வித்தியாசம் உண்டு. பஷீர் பேய்களை நம்புகிறவர். மலையாற்றூர் தனது யக்ஷி கதைக்கு ஒரு பகுத்தறிவு முடிவு கொடுத்தார். பஷீர் ஒரு பிராந்தாஸ்பத்திரியில் இருந்தார். தெரியுமில்லையா?”

“ஆக பஷீரின் பேய்க்கதைகள் அவரது மன நோயின் ஒரு பகுதி.”

“அவரது கதைகள் அத்தனையுமே அவரது மன நோயின் ஒரு பகுதிதான். ஒரு கிறுக்கனால் தான் அப்படி எழுத முடியும்” என்றவர், “மேலைக் கிறித்துவத்தில் புனிதக் கிறுக்கன் என்று சொல்வார்கள். டால்ஸ்டாயின் கதைகளில் இப்படிப்பட்ட புனிதக் கிறுக்கர்களை நிறைய காணலாம்.”

“ஆம். ஆனால் அவர் தன் வாழ்க்கையில் கண்டதாகச் சொன்ன அமானுடப் பெண் அல்லது யக்ஷியை அவரது மனப் பிராந்து என்று பொற்றெகாட் அவரிடம் சொன்னபோது, ‘இருக்கலாம். பிராந்து யக்ஷியை உண்டாக்கியிருக்கலாம் அல்லது யக்ஷி பிராந்தை உண்டாக்கியிருக்கலாம்’ என்று சொன்னார் எனப் படித்திருக்கிறேன்.”

“நீங்கள் பேய்களை நம்புகிறீர்களோ?” என்று அவர் சிரித்தார். “அப்கோர்ஸ், நீங்கள் பேய்களை நம்பியாக வேண்டும். நீங்கள் ஒரு கவிஞர் அல்லவா? பருண்மை இல்லாத பொருட்கள் இல்லாவிட்டால் கவிஞர்கள் கவிதைகளுக்கு என்ன செய்வார்கள்?”

நான், “அப்படியெல்லாம் ஒன்றுமில்லை. இடதுசாரிக் கவிஞர்களுக்கு எந்தவொரு மாயத் தோற்றமும் தேவைப்படுவதில்லை.”

“புரட்சி ஒரு மாயத் தோற்றம்தானே?” என்றார். “*Specters of Marx*. கார்ல் மார்க்சின் பேய்கள். பேய்கள் என்பவை வந்தவை மட்டுமல்ல. வரவிருப்பவையும் கூட. அதாவது இறந்தவை

மட்டுமல்ல. இன்னும் பிறக்காதவையும் கூடத்தான். ஆனால் என்னால் உங்கள் ஏமாற்றத்தைப் புரிந்துகொள்ள முடிகிறது. 'பேய்களே இல்லாத உலகம்தான் எவ்வளவு பயங்கரமானது!' என்றொரு கவிதை ஞாபகம் வருகிறது."

"யார் எழுதியது?"

"யாரோ போகன் சங்கர் என நினைக்கிறேன்."

"அவர் நல்ல கவிஞர் இல்லை. சில நல்ல கவிதைகள் மட்டும் எழுதியிருக்கிறார். இணையம் எழுப்பி வந்த குப்பைகளில் ஒருவர்."

"இருக்கலாம். இதை நான் இணையத்தில் வாசித்தேன். ஆனால், *that poem argues my point.*"

"உங்களுக்கு பேய்கள் நம்பிக்கை இருக்காது என்று எனக்குத் தெரியும். நீங்கள் டாக்டர். அதுவும் உளவியல் மருத்துவர். ஆனால் நீங்கள் உங்கள் வாழ்வில் மருத்துவக் கோட்பாடுகளைச் சந்தேகித்த ஒரே ஒரு கேசை கூடவா சந்திக்கவில்லை? ஆம் என்று சொன்னால் நான் உங்களைத் திறந்த மனம் இல்லாதவராகவும் நேர்மையற்றவராகவும் மட்டுமே கருதுவேன்."

அவர் சிகரெட் புகைப்பதை நிறுத்திவிட்டு என்னையே பார்த்தார்.

"வெல். ஒரே ஒரு சந்தர்ப்பத்தில்" என்றார். "இந்தக் காஞ்சனை என்று சொன்னேன் இல்லையா? ஆனால் அந்த கேசின் முடிவு பகுத்தறிவின் பக்கமே முடிந்தது" என்றவர், "ஐ வில் டெல் யூ த ஸ்டோரி. ஒரு எழுத்தாளனுக்கு கதையை மறுக்கக்கூடாது. அது பாவம். ஆனால் அதைக் கேட்க நீங்கள் என்னுடன் குடிக்க வேண்டும்."

2

"இந்தக் கதையை நான் சற்று விரைவாகக் கூற வேண்டியிருக்கிறது. காரணம், நான் தூக்க மாத்திரை எடுத்திருக்கிறேன். அது வலுவாக அரை மணி நேரம் ஆகும். அதற்குள் இந்தக் கதையைச் சொல்ல முடியுமா என்று பார்க்கிறேன்."

"அப்போது நான் திருநெல்வேலி என். ஜி. ஓ காலனியில் க்ளினிக் வைத்திருந்தேன். பொதுவாக திருநெல்வேலியில்

புகழ்பெற்ற டாக்டர்கள் அப்போது ஐங்ஷனிலோ டவுனிலோ அல்லது பாளையம்கோட்டை பகுதியிலோ தான் பிராக்டீஸ் பண்ணுவார்கள். ஆனால் மக்களுக்கு மனநல மருத்துவரிடம் போவதில் ஒரு தயக்கம் இருந்தது. மனநல மருத்துவரிடமும் செக்சாலஜிஸ்ட்டிடமும் வெளிப்படையாகப் போக பயப்படுவார்கள். முதலில் நெல்லையப்பர் சன்னதித் தெருவில் க்ளினிக் வைத்துவிட்டு ஒரு பேஷண்ட் கூட வராமல் ஈ ஓட்டியிருக்கிறேன். அப்போது தான் உங்களது இலக்கியப் பத்திரிகைகள், சுதிர் காக்கர் போன்று கண்டதையும் படித்தேன். அவ்வகையில் அந்தக் காலக்கட்டத்தின் லாபம் அதுதான். பண்டைய இந்திய வரலாற்றில் மன நோய்கள் எவ்விதம் பார்க்கப்பட்டிருக்கின்றன, சிகிச்சை அளிக்கப்பட்டிருக்கின்றன என்றெல்லாம் விரிவாகப் படித்து ஒரு நீண்ட கட்டுரை எழுதி இந்தியன் சைக்கியாட்ரிஸ்ட் அசோசியேஷன் ஜர்னலுக்கு அனுப்பினேன். அவர்கள் அதை உடனே மறு தபாலிலேயே திருப்பி அனுப்பிவிட்டார்கள்" என்று சிரித்தார். "கடைசியில் அந்தக் கட்டுரையை உங்களது சிறு பத்திரிகைகளில் ஒன்றுதான் பிரசுரித்தது."

"அப்படியா? உங்கள் ஆட்கள் ஏன் அதைத் திருப்பி அனுப்பி விட்டார்கள்?"

"அவர்கள் மடையர்கள் என்பதால். அது வேறு கதை. அதைச் சொல்லப் போனால் இந்த அரை மணிக் கூறுக்குள் கதை முடியாது."

"சரி. சொல்லுங்கள்."

'இந்தக் காஞ்சனா என்ற பெண்தான் எனது பேஷண்ட். இவளுக்கு மனநிலை சரியில்லை என்று என்னிடம் கூட்டி வந்தார்கள். ரொம்ப சிவியர் ஸ்கிட்ஸோப்ரீனியா. திருநெல்வேலி, நாகர்கோவில் பகுதிகளில் உள்ள எல்லா டாக்டர்களிடமும் காண்பித்துவிட்டு என்னிடம் கூட்டி வந்தார்கள். ரொம்ப வயலண்டாக இருந்தாள். ஆடைகளைக் களைந்துவிட்டு நிர்வாணமாக வெளியே ஓடிவிடும் பழக்கமும் இருந்தது. யார் வீட்டுக்கு ஓடுகிறாள் என்றால் ஜெயந்தியக்கா என்ற அவளது தோழி வீட்டுக்கு. இந்த ஜெயந்தியக்கா ஒன்றரை வருடம் முன்பு ஒரு நாள் அதிகாலையில் தனது வீட்டு மாடியில் தூக்கிட்டுத் தற்கொலை செய்துகொண்டாள். இந்தக் காஞ்சனையும் ஜெயந்தியும் சிறுவயதிலிருந்தே மிகவும் நெருங்கிய தோழிகள்.

இருவரும் மாற்றி மாற்றி ஒருவர் வீட்டிலேயே சாப்பிட்டு, உறங்கி, அதிகாலையில் ஆற்றுக்கு சேர்ந்தே போய், பள்ளிக்கூடத்துக்கும் சேந்தே கைபிடித்துப் போய் என்று மிக நெருக்கம். செத்துப்போன ஜெயந்திக்கு காஞ்சனையை விட மூன்று வயது அதிகம். இருவருக்கும் தேக சம்பந்தமும் இருந்திருக்கலாம் என்பது எனது கருத்து."

"அப்படியென்றால்..."

"ஓர்பால் உறவுதான். இதில் ஜெயந்திதான் முன்கை எடுத்திருக்க வேண்டும். அவள் காஞ்சனாவின் உடலைப் பயன்படுத்தியிருக்கிறாள். இவளும் ஒத்துழைத்திருக்கிறாள். இதன் நடுவில் ஜெயந்திக்கு கல்யாணம் ஆகிவிட்டது. கல்யாணம் ஆன நாளிலிருந்தே ஜெயந்திக்கும் அவள் புருஷனுக்கும் ஒத்துப்போகவில்லை. எப்படி ஒத்துப்போகும்? ஜெயந்தியின் திசை வேறு. அவனுக்கு விஷயம் புரிய சற்று காலம் எடுத்தது. அவன் காஞ்சனாவின் வீட்டுக்குப் போகக்கூடாது என்று தடை விதித்தான். அவள் ஒத்துக்கொள்ளவில்லை. மீறி வந்திருக்கிறாள். அவன் இங்கு வந்து சண்டை போட்டிருக்கிறான். அப்போது தான் காஞ்சனாவின் வீட்டுக்கும் இந்த உறவில் இப்படி ஒரு கோணம் இருக்கிறது என்று தெரிந்து அதிர்ச்சி அடைந்திருக்கிறார்கள். அவர்களும் எடுத்துச் சொல்லி கேட்கவில்லை என்றதும் தடை போட்டிருக்கிறார்கள். விஷயம் கைக்குள் நிற்கவில்லை. ஒரு நாள் இரவு காஞ்சனா வீட்டுக்கு வந்து ஜெயந்தி பேசிக்கொண்டு இருந்திருக்கிறாள். அப்போது காஞ்சனாவின் அண்ணன் வந்து கடுமையாகப் பேசி அவளை வெளியே துரத்தியிருக்கிறான். மறுநாள் அதிகாலை தான் ஜெயந்தி தற்கொலை செய்துகொண்டாள்."

"ஓ! அந்த அதிர்ச்சியில் காஞ்சனாவுக்கு சித்தம் கலங்கிவிட்டது. இல்லையா?"

"ஒருவகையில் அப்படித்தான். ஆனால் 'the devil is in the details' இல்லையா? நீங்கள் குடிக்கவே இல்லியே?"

நான் அவரிடமிருந்து பாட்டிலை வாங்கி ஒரு வாய் சரித்துக்கொண்டேன். சரியாக சாப்பிடாததால் சட்டென்று தலைக்கு ஏறுவது போல பட்டது.

"விஷயம் என்னவெனில் போஸ்ட் மார்ட்டம் ரிப்போர்ட்படி ஜெயந்தி தூக்குப் போட்டு தற்கொலை செய்துகொண்டது

அதிகாலை ஒரு மணிக்கு. ஊருக்குத் தெரியவந்தது காலை சுமார் எழு மணிக்கு. ஆனால் காலை சுமார் ஐந்து மணி போல ஜெயந்தி காஞ்சனா வீட்டுக்கு வந்திருக்கிறாள்."

நான் சற்று பலவீனமாக, "அது எப்படி?"

"எப்போதும் செல்வது போல அவர்களுடன் குறுக்குத்துறை ஆற்றுக்கு குளிக்கப் போகும் முப்பிடாதி என்ற பெண் அப்படித்தான் சொல்கிறாள். அதிகாலை சுமார் ஐந்து மணிக்கு ஜெயந்தி வந்து முப்பிடாதியின் வீட்டுக்கு வெளியே இருந்து கூப்பிட்டிருக்கிறாள். காஞ்சனாவை கூட்டி வரும்படி கேட்டிருக்கிறாள். பிரச்சினையாக இருப்பதால் முப்பிடாதி மூலம் ஜெயந்தியை அழைத்திருக்கிறார்கள். முப்பிடாதி வந்து அழைத்ததால் காஞ்சனாவின் வீட்டிலும் விட்டிருக்கிறார்கள். மூவரும் சேர்ந்து அந்தக் கருக்கல் ஒளியில் தாமிரபரணிக்கு குளிக்கப் போயிருக்கிறார்கள். வழி முழுவதும் ஜெயந்தி காஞ்சனாவை முத்திக்கொண்டே இருந்தாள் என்றும் அழுதுகொண்டே இருந்தாள் என்றும் முப்பிடாதி சொல்கிறாள். கருப்பந்துறை மயான விலக்கு வரும்போது அவள் ஓவென்று கதறினாள் என்றும் கூட முப்பிடாதி சொல்கிறாள்."

எனக்கு இலேசாக போதை ஏறுவது மட்டுப்படுவது போல இருந்தது.

'இந்த முப்பிடாதிக்கும் பைத்தியமா?"

"சேச்சே. அவள் நன்றாக புள்ளைக் குட்டிகளோடு இருக்கிறாள். ஆனால் இப்போதும் ஜெயந்தி அன்று காலையில் தங்களோடு குளிக்க வந்தாள் என்று சத்தியம் பண்ணுகிறாள்."

"காஞ்சனாவின் வீட்டில் என்ன சொல்கிறார்கள்?"

"அவள் ஆற்றுக்குப் போய்விட்டு வந்ததிலிருந்தே அவளது மன நிலை தவறிவிட்டது என்று சொல்கிறார்கள். அவள் அப்போதே ஒரே நேரத்தில் காஞ்சனாவாகவும் ஜெயந்தியாகவும் மாறி மாறிப் பேச ஆரம்பித்துவிட்டாள். அதாவது ஜெயந்தி செத்துப் போனது ஊருக்குத் தெரியும் முன்பே. இருவரும் இப்போது ஒரே தேகத்தில். ஜெயந்தியாக இருக்கும்போது அவள் ரொம்ப வயலண்டாக ஆகிவிடுவாள். உடைகளைக் களைந்துவிட்டு தனது கணவனது வீட்டுக்கு ஓட நிற்பாள். அவனைக் கொல்வது அவளது இலட்சியமாக இருந்தது."

நான், “ம்ம்” என்றேன். நான் அந்த வறண்ட புரோட்டாவைச் சாப்பிட்டிருக்கக் கூடாது என்று தோன்றியது.

“வழக்கமாக எல்லா டாக்டர்களும் இவ்வளவு விலாவரியாக ஒரு கேசின் பின்புலத்தை ஆராய்வர்களா டாக்டர்?”

“அட! அவர்கள் அடிப்படையாக சில கேள்விகள் கேட்பார்கள். காதில் குரல் கேட்கிறதா, உங்களுக்கு நீங்கள் வேறு ஒரு நபர் என்று தோன்றுகிறதா என்றெல்லாம் பரிசோதிப்பார்கள். எல்லாவற்றிற்கும் ஒரே மாத்திரை கொடுத்துவிட்டு மறந்துவிடுவார்கள். நான் சுதிர்காக்கரின் மாணவன். அவர்தான் இந்தியாவின் முதல் சைக்கோ அனலிஸ்ட். காந்தியின் சீடர் கூட. இப்போதும் இருக்கிறார். அவருடன் இப்போதும் கடிதத் தொடர்பு உண்டு. புது யுக டாக்டர்கள் சைக்கோ அனலஸிஸ் எல்லாம் கதை என்று நினைக்கிறார்கள்.”

“இந்தக் கதையின் முடிவு என்ன டாக்டர்?”

“நான் அதுவரை அந்தப் பெண்ணுக்குக் கொடுத்திருந்த மருத்துவத்தை எல்லாம் புரட்டிப் பார்த்தேன். எலக்ட்ரிக் ஷாக், செரடோனின் ரீஅப்டேக் தடுப்பான்கள் என அன்றைக்கு வந்திருந்த எல்லா கெமிக்கல் குப்பைகளையும் அவள் தலைக்குள் கொட்டியிருந்தார்கள். எதற்கும் அந்த ஜெயந்தி அசைந்து கொடுக்கவில்லை.”

“அப்படியானால் பேய் என்று ஒன்று இருக்கிறது என்பதை ஒத்துக்கொள்கிறீர்களா?”

அவர் சிரித்து, “ஒரு விஷயத்தை தீவிரமாக நீங்கள் நம்பும்போது அது பருப்பொருள் ஆகிவிடுகிறது. இதோ இந்த மேசையைப் போல” என்று அவர் மேசையை உதைத்தார். “உண்மையில் இதைச் சொன்னது கார்ல் மார்க்ஸ் என்று அறிய உங்களுக்கு வியப்பாக இருக்கும். அதை அவர் வேறொரு பொருத்தலில் சொன்னார் என்பது இருக்கட்டும். பல்லாயிரம் பேர் சேர்ந்து ஒன்றை நம்பும்போது அதற்கு ஒரு உயிரும் பௌதீகத் தன்மையும் வந்துவிடுகிறது. உதாரணமாக மதங்கள். மதங்கள் உண்மைத்தன்மை அடிப்படையற்ற கருத்து ஒன்றின் மீது கட்டப்பட்டிருந்தாலும் பல லட்சம் பேர் அதை நம்புவதால் அது ஒரு பௌதீகப் பொருளாகி விடுகிறது. அதை அப்படியே அணுகவேண்டும்.”

"நீங்கள் இந்த ஜெயந்தியை எப்படி அணுகினீர்கள்?"

"ஆசான் மார்க்ஸ் சொன்னது போலவேதான். ஜெயந்தியின் ஒரே லட்சியம் அவளது கணவனைக் கொல்வதாக இருந்தது. அவன் மீது முதலில் போலீசாருக்கு கொஞ்சம் சந்தேகம் இருந்தது. ஆனால் போஸ்ட் மார்ட்டம் ரிப்போர்ட் தெளிவாக இருந்தது. அது தற்கொலை தான். ஆனால் ஜெயந்தியின் பார்வையில் அவன்தான் அவளது சாவுக்குக் காரணம். அவன் கொஞ்ச நாள் நெல்லையில் நாய் போல கோர்ட்டுக்கும் போலீஸ் ஸ்டேசனுக்கும் திரிந்துவிட்டு சென்னைக்குப் போய்விட்டான். நான் கொஞ்ச நாள் மருந்துகளை மாற்றி மாற்றிக் கொடுத்துப் பார்த்தேன். கொஞ்சம் கூட குணம் இல்லை. எனவே ஜெயந்தியின் விருப்பப்படி அவளது கணவனைக் கொல்வது என்று முடிவெடுத்தேன்."

"டாக்டர்!"

"பயப்படாதீர்கள். ஒரு *mock killing*. என்னுடைய பத்திரிகைத் துறை நண்பர் ஒருவர் இருக்கிறார். அவரை வைத்து ஜெயந்தியின் கணவன் மதுரையில் ஒரு லாட்ஜில் வைத்து தூக்குப் போட்டு தற்கொலை செய்துகொண்டதாக செய்தி உள்ளது போல் எல்லாப் பத்திரிகை மாடல்களிலும் சிவகாசியில் ஒரு ப்ரஸ்ஸில் ப்ரிண்ட் செய்தேன். போலிப் பத்திரிகை, போலிச் செய்தி. சில பிரதிகள் மட்டும். உண்மையில் அவ்வாறு செய்வது சட்டப்படி குற்றம். ஒரு நாள் மாலை காஞ்சனா என்கிற ஜெயந்தியை அவளது அம்மாவோடு மட்டும் க்ளினிக்குக்கு வரச் சொன்னேன். நர்ஸை எல்லாம் அனுப்பிவிட்டு சில சடங்குகள் போன்ற விஷயங்களைச் செய்துவிட்டு ஜெயந்தியிடம் அவளது கணவன் இறந்த பத்திரிகைச் செய்தியைக் காண்பித்தேன். முதலில் அவள் நம்பவில்லை. ஆனால் நான் அவன் புகைப்படம் போட்டிருந்த மாலை தினசரிகளைக் காண்பித்ததும் அவள் நம்பிவிட்டாள். நெல்லையைச் சேர்ந்த வாலிபர் மதுரை விடுதியில் தற்கொலை!"

"இது மணிச்சித்திரத்தாழ் திரைப்படத்தில் வருவது போல அல்லவா?"

"அதேதான். ரொம்ப ஓரிஜினலான ஐடியா என்று இதைச் சொல்லவில்லை. ஆனால் எபக்டிவ்."

"அவளுக்குக் குணமாகி விட்டதா?"

"ஆமாம்."

"திரும்ப வரவே இல்லையா?"

"இல்லை."

எனக்குச் சற்று குழப்பமாக இருந்தது.

"ஆனால் நீங்கள் சொன்னது பொய் அல்லவா?"

"ஜெயந்தியே ஒரு பொய்தானே?"

"ஓ" என்றேன். எனக்குச் சப்பென்று இருந்தது. "ஆனால்...." என்று இழுத்தேன். "சரி...."

"ஏமாற்றமாக இருக்கிறதோ? ஆனால் இந்தக் கதையில் ஒரு இடம் இன்னமும் தீர்க்கப்படாமல் இருக்கிறது. நீங்கள் அதைக் கவனிக்கவில்லை."

"எது?"

"முப்பிடாதி. அவள் ஒரு இண்டிபெண்டண்ட் விட்னஸ்."

"ஆம். அவளை எப்படி விளக்குவீர்கள்?"

"அவளும் ஒரு மன நோயாளி என்றுதான்" என்று அவர் சிரித்தார். "அவளுக்கு ஏற்பட்டது ஒரு தற்காலிக பிரமை. உருவெளித் தோற்றம்."

"இரண்டு மூன்று பேருக்கு ஒரே நேரத்தில் ஒரே மாதிரி பிரமை ஏற்படுவது சாத்தியமா?"

"சாத்தியம். 1940-களில் ஆர்சன் வெல்சின் ஒரு ரேடியோ நாடகத்தைக் கேட்டுவிட்டு உண்மையான செய்தி என்று நம்பி செவ்வாய்க் கிரகவாசிகள் பூமிக்கு வந்துவிட்டார்கள் என்று பயந்து ஆயிரக்கணக்கான பேர் தங்கள் வீடுகளைக் காலி பண்ணிவிட்டு வேறு இடங்களுக்கு அமெரிக்காவில் தப்பியோடி இருக்கிறார்கள்."

"அப்படியானால் அவளையும் சிகிச்சைக்கு உட்படுத்த வேண்டும் இல்லையா?"

"தேவையில்லை. அது அவளது இயல்பு வாழ்க்கையைப் பாதிக்காத வரைக்கும் பிரச்சினை இல்லை. ஆனால் அவளுக்கு இப்படி ஒரு வீக்னெஸ் அவள் மன அமைப்பில் இருக்கிறது.

சற்று ஜாக்கிரதையாக இருக்கவேண்டும். அவ்வளவு தான். அவள் ஒரு மோசமான சூழலில் முற்றிலும் தன்னை இழந்துவிடலாம். அப்போது சிகிச்சை தேவைப்படும்."

"ம்ம்"

"சரி தூங்குவோம். எனது மாத்திரை வேலை செய்ய ஆரம்பித்து விட்டது."

"சரி டாக்டர். குட் நைட்." நான் எழுந்து லைட்டை அணைத்தேன். அதுவரை கேட்காதிருந்த மழைச் சத்தம் திடீரென்று கேட்பது போல் பட்டது. ஒருவேளை மழை அதிகரிக்கிறதா?

டாக்டர் உறங்கிவிட்டார். நான் வெகுநேரம் புரண்டு கொண்டிருந்தேன். அவ்வப்போது கண்ணாடி ஜன்னல் வழியே உள்ளே வெட்டிய மின்னல்களின் நீல வாள்கள் வேறு இமைகளுக்குள் ஊடுருவி தூக்கத்தின் சரடை அறுத்தன. எப்படியோ கண் அசந்துவிட்டேன். எப்போது எதற்காக விழித்தேன் என்று தெரியவில்லை. திடுக்கிட்டு விழித்தேன். மொபைலை உயிர்ப்பித்து மணியைப் பார்த்தேன். 1.23 am. யாரோ எதையோ திறக்க முயல்வது போல் சுரண்டுவது போல் சத்தம்.

டாக்டரைப் பார்த்தேன். அவரிடம் எந்த அசைவும் இல்லை.

ஜன்னல் கண்ணாடியோடு ஒட்டி நின்ற செடி மழையால் அறையப்பட்டு சன்னலோடு மோதிக் கொண்டிருந்தது மின்னல் ஒளியில் தெரிந்தது. அது அந்தச் செடி அறைக்குள் புக முயற்சிப்பது போல் தோன்றியது.

என் மனம் ஆசுவாசமடைந்த போது அதை மீறிய இன்னொரு சத்தமும் அங்கே இருப்பதை உணர்ந்தேன்.

ஒரு பெண்ணின் விசும்பல் சப்தம்.

பெண்?

எனக்கு வராண்டாவில் ஒரு பூனை ஒன்று பின்னால் வருவதைப் போல உணர்ந்தது நினைவுக்கு வந்தது.

பூனைதான்.

நான் கண்களை மூடிக்கொண்டு திரும்பவும் தூங்க முயற்சி செய்தேன்.

இம்முறை மீண்டும் அந்த சப்தம். வெறும் விசும்பலாக இல்லாமல் வார்த்தைகளாகவும் திரண்டு. .

நான் சட்டென்று எழுந்து விளக்கைப் போட்டேன். எரியவில்லை. சனியன். இங்கும் பியூஸ் போய்விட்டதா அல்லது மின்சாரம் போய்விட்டதா?

நான் மொபைல் டார்ச்சை உயிர்ப்பித்து, 'டாக்டர், டாக்டர்' என்று கூப்பிட்டேன். அவர் ஆழ்ந்து உறங்கிக் கொண்டிருந்தார். நான் கதவைத் திறந்து வராண்டாவைப் பார்த்தேன். அங்கே யாருமில்லை. கடும் குளிர் முகத்தில் அறைந்தது. பூனைகள் எதையும் காணவில்லை. நான் சற்றே தயங்கி, வழுக்காமல் கவனமாக அடி எடுத்து வைத்து ரிசப்ஷனுக்குப் போனேன். "தம்பி... ஏய் தம்பி..."

அங்கே அவன் தலை வரை மூடி தூங்கிக் கொண்டிருந்தான்.

எனக்குச் சட்டென்று நாணம் ஏற்பட்டது. கவிஞர்களால் பேய்களை நம்பாமல் இருக்க முடியாது என்று டாக்டர் சொன்னது நினைவுக்கு வந்தது. திரும்ப அறைக்கு வந்தேன். கதவைத் திறக்கும் போது மீண்டும் அந்த ஓசையைக் கேட்டேன். ஒரு பெண் விசும்பும் சப்தம்.

இப்போது அறைக்குள்ளிருந்து! இம்முறை அதன் வார்த்தைகளை இனம் பிரித்து உணரக்கூட என்னால் முடிந்தது.

"ராமேந்திரா! என்னை விடுடா!"

நான் மயிர்க்கூச்செறிந்து அப்படியே நின்றேன்.

அடுத்து அது சொன்னதுதான் என்னை அதிரடித்தது.

"அண்ணே, ரைட்டர் அண்ணே! இந்த மலையாள டாக்டர்கிட்ட இருந்து எப்படியாவது என்னைக் காப்பாத்துண்ணே, இவன் என்கிட்டே பொய் சொல்லிட்டான். எனக்கு அவனைக் கொல்லனும். அவனை அப்புறம் என்கிட்டே பொய் சொன்ன இவனை... பொறவு என் காஞ்சனாவைப் பார்க்கணும்... அண்ணே... தயவு பண்ணுண்ணே... அண்ணே உன் தங்கச்சியா நினைச்சுக்கண்ணே... எங்களை ஏன்னே வாழவே விட மாட்டேங்கிறீங்க? அண்ணே..."

அடுத்து என்ன நிகழ்ந்தது என்று எனக்கு நினைவே இல்லை.

கடும் காய்ச்சலில் நான் விழுந்துவிட்டதாக லாட்ஜில் சொன்னார்கள். நான் விழித்தபோது அம்பாசமுத்திரத்தில் ஒரு தனியார் ஆஸ்பத்திரியில் இருந்தேன். அவர்கள் தான் என்னைச் சேர்த்திருக்க வேண்டும். முதலில் டெங்குவாக இருக்குமோ என்று சந்தேகப்பட்டார்கள். டெஸ்ட்டில் ஒன்றும் காட்டவில்லை. பிறகு *Scrub Typhus* என்று சந்தேகப்பட்டார்கள். அந்தப் பகுதிகளில் பழ உண்ணிகள் போன்ற பூச்சிகள் அதிகம். ஆனால் நான் நான்காம் நாள் குணமடைந்து விட்டேன். ஒரு டாக்சி வைத்துக்கொண்டு நாகர்கோவில் வந்தேன். இரண்டு நாட்கள் எதையும் நினைக்காமல் சும்மா தூங்கித் தூங்கி எழுந்துகொண்டிருந்தேன்.

மூன்றாவது நாள் திருநெல்வேலியில் இருக்கும் எனது டாக்டர் நண்பருக்கு போன் செய்தேன். அவரும் உளவியல் நிபுணர்தான். “தோழர், உங்களுக்கு டாக்டர் ராமேந்திரன்னு யாரையாவது தெரியுமா?”

“யாரு?”

“டாக்டர் ராமேந்திரன்.”

“அவரு எங்க சீனியர். அவர் இப்போ ப்ராக்டிஸ்ல இல்லியே?”

“ஏன்?”

“ஆளு கொஞ்சம் எக்ஸன்ட்ரிக். எம் சி ஐ அன்எதிகல் பிராக்டிஸ்னு ஆறு மாசம் பான் பண்ணிச்சு அவரை. அதுக்கப்புறம் அவரு திரும்ப வரவே இல்லை. ஆனா ஆளு ப்ரில்லியண்ட். சக்சஸ் ரேட் மிக அதிகம். மத்தவங்களால குணப்படுத்த முடியாத கேசையெல்லாம் குணப்படுத்திக் காமிச்சிருக்காரு. அந்த மாதிரி கேசுகளை மட்டும்தான் எடுப்பாரு. கொஞ்சம் பொம்பள வீக்னெஸ் உண்டு. அதாவது பரவாயில்லை. க்ளினிக்கல் ப்ரோட்டோகாலை மீறி என்னென்னவோ பண்ண ஆரம்பிச்சிட்டார்.”

“என்னென்னவோன்னா?”

“முதல்ல ஹார்ம்லெஸ்ஸா சைக்கோ அனலிஸிஸ் டெக்னிக்ஸ்னுதான் ஆரம்பிச்சாரு. அப்புறம் தான்....”

“அப்புறம் தான்...?”

“மாந்திரீகம்லாம் பண்ண ஆரம்பிச்சிட்டாரு.”

3

"வென்றிலாக்கிசம்" என்றது அந்தக் குரல். "குரல் நாண்களைக் கட்டுப்படுத்தி வாயைத் திறக்காம பேசற ஒரு கலை. தமிழ்ல ஒரு கமல்ஹாசன் படத்துல கூட வரும்."

"டாக்டர் நீங்கதானா?"

டாக்டர், "நாந்தான்" என்று போனில் சிரித்தார்.

"ஒரு சிறிய விளையாட்டு விளையாடலாம்னு நினைச்சேன். அதுக்கே உங்களுக்கு ஜன்னி வந்திடிச்சி. நிஜமாவே பேய் வந்தா என்ன பண்ணுவீங்க?"

"இந்த போன் நம்பர் எப்படி கிடைச்சது டாக்டர்?"

"எலிமெண்டரி வாட்சன். லாட்ஜ் பையன் கிட்டே வாங்கினேன்."

"அப்போ பேய் என்பது இல்லை, இல்லையா?"

"தெரியலை. எனக்கும் இந்தக் கேள்வி இருக்கு. நான் சொன்ன இந்த கதைல வருகிற முப்பிடாதிங்கிற பொண்ணுக்கு இதுக்கு விடை தெரிஞ்சிருக்கலாம். நீங்க அவளை ஏன் சந்திச்சுப் பேசக்கூடாது? நான் அவ விலாசம் தரேன்."

நான் பேசாதது கண்டு, "இதுதான் கவிஞனுக்கும் தத்துவவாதிக்கும் உள்ள வித்தியாசம். கவிஞனுக்கு கேள்விகளின் வசீகரம் போதும். அவனால் அவற்றின் பின்தொடர்ந்து ஆழமாக செல்ல முடியாது. அதனாலதான் அவன் ஒரு மோசமான காதலனாகவும் இருக்கான்."

நான், "அப்படியில்லை" என்றேன். "நீங்க அந்தப் பொண்ணுகிட்டே பேசிப் பார்த்தீங்களா?"

"இல்லை, சில சூழ்நிலைகளினால் அவ கிட்டே என்னால பேச முடியலை. இப்போ என்னால நெல்லைக்குள்ளேயும் போக முடியாது."

"நீங்க சொன்னது சரிதான். எனக்கு இப்போ இதுல ஆர்வம் போயிடுச்சு."

"ஓ" என்றார். அவர் குரலில் ஒரு ஏமாற்றம் தெரிந்தது. "எனிவே நீங்க எப்பவாவது நெல்லைக்குப் போனீங்கன்னா, வேற வேலை எதுவும் இல்லைன்னா, அந்தப் பொண்ணைப் போய்ப் பாருங்க.

அவகிட்ட கேட்க எனக்கு சில கேள்விகள் இருக்கு. அவளோட வீடு...” என்று விலாசம் சொன்னார்.

நான் அதனை மறந்துவிட்டேன். அதன்பிறகு என் சொந்த வாழ்க்கையில் சில கடும் பிரச்சனைகளைச் சந்தித்தேன். அப்பாவுக்கு திடீரென்று ஒரு முழுச் சந்திர கிரகண தினத்தன்று மனநிலை தவறிவிட்டது. அவருக்கு ஒரு வருடம் முன்புதான் பை பாஸ் செய்திருந்தார்கள்.

நான் எனது நண்பரிடம் தான் கூட்டிப் போனேன். அவருக்கு அக்யூட் ஸ்கிட்ஸோப்ரீனியா என்று அவர் சொன்னார். “உங்கள் குடும்பத்தில் முன்பு யாருக்காவது இருந்திருக்கிறதா?” எனக்குத் தெரியவில்லை. பொதுவாக நாங்கள் இயல்பிலேயே சற்று ஒடுங்கிய குடும்பம். தாத்தா சின்ன வயதிலேயே இறந்துவிட்டார். ஆச்சி வழியில் இருந்ததா என்று கேட்க அவள் உயிருடன் இல்லை. சித்தப்பாவிடம் பேச்சு வார்த்தை இல்லை. “பொதுவாக, இளமையில் ஒருவர் செக்ஸுவலாக ஆக்டிவாக இருக்கும் காலக்கட்டத்தில் தான் மனச்சிதைவு நோய் தாக்கும்” என்றார் நண்பர்.

“பைபாஸ் சர்ஜரி பண்ணின குறிப்பிட்ட சதவீதத்தினருக்கு மூளைக்குப் போகிற ரத்த ஓட்டம் குறைந்து போய் இப்படி ஆகிவிடுவதுண்டு என்று ஒரு ஆய்வு சொல்கிறது. இன்னும் நிரூபிக்கப்படவில்லை.”

காரணம் எதுவாயினும் அப்பா ரொம்பக் கஷ்டப்பட்டார். என்னை பல நேரங்களில் அவருக்கு அடையாளம் தெரியவே இல்லை. சில நேரங்களில் அவரை அடித்து பூட்டி வைக்க வேண்டியிருந்தது. அதை நான் இந்தப் பாவப்பட்ட கரங்களால் செய்தேன். ஒருவர் வாழ்ந்துகொண்டிருக்கிற வீடு கண் முன்னால் இடிந்து விழுவதைப் போன்றதொரு காட்சியை நாங்கள் காண நேரிட்டோம்.

மனச்சிதைவுக்குத் தரப்பட்ட மாத்திரைகளும் அவரது இதய நோய்க்கான மாத்திரைகளும் ஒன்றுக்கொன்று அவர் உடலில் சண்டையிட்டன. அவர் உடலிலிருந்து சதையை யாரோ உருக்கி எடுத்தார் போல் வற்றிப்போனார். “கால்வலி, கால்வலி” என்று கத்திக்கொண்டே இரவெல்லாம் இருந்தார். யாரோ சூனியம் வைத்துவிட்டார்கள் என்று என்னென்னவோ தகடுகளை அம்மா

வீட்டுக்குக் கொண்டுவந்தாள். அப்பா நடிக்கிறார் என்றோ அவரது உறவினர்களின் பில்லி சூனியம் என்றோ அவள் கருதினாள்.

இந்த விஷயத்தில் எனது மனைவி நடந்துகொண்டது தான் எனக்கு அதிர்ச்சியை அளித்தது. அப்பாவுக்கு மனநிலை தவறியதும் அவள் குழந்தையைத் தூக்கிக்கொண்டு தனது வீட்டுக்குப் போய்விட்டாள். அப்பாவுக்கு ஒழுங்காக மாத்திரைகளைத் தரவேண்டியது அவசியம். அம்மாவுக்கு அந்த விஷயமே புரியாது. எனக்கு ஆபீசில் விடுமுறை தரமாட்டார்கள். நான் தவித்தேன். அவளிடம் விஷயத்தை விளக்கி வீட்டுக்குத் திரும்ப வரச் சொன்னேன். அவளது அம்மா, "குழந்தையையும் வச்சுக்கிட்டு மனநிலை சரியில்லாத ஒருத்தர் இருக்கற வீட்டுல சின்னப் பொண்ணு எப்படி இருப்பா?" என்றார். நான் அங்கேயே உடைந்து அழுதேன். அவளது அப்பா வந்து, "நீங்க இவ்வளவு டிராமா பண்ண வேண்டிய அவசியமே இல்லை. முன்னமே உங்க அப்பாவுக்கு இப்படி வந்திருந்தா நாங்க உங்க வீட்டுக்கு பொண்ணைக் கொடுத்திருக்கவே மாட்டோம்" என்றார். "ஒருவேளை இது பரம்பரை நோயா இருந்தா?"

நான் அதிர்ச்சி அடைந்தேன். அன்று வீட்டுக்கு வந்து, "அவன் வந்துட்டான். வெளியே நிக்கான். நம்ம வீட்டைத் தீ வச்சிக் கொளுத்தப் போறான்" என்று வெளியே ஓடிய அப்பாவைக் கடுமையாக அடித்து இழுத்து அறையில் இட்டுப் பூட்டினேன்.

நான் மெடிக்கல் லீவ் போட்டுவிட்டு வீட்டிலேயே இருந்து அப்பாவுக்கு மருந்துகளைக் கொடுத்தேன். ஆபீசில் அதை மறுத்து மெடிக்கல் போர்டுக்கு மறு ஆய்வுக்கு அனுப்பினார்கள். நான் போகவில்லை. இந்த தேதிக்குள் நான் பணியில் சேராவிடில் ஒழுங்கு நடவடிக்கை எடுக்கப்படும் என்று தபால் வந்தது.

இந்தக் காலக்கட்டத்தில் தான் நான் உணர்வுப்பூர்வமாக இதுபோன்ற இடர்களைச் சமாளிக்கும் ஆற்றலும் மனத் துணிவும் உடையவன் அல்ல என்று உணர்ந்தேன். மாத்திரைகள் கொடுத்தும் அப்பாவின் பிரமைகள் நீங்கவில்லை. தீவிரமடைந்தன. நான் மெதுவாக நவீன மன சாஸ்திரத்தின் மீது நம்பிக்கை இழக்க ஆரம்பித்தேன். டாக்டர் ராமேந்திரனின் பேச்சு நினைவுக்கு வந்தது. துரதிர்ஷ்டவசமாக நான் அவரது எண்ணை சேமித்து வைத்துக் கொள்ளவில்லை. நான் நண்பனுக்கு ஃபோன் செய்து அவன் எங்கிருக்கிறான் எனக் கேட்டேன். இந்த இடைப்பட்ட

சமயத்தில் நாங்கள் ஒருமையில் விளித்துக் கொள்ளும் அளவுக்கு நட்பாகி இருந்தோம். அவரால்தான் அப்பாவை குணப்படுத்த முடியும் என்று தோன்றியது. அவன், "எதுக்கு?" என்றான். அவன் என் ஏமாற்றத்தை உணர்ந்திருந்தான். "அவர் நெல்லையை விட்டு போய் பத்து வருடங்களுக்கு மேல் இருக்குமே? உன் மூலமாகத் தான் மீண்டும் நான் அவரைக் கேள்விப்பட்டேன். அவர் எங்கிருக்கிறார் என்று யாருக்குத் தெரியும்?" என்றான். பிறகு, "விசாரிக்கிறேன்" என்றான்.

நான் இப்போது நவீன மன சாஸ்திரத்தை விட்டுவிட்டு வேறு வழிகளைத் தேட ஆரம்பித்தேன். Dianetics, Mad pride movement பற்றியெல்லாம் படித்தேன். விக்கிரவாண்டி ரவிச்சந்திரனிடம் போன் செய்து பேசினேன். அவர் எனது அம்மாவைப் போலத்தான் பேசினார். எனது அப்பாவின் உடலில் வேறொரு ஆன்மா இருக்கிறது என்றார். எங்கள் உறவினர்கள் யாரோ கரும காரியம் செய்து விட்டார்கள் என்றார். யார் அப்படிச் செய்தார்கள் என்று தெரியவில்லை. அப்பா மிக மென்மையான மனிதர். அம்மா, அப்பாவின் வாழ்க்கையில் எப்போதோ வந்த ஒரு பெண் பற்றிப் பேசினாள். எல்லாம் அபத்தம். சிலர் சில கோவில்களுக்குப் போகச் சொன்னார்கள்.

அப்படியொரு கோவில்தான் மதுரைக்குப் பக்கத்தில் உள்ள திருமோகூர் என்ற ஊர்க் கோவில். திருமாலின் சுதர்சனச் சக்கரம் சக்கத்தாழ்வாராக அங்கே இருக்கிறார். சக்கரத்தாழ்வாருக்குப் பின்னால் யோக நரசிம்மர்.

வெளியே பெரிய ஆல மரங்கள் நடுவே கோவில் அதிகக் கூட்டமில்லாமல் இருந்தது. அப்பாவைக் கூப்பிட்டு போய் சன்னிதியில் நிற்க வைத்தோம். பட்டர், "இங்கே வாறவங்கல்லாம் இப்படிப்பட்ட பிரச்சினை உள்ளவங்க தான். நம்பிக்கையோட போங்க" என்று பூசை செய்து செந்தூரமும் கொடுத்து விட்டார்.

அதிசயப்படும் விதமாக அங்கிருந்து திரும்பி வரும்போது அப்பா அமைதியாகி இருந்தார். எங்கோ யாரோ பேசுவதை, ஆணையிடுவதை, தலை சாய்த்து உற்றுக் கேட்பதை, நிறுத்தி இருந்தார். இரண்டே நாட்களில் அவரது மாற்றம் வெகுவாக இருந்தது. ஒரு நாள் தானே போய் முடிவெட்டிக் கொண்டார். ஒரு நாள் பூர்ணகலா தியேட்டரில் போய் படம் பார்த்துவிட்டு வந்தார். ஏதோ வெங்கடேஷ் நடித்த ஒரு தெலுங்கு டப்பிங்

படம். "படம் நல்லா இல்லே" என்று சொன்னார். நான் அவரை அம்மாவிடம் விட்டுவிட்டு ஆபீசுக்குப் போனேன். தினம் போன் செய்து கேட்டுக் கொண்டேன். ஒரு நாள் அவரே எடுத்து பேசினார். "எனக்கு ஒன்னுமில்லடா. நீ வரும்போது மார்த்தாண்டம் தேன் வாங்கிட்டு வா" என்றார். வாழ்க்கை மெல்ல இயல்பு நிலைக்குத் திரும்பியது போல தோன்றியது. ஒரு நாள் மனைவி போன் செய்தாள். "அடுத்த வாரம் குழந்தைக்கு முதல் பொறந்த நாள் வருது" என்றாள். "அப்பா ஒரு ஆயுஷ் ஹோமமும் கணபதி ஹோமமும் பண்ணலாம்னு நினைக்கறாங்க." நான் "சரி" என்றேன். "நீ எப்போ வீட்டுக்கு வரே? நான் கூட வீட்டுல அப்படி ஒன்னு பண்ணனும்னு நினைக்கறேன்."

அவள், "உங்க வீட்ல இல்லே. எங்க வீட்ல" என்றாள். நான், "இப்போ அப்பாவுக்கு குணமாயிடுச்சு" என்றேன். அவள் எனது கோவில் பிரவேசங்களை எல்லாம் ஆர்வமே இல்லாமல் கேட்டுக் கொண்டிருந்து விட்டு, திரும்பத் திரும்ப, "டாக்டர் என்ன சொன்னார்?" என்றே கேட்டுக் கொண்டிருந்தாள். "மாத்திரைகளைக் கொடுக்கறதை நிப்பாட்டிட்டீங்களா?" நான், "இல்லை" என்றேன். நான் மாத்திரைகளையும் கொடுத்துக்கொண்டு தான் இருந்தேன். இம்முறை அப்பாவே எடுத்துச் சாப்பிட்டார். அவள், "டாக்டர் குணமாயிடுச்சின்னு சொன்னா வருவது பற்றி பேசிப் பார்க்கிறேன். இவங்கல்லாம் என்ன சொல்றாங்கன்னா..."

நான் போனை வைத்துவிட்டேன்.

ஆனால் அந்த வார இறுதியில் அவள் சொன்னபடி நண்பனிடம் அழைத்துப் போனேன். நான் செய்த மிகப்பெரிய தவறு அது. அவன், "கொஞ்சம் பரவாயில்லை மாதிரி தெரியுது. மாத்திரை இப்பதான் வேலை செய்ய ஆரம்பிச்சிருக்கு. பொதுவா ஒரு மூணு மாசம் வரை எடுத்துக்கும். நிப்பாட்டிடாதீங்க" என்றான். ஒரு ஊசி போட்டான். அப்பா விரிந்த விழிகளுடன் எல்லாவற்றையும் பார்த்தபடியே வந்தார். அதுவரைக்கும் தான் சாப்பிடும் மாத்திரைகள் தனது இருதயத்துக்கானவை என்று நம்பியிருந்தார். இல்லை என்று அறிந்ததும் மௌனமாகி விட்டார். ஆஸ்பத்திரியை விட்டு வெளியே வந்ததும் பைபாஸில் உள்ள சரஸ்வதி காயத்திரி ஓட்டல் சென்று சப்பாத்தியும் காபியும் சாப்பிட்டோம்.

நாங்கள் சேர்ந்து சாப்பிட்ட கடைசி உணவு அது.

திரும்பும் வழியிலேயே அப்பா மீண்டும் தனது மனச்சிதைவுக்குள் விழுந்துவிட்டார்.

4

அதன்பிறகு நடந்த காரியங்கள் அலுவலகத்தில் இருந்து உடனடியாக வீட்டுக்குச் செல்ல விரும்பும் ஒரு மனிதர் செய்யும் காரியங்கள் போல இருந்தன. கட்டுப்பாடு இல்லாமல் வேகமாக ஓடும் ஒரு திரைப்படத்தைப் பார்ப்பது போல நான் உணர்ந்தேன். அந்தத் திரைப்படத்துக்குள் நானும் இருந்தேன் அல்லது இருந்தேனா?

மறுநாள் நான் கண்ணீருடன் அம்மாவிடம் சொல்லிவிட்டு வேலைக்குப் போனேன். இரண்டாம் நாளே அம்மா போன் செய்து விட்டாள். "சங்கரு உங்கப்பன் இரண்டு நாளா படுக்கையை விட்டு எந்திருக்கவே இல்லலே. நீ வந்தா நல்லது."

நான் சென்றபோது அப்பா மலமூத்திராதிகள் நடுவே ஈ மொய்க்கக் கிடந்தார். "எல்லாம் போச்சு. எல்லாம்" என்று பிதற்றிக் கொண்டிருந்தார். "நாத்தத்தில கிடக்கேன். நாத்தத்திலே" என்றார். கண்களிலிருந்து கண்ணீர் கரகரவென்று வழிந்தது. நான் அப்படியே வாரிக்கொண்டு போய் ஒரு தனியார் மருத்துவமனையில் சேர்த்தேன். பத்து நாட்களும் லட்ச ரூபாயும் போன பிறகு அவர்கள் முடியாது என்று அனுப்பி வைத்தார்கள். படுத்துப் படுத்து அவருக்குப் படுக்கைப் புண் வந்திருந்தது. ஸ்டிரெச்சரிலிருந்து தூக்கும்போது அவரது முதுகுத்தோல் அப்படியே ஒரு பிலிம் போலக் கழன்று அதோடு ஒட்டிக்கொண்டது. வீட்டுக்குக் கொண்டுவந்த மறுதினம் காலை இறந்துபோனார்.

விஷயம் தெரிந்ததும் என் மனைவி வந்துவிட்டாள். அவளது உறவினர்கள் தான் எல்லா வேலையையும் செய்தார்கள். எதையும் செய்யும் நிலையில் நான் இருக்கவில்லை. ஆனால் அவர்கள் அதை ஒரு கொண்டாட்டம் போலச் செய்தார்கள். திருமண வீட்டு வேலைகளில் ஈடுபடுகிறவர்கள் காட்டுகிற அதே உற்சாகம். பதினாறு நாள் காரியம் முடிகிற வரைக்கும் நான் வெளியே செல்லக்கூடாது என்று சொல்லிவிட்டார்கள். அந்தப் பதினாறு நாளும் செய்யவேண்டிய சடங்குகள் நிறைய இருந்தன. நான்

மெதுவாக, இறந்தவரை உயிரோடு இருப்பவர் விரைவாக மறக்கச் செய்வதே அந்தச் சடங்குகளின் நோக்கம் என்று கண்டுபிடித்தேன். உதாரணமாக, அப்பாவின் பூத உடலிலிருந்து நான் ஒரு சிறிய பகுதியையாவது, ஒரு சிறிய எலும்பு மாத்திரமாவது எடுத்து வைத்துக் கொள்ள விரும்பினேன். அவர்கள் அனுமதிக்கவில்லை.

பதினாறாம் நாள் காரியம் ஒரு சிறிய கல்யாணம் போலவே நடந்தது. விருந்துடன். நான் அதுவரை பார்த்திராதவர்கள் எல்லாம் வந்திருந்தார்கள். கூடத்தில் சிரிப்பொலி நிறைந்திருந்தது. அதில் என் மனைவியின் சிரிப்பொலியையும் கேட்டேன். நான் கசப்புடன் எழுந்து மெல்ல வெளியே வந்தேன். இம்முறை யாரும் தடுக்கவில்லை. பதினாறு நாட்களுக்குப் பிறகு இறந்தவர்களுக்கு வாழ்பவர்கள் மீதான செல்வாக்கு முற்றிலும் மறைந்துவிடுவதாக அவர்கள் நம்பினார்கள்.

நான் பேருந்து ஏறி ஜங்க்ஷன் வந்தேன். அப்பாவும் நானும் போகும் இடங்களில் எல்லாம் போய்ப் போய் நின்றேன். லேசாகக் குளிர்க் காய்ச்சல் வருவது போல் இருந்தது. வானம் இருண்டுகொண்டே வந்தது.

சூரியா டீ ஸ்டாலில் டீ சாப்பிட்டுக்கொண்டிருந்த போது நண்பன் போன் அடித்தான். முதலில் எடுக்கவில்லை. பிறகு எடுத்தேன். "என்ன?" என்றேன். "அப்பா விஷேசத்துக்கு வீட்டுக்கு வந்தேன். நீ எங்கே போயிட்டே?" என்றான். "சங்கர் வீட்டுக்கு உடனடியா வா. இல்லேன்னா என்னோட க்ளினிக்குக்கு."

"ஏன்?" என்றேன். "அதான் அப்பா செத்துப் போயிட்டாரே?"

"இல்லடா. நீ அந்த டாக்டர் ராமேந்திரன் பத்திக் கேட்டே இல்லே?"

"ஆமா."

"இன்னிக்குத் தான் ஒரு பிரண்டு சொன்னான். அவரு அஞ்சு வருசத்துக்கு முன்னாடியே மதுரைல ஒரு லாட்ஜ்ல செத்துப் போயிட்டாராம்."

நான், "நான்சென்ஸ்" என்றேன்.

"ஆமாடா. அவர் மனைவி சூசைடுக்குப் பிறகு கொஞ்சம் ஆளு சரியில்லாம இருந்தாராம். பிறகு எம் சி ஐ தடை வேற."

நான், “அவர் மனைவி பேரு ஜெயந்தியா?” என்றேன்.

“ஆமா. அவங்க இறக்கும்போது மாசமா இருந்தாங்க போல. இந்தக் கதை எல்லாம் அப்போ நெற்றிக்கண் பத்திரிகைல ஒரு தொடரா வந்ததுன்னு அவன் சொல்றான். நீ அதைப் படிச்சிருக்கே.”

நான், “இல்லை” என்றேன். பிறகு குரல் நடுங்க, “நீங்கள்லாம் என்ன சொல்றீங்க?” என்றேன். “நீ அவ கிட்டே... அவங்க உன்கிட்டே பேசிட்டாங்க. அப்படித்தானே?”

அவன், “யாருகிட்டே? நீ முதல்ல என் க்ளினிக்குக்கு வா.”

“என் பொண்டாட்டி கிட்டே. அவ வீட்டு ஆளுங்ககிட்டே.”

“என்னடா உளர்றே? நீ முதல்ல என் க்ளினிக்குக்கு வா. எல்லோரும் உன்னைத் தேடிக்கிட்டு இருக்காங்க. இல்லேன்னா வீட்டுக்காவது போ.”

நான் அமைதியாக இருந்தேன்.

“சரி” என்றேன்.

“அப்பா கேசு வேற. அப்பாவுக்கு உடல்ல பிரச்சினை நிறைய இருந்தது. என்னாலே உனக்கு உதவ முடியும்” என்றான் அவன்.

நான், “சரி” என்றேன்.

5

என் தலைக்குள் ஒரு விநோத தினவு ஏற்பட்டது. வேதனை போன்ற இன்பம். இன்பம் போன்ற ஒரு வேதனை. ஒரு கவிதை எழுதும் முன்பு, சதுரங்க விளையாட்டில் ஒரு முக்கியமான நகர்த்தலைச் செய்வதற்கு முன்பு, நமது மூளைக்குள் ஒரே நேரத்தில் ஏற்படும் அமைதியும் பரபரப்பும். ஆனால் அது சில கணங்கள்தான்.

அதன்பிறகு நான் என்ன செய்ய வேண்டும் என்பது எனக்கு ரொம்பத் தெளிவாக இருந்தது போல் நடந்துகொண்டேன்.

மறுபடி பஸ் ஏறி டவுன் போனேன். டாக்டர் சொல்லியிருந்த விலாசம் தெளிவாக நினைவில் இருந்தது. டவுனில் ஒரு வளவு வீடு.

பக்கத்து வீட்டிலிருந்த பாட்டி, "முப்பிடாதியா? பீடி கட்டுனதைக் கொடுக்க பண்டல் ஆபீக்குப் போயிருப்பா" என்றாள். "உள்ளே போய் உக்காருங்க. சொல்லிட்டுத் தான் போனா. சாந்தி கல்யாண விஷயமா வந்திருக்கீகளோ?"

நான், "அஹ்...ஆமா" என்றபடி உள்ளே போனேன். அந்த வீட்டின் இருட்டுக்குப் பழகிக் கொள்வது சற்று சிரமமாக இருந்தது. நீளமாக ஒற்றை ஒற்றையாய் செல்லும் அறைகள் கொண்ட வீடு. முதல் அறையில் இருந்த ஸ்டீல் நாற்காலியில் அமர்ந்தேன். ஒரு கருப்பு வெள்ளை டிவி இருந்தது. கூடத்தின் நடுவில் காய்கறி அரியும் ஒரு அரிவாள்மனைக்கு அருகில் கத்தரிக்காய் நறுக்கப்பட்டு அப்படியே பாதியில் விடப்பட்டுக் கிடந்தது. உள்ளே இருந்த அறையில் ஒரு தொட்டில் இருப்பதும் அது அசைவதும் தெரிந்தது. அதன் கீழ் நீர்க்கோலம்.

ஒரு முருகன் காலண்டர். பிறையில் இருக்கும் விளக்கு. சுவரில் புகைப்படங்கள்.

நான் எளிதாகவே அந்தப் புகைப்படத்தைக் கண்டுகொண்டேன். மற்ற படங்கள் நடுவே மூன்று பெண்கள் சேர்ந்து நிற்கிற புகைப்படம். அதைப் பார்த்துக்கொண்டிருக்கும் போதே அவள் வந்தாள்.

"வாங்க வாங்க. லைட்டைப் போட்டுக்கிட்டா என்ன?" என்றாள். "புரோக்கர் சொல்லிருந்தாரு வருவீங்கன்னு. இந்தா தானேன்னு போனேன். காப்பி சாப்பிடுதீகளா?"

நான் அவளைப் பார்த்தேன். கோர்ட்டில் பார்த்தபிறகு இன்றுதான் அவளைப் பார்க்கிறேன். அப்போது ரொம்ப ஒடிசலாக இருந்தாள். இப்போதுதான் குழந்தை பெற்றிருக்கிறாள் போல. இன்னொரு குழந்தை! மார்புகள் தடித்து ரவிக்கைக்கு வெளியே வரத் துடித்துக்கொண்டிருந்தன. அவள் என்னைப் புதிதாகப் பார்ப்பது போலவே நடந்துகொண்டது ஆச்சர்யமாகவும் ஏமாற்றமாகவும் இருந்தது.

அவள், "இருங்க காப்பி போட்டுட்டு வாரேன்" என்றாள். அவள் கடந்து போகும்போது அவள் மார்பு வாசம் உணர்ந்து தொட்டிலில் இருந்த குழந்தை துள்ளி அசைந்தது.

"ஓ... அம்மோ... அம்மோ வந்தது தெரிஞ்சிடுச்சோ? ஜெயாக்குட்டி... இருடி வாரேன்" என்று அவள் பேசுவது கேட்டது. அவள் காப்பியைக் கொண்டுவந்து கொடுத்து, "குடியுங்க. இந்தக் குட்டியைக் கொஞ்சம் கவனிச்சிட்டு வாரேன். பசிக்குது போலிருக்கு."

நான் சற்று நேரம் காபிக் கோப்பையை உருட்டியபடி இருந்தேன்.

பிறகு மெதுவாக எழுந்தேன்.

மெல்ல எட்டி உள்ளே பார்த்தேன்.

அவள் தரையில் அமர்ந்து ஜாக்கெட்டை தளர்த்தி குழந்தைக்கு முலை கொடுத்துக் கொண்டிருந்தாள். நிழல் கண்டு நிமிர்ந்து பார்த்தாள். குழந்தையும் முலையை விட்டுவிட்டு என்னைப் பார்த்தது. பருத்துப் புடைத்த முலை அதன் முகத்தின் மேல் ஒரு கேள்விக்குறி போல் நின்றுகொண்டிருந்தது. அதிலிருந்து ஒரு துளி பால் நழுவி குழந்தையின் முகத்தில் சொட்டியது.

அவள் முகம் கடினமாகி, "அண்ணே வெளியே இருங்க... பால் கொடுத்திட்டு..."

ஆனால், அந்த நொடியில், அந்த நொடியில், முப்பிடாதி என்னைச் சரியாகக் கண்டுகொண்டாள்.

"எலேய்... டாக்டர் நாயே" என்றபடி எழ முயன்றாள்.

நான் அதற்குள் பாய்ந்து அவள் முடியைப் பிடித்து, "கொன்னாலும் உங்க தேவிடியாத்தனத்தை விட மாட்டீங்க. என்னட்டி?" என்று கத்தியபடியே அரிவாள்மனையால் அவள் கழுத்தைக் கரகரவென்று அறுக்க ஆரம்பித்தேன்.

சாயா யாக்கை

1

முதலில் அவனுக்கு அந்த சந்தேகம் தொடங்கிய முதல் கணம் நன்றாகவே நினைவிருக்கிறது. அவளின் இரண்டாவது காதலன் அவனைத் தற்செயலாக ஒரு பரோட்டாக் கடையில் சந்தித்து அவனது பாம்பே சிகப்பு விளக்குப் பகுதி அனுபவங்கள் பற்றிச் சொல்லிக்கொண்டிருந்தான். அவன் ஒரே நேரத்தில் ஐந்து முதல் ஆறு பெண்கள் வரைப் புணர்வானாம். வருடா வருடம் தீர்த்த யாத்திரை போல் அங்கு செல்லும் பழக்கம் உண்டாம். அவனது ஆண்மையைப் பற்றி அவளும் கொஞ்ச காலத்துக்கு முன்புதான் இவனிடம் சொல்லியிருந்தாள். “ஒரே நேரத்தில் மூன்றுமுறை பண்ணினோம்.” இவன் முதலில் இவனை துன்புறுத்தும் நோக்கமாகவே அவள் அதைச் சொன்னாள் என்று நினைத்தான். ஃபேஸ்புக்கில் ஒரு பிரபலமான பெண் இவன் ஊருக்கு வந்திருந்தபோது அவளது வேண்டுகோளின் படி அவன் ஊரின் பிரபலமான கோவில் ஒன்றுக்கு அவளை அழைத்துச் சென்று சுற்றிக்காட்டினான். பிறகு அங்கிருந்த வரலாற்று முக்கியம் உள்ள சில கோட்டைகளுக்கும் அழைத்துப்போனான். அவள் இவனுடன் அங்கு மாலைப்பொழுதில் நிழலுருவங்களாய் எடுத்த சில போட்டோக்களைப் பகிர்ந்திருந்தாள். அதை அவள் பார்த்த மறு நொடி இவளிடமிருந்து ஒரு குறுன்செய்தி வந்தது. “ஓஹோ.” இவன் கொடுத்த விளக்கங்கள் எதுவும்

அவள் காதில் ஏறவில்லை. சில நாட்கள் கழித்து அவளே பேசினாள். அவளது புதிய காதலனுடன் ஓட்டலறையில் மூன்றுமுறை ஒரே சமயத்தில் புணர்ந்த கதையைச் சொல்வதற்காக. அப்போது அவள் குரலில் இருந்த திருப்தி இவனால் தாங்க முடியயாததாய் இருந்தது. இவ்வளவுக்கும் அந்தப் பெண் பிரபலத்துடன் ஒரு புகைப்படம் எடுத்துக்கொண்டதைத் தவிர எதுவும் செய்யவில்லை. ஓரிருமுறை அந்தப் பிரபலம் இருட்டில் அவன் கைகளைப் பற்றிக்கொண்டு தன் இச்சையைத் தெரிவித்திருந்தாலும் கூட. இவன் அடுத்தவாரமே அவள் ஊருக்குப் போனான். அவன் முதலில் எடுத்த விடுதியில் பெண்களை அறைக்குள் அனுமதிக்க மாட்டோம் என்று சொல்லிவிட்டார்கள். மறு நாள் வேறொரு அறை எடுத்துக்கொண்டு அவளை அழைத்தான். அவளது கணவன் வீட்டில் இருப்பான் வரமாட்டேன் என்று சொல்லிவிட்டாள். அவளது திருப்தியின்மையை ஒவ்வொரு கட்டத்திலும் ஒவ்வொரு செயலிலும் சொல்லிலும் அவள் வெளிப்படுத்திக்கொண்டே இருந்தாள். அவன் ஊர் திரும்பிவிட்டு அடுத்தவாரம் போனான். இம்முறை அவளே ஒரு விடுதியைச் சொன்னாள். வேறொரு நண்பரை அந்த விடுதியில் சந்தித்திருப்பதாகவும் அப்போது அங்கு பெரிய கெடுபிடிகள் எதுவும் நிகழவில்லை என்றும் சொன்னாள். அவர்களுக்குள் எதுவும் நிகழவில்லை என்றும் சொன்னாள். அவள் சொன்னது போலவே அவர்கள் எந்த பிரச்சினையும் செய்யவில்லை. சொன்ன நேரத்துக்கு மிகத் தாமதமாக அவள் வந்து சேர்ந்தாள். குடும்பத்தோடு கோயில் போகிறோம் சீக்கிரம் திரும்பவேண்டும் என்றும் சொன்னாள். அவ்வளவு குறுகிய நேரத்தில் அவனால் பழைய ஊடலுக்கான சமாதானம், புதிய கூடல் எதையுமே சரியாகச் செய்யமுடியவில்லை. கோழிப்புணர்ச்சி போலதான் முடிந்தது. விடுதிக் கதவை யாரும் தட்டி விடுவார்களோ என்கிற பயம் வேறு. அவனுடைய சுக்கிலம் அவளது யோனிக்குள்ளேயே சரியாகப் போனதுபோல் தெரியவில்லை. அவன் கண் முன்பே வெளியே எருக்களித்து வழிந்ததைப் பார்த்தான். அவன் தான் ரொம்பவும் பதற்றமாய் இருந்ததாய்ச் சொன்னான். அவள் முதல் முறையும் அவன் அப்படித்தான் இருந்ததை நினைவுபடுத்தினாள். அவனுக்கு எதையுமே சரியாகப் பண்ணவரவில்லை என்று அவள் ஒருமுறை சொன்னாள். மறுமுறை தன்னிடம் மட்டுமே அப்படி நடந்துகொள்வதாகச் சொன்னாள். அந்தப் பேஸ்புக் பிரபலத்துடன் எத்தனை முறை

பண்ணினான் என்று கேட்டாள். இன்னொருபுறம் அவளது புதிய காதலன் அவனது உடலை ஜிம் எல்லாம் போய்க் கட்டுக்கோப்பாய் வைத்திருப்பதையும் சுட்டிக்காட்டினாள். அவனுக்கு ஒரு சரியான விடுதியறையைக் கண்டுபிடிப்பது முதல் ஒரு பெண்ணுடன் எத்தனை முறை எவ்வளவு நேரம் அவள் திருப்தியடைவது வரை உறவுகொள்ளவேண்டும் என்பதுவரைத் தெரிந்திருக்கிறது. இவனுக்கோ எதுவும் வரவில்லை. அது கூடப் பரவாயில்லை. அவனை நம்பி வந்த ஒரு பெண்ணுக்கு விசுவாசமாக இருக்கவும் தெரியவில்லை. இவனுக்கு மெல்ல அவள் பிரச்சினையின் வேர் புரிந்தது. அவளது கணவனுக்கு வேறொரு தொடர்பு இருந்தது. அதற்கொரு பழிவாங்கல் போலதான் அவள் இவனைத் தேடி வந்தாள். இவன் வேறொரு பெண்ணுடன் நெருக்கமாவது போல் சந்தேகம் வந்ததும் இவனைப் பழிவாங்க புதிய ஒருவனிடம் போகிறாள். ஆனால் இதன் நியாயம் என்ன என்று அவனுக்குப் புரியவில்லை. இந்த மாதிரி விவகாரங்களில் எப்போதுமே ஒரு நம்பிக்கைக் குறைவு இருக்கும் என்று நண்பன் சொன்னான், இவை முதலிலேயே ஒரு ஏமாற்றுடன் ஆரம்பிக்கிற உறவுகள். இவற்றில் ஒரு விசுவாசத்தை எப்படி எதிர்பார்க்க முடியும்? அதன்பிறகு ஊருக்கு வந்ததும் இருவரிடையே நிகழ்ந்த உரையாடல்களில் சந்தேகமும் பரஸ்பரக் குற்றச்சாட்டுகளும் அதிகரித்துக்கொண்டே வந்து ஒரு கட்டத்தில் அந்த உறவே முடிந்துவிட்டது. இருவரும் ஒருவர் எண்ணை ஒருவர் அலைபேசியிலிருந்து அழித்துக் கொண்டார்கள். ஃபேஸ்புக்கில் ப்ளாக் செய்துகொண்டார்கள். இருப்பினும் ஒருவரை ஒருவர் கண்காணிக்க ஃபேக் ஐடி ஒன்றையும் உருவாக்கிக்கொண்டார்கள். அவன் எல்லாவற்றையும் மறக்க முயற்சித்தான். அவர்கள் இருவருக்குமே சொந்த வாழ்க்கையில் பல துயர்கள் இருந்தன. காதலை விட காமத்தை விட இந்தத் துயர்களே அவர்கள் ஒருவரை ஒருவர் நெருங்கிவரக் காரணமாக இருந்தது. ஆனால் துயரிலிருந்து இன்பம் எப்படிப் பிறக்கமுடியும்? இருளில் ஒளி தோன்றமுடியுமே தவிர இருளால் ஒளியைத் தோற்றுவிக்கமுடியாது என்றான் நண்பன். இவனுடைய எல்லா விஷயங்களையும் அறிந்த ஒரே நண்பன். அவன் மட்டும் இல்லாவிடில் இவன் என்ன ஆயிருப்பானோ தெரியாது என்று இவன் அடிக்கடி நினைத்துக் கொள்வான். ஆனால் அந்த நண்பன் ஒரு நாள் இவனது கடைக்கு மிகுந்தப் பதற்றத்துடன் வந்தான். அவனை இவன் அப்படிப் பார்த்ததே இல்லை. டீ சாப்பிடலாமா என்று கேட்டு இவனை அழைத்துப் போனான். போகிறவழியிலேயே

அழுதுவிட்டான். இவனுக்கு ஒன்றுமே புரியவில்லை. பிறகு மெல்ல அவன் அதைச் சொன்னான். ஒரு ஆறு மாதம் முன்பு இதே போல் ஒரு நாள் மாலை அவன் மிகுந்த சந்தோஷமாக வந்தான். நினைவிருக்கிறதா என்று கேட்டான். இவனுக்கு லேசாக நினைவிலிருந்தது. பேருந்தில் தற்செயலாகப் பார்த்த பெண் ஒருவள் இவனைப் பார்த்துச் சிரித்து அவள் பின்னாலேயே அவள் வீட்டுக்குப் போய்விட்டதாகவும் அவள் ஒரு விதவை தனியாக வசித்து வந்ததாகவும் அன்றிரவு அவளுடன் அவன் உறவு கொண்டதாகவும் மிகுந்த சந்தோஷத்துடன் தெரிவித்தான். இவனுக்கு இப்படியும் நிகழுமா என்று அப்போது வியப்பாக இருந்தது. நண்பன் பொய் சொல்கிறான் என்று கூட சில சமயங்களில் நினைத்தான். ஆனால் ஃபேஸ்புக்கில் இவளுடன் தொடர்பு ஏற்பட்டு உடலுறவு வரைப் போன பொழுது அவனால் அதை நம்ப முடிந்தது. ஃபேஸ்புக்கில் இப்படி ஒரு உறவு ஏற்பட முடியும் என்றால் பேருந்தில் கண்ட பெண்ணுடன் உறவு ஏற்படமுடியாதா? நண்பன் அந்தப் பெண் இறந்துவிட்டதாகக் கூறினான். செய்தி அறிந்து அவளுடைய தகனத்திற்காக சென்றிருந்தாகவும் அங்கு வந்திருந்தவர்கள் அவளுக்கு ஆட்கொல்லி நோய் வந்திருந்ததாகவும் சொன்னார்கள் என்று சொன்னான். சொல்லும்போதே அவன் குரல் தளர்ந்துவிட்டது. அங்கு அவனைப் போலவே அதிர்ச்சிய முகத்துடன் வேறு சிலர் வந்து நின்றிருந்ததாகவும் சொன்னான். அன்று காலை அரசு மருத்துவமனையில் ரத்தப் பரிசோதனைக்குக் கொடுத்திருப்பதாகவும் முடிவு வர மூன்று நாளாகும் என்றும் சொன்னான். 'ஆனால் எனக்குத் தெரிகிறது. எனக்கும் நிச்சயமாய் அது இருக்கிறது, நான் கூடிய சீக்கிரம் இறந்துவிடுவேன்' என்றான். இவன் அவனைத் தேற்றினான். தெரிந்த மருத்துவர் ஒருவர் ஒரே நாள் உறவில் தொற்றும் வாய்ப்பு குறைவு என்றும் பெண்ணிடமிருந்து ஆணுக்கு தொற்றும் வாய்ப்பு ஒப்பிடக் குறைவு என்றும் சொன்னார். இருந்தாலும் வாய்ப்பு இல்லாமல் இல்லை என்றும் சொன்னார். அந்த ரிசல்ட் நெகடிவ் என்றே வந்தது. ஆனால் அந்த மூன்று நாட்களுக்குள் நண்பன் ஆறு கிலோ குறைந்துவிட்டான். அதன்பிறகு அவனுக்கு மன ரீதியான சில கோளாறுகளும் ஏற்பட்டுவிட்டன. அவன் தெருவில் செல்கிற பெண்கள் எல்லார் மீதும் கல்லெடுத்து எறிகிறான் என்று இவன் கேள்விப்பட்டான். ஆனால் அப்போதும் இவனுக்கு சந்தேகம் எதுவும் ஏற்படவில்லை. புதரில் ஒரு புலி போல் அது இவனுக்காய்ப் பதுங்கியிருந்தது போல

என்று இவன் பின்னால் நினைத்துக்கொண்டிருக்கிறான். ஒரு நாள் இரவு கதவைப் பூட்டிக்கொண்டு வீட்டுக்குத் திரும்பிக் கொண்டிருந்தான். குழந்தையோடு மனைவி அவளது அம்மா வீட்டுக்குப் போயிருந்தாள். ஓரிடத்தில் சிகரெட் வாங்குவதற்காக நின்றான். வாங்கி ஓரமாகச் சென்றுப் புகைத்துக்கொண்டிருந்த போது அந்தச் சிறிய கோவிலைப் பார்த்தான். கோயிலின் கிராதி பூட்டப்பட்டு உள்ளிருந்த பெண் தெய்வம் விடிவிளக்கு ஒளியில் மங்கலாய்த் தெரிந்தது. சிகப்புப் புடவை, குங்குமம், நீட்டிய நாக்கு, வீங்கிய தனங்கள், அடிப்பது போல் ஓங்கி நிற்கும் கை, விரிந்த விழிகள் என்று துடித்துக்கொண்டிருக்கும் ஒரு ரத்தப்பிண்டம் போல ஒரு சிறுதெய்வம். அவன் அதையே ஒருகணம் கூர்ந்து பார்த்தான். ஒருவித அச்சம் ஏற்பட்டது. சிகரெட்டைத் தூர எறிந்துவிட்டு வண்டியில் ஏறி வீட்டுக்குப் போனான். ஆனால் போகும் வழியிலேயே உடல் தூக்கித் தூக்கிப் போட ஆரம்பித்துவிட்டது. வீட்டுக்குள் நுழைந்து கதவைத் திறந்துகொண்டு பொத்தென்று விழுந்தான். உடல் ஜன்னி வந்து துள்ளித் துள்ளி விழுந்தது. தன் நாக்கைத் தானே கடிப்பதை வலிப்பின் தீவிரத்தில் தடுக்க முடியாமல் பார்த்துக்கொண்டே ரத்தமொழுகக் கீழே விழுந்துகிடந்தான். எப்போது யார் தூக்கி ஆஸ்பத்திரியில் சேர்த்தார்கள் என்று தெரியாது. விழிக்கும்போதெல்லாம் காதில் ங்கீ ங்க்கீ என்று ஒரு ஒலி மட்டும் கேட்டுக்கொண்டே இருந்தது. ஒரு நாள் நள்ளிரவில் விழித்தான். கீழே ஒரு பாய்விரித்து அவனது மனைவியும் குழந்தையும் ஆழ்ந்து உறங்கிக்கொண்டிருந்தார்கள். அவர்கள் முகத்தில் களைப்பு தெரிந்தது. அவர்கள் தலைமாட்டில் அந்த ரத்தச் சாமுண்டித் தெய்வம் தலைவிரிகோலமாக உட்கார்ந்திருந்தது.

2

அவனுக்கு மூளையைத் தாக்கும் மலேரியாவோ வேறு எதுவும் மர்மக் காய்ச்சலோ வந்திருக்கலாம் என்று டாக்டர்கள் சொன்னார்கள், ஆனால் மலேரியாவை ரத்தத்தில் கண்டுபிடிக்கமுடியவில்லை என்றும் நர்ஸ்கள் சொன்னார்கள். பிறகேன் மலேரியா என்று சொன்னார்கள் என்றுதான் தெரியவில்லை. அவன் எங்காவது கடல் சார்ந்த பிரதேசங்களுக்குச் சமீபத்தில் சென்றிருந்தானா என்று கேட்டார்கள். அவன் இல்லை என்று சொல்லிவிட்டான்.

ஆனால் அதன்பிறகுதான் அவள் இருப்பது கடல் இருக்கும் ஊர்தான் என்பது நினைவுக்கு வந்தது. அப்போதுதான் அவனுக்கு முதல் முதலாய் அந்தச் சந்தேகம் வந்தது. டாக்டர் வேறு எதுவும் சொல்லவில்லையா என்று திரும்பித் திரும்பி மனைவியை கேட்டான். அவள் சொல்லவில்லையே ஏன்? என்று சந்தேகத்துடன் கேட்டான். எல்லோரும் எதையோ மறைப்பது போலவே பட்டது. கொஞ்சம் எழுந்து உட்கார முடிந்ததும் அவனது மெடிக்கல் ரிக்கார்டுகளை எடுத்துப் படிக்க முயன்றான். கொஞ்சம் படித்தாலும் தலை வலித்தது. குறிப்பாக ரத்தப் பரிசோதனை முடிவுகளைப் படிக்க முயன்றான். அவனுக்கு நினைவு வந்துவிட்டாலும் ராத்திரி ராத்திரி காய்ச்சல் வந்துகொண்டே இருந்தது. மருத்துவர்கள் அவ்விதம் வருவதால் மலேரியாவை ரத்தத்தில் கண்டுபிடிக்க முடியவில்லை என்றாலும் மலேரியாவுக்கான மருந்தையே பயன்படுத்துவது என்று தீர்மானித்தார்கள். அதற்குப் பிறகு அவனது காய்ச்சல் ஓரளவு கட்டுப்பட்டது. ஆனால் உடல் ரொம்பப் பலவீனமாகிவிட்டது. எழுந்து படுக்கையில் உட்கார்ந்தாலே தலை சுற்றிச் சாய்ந்து விழப்போனான். மெதுவாகத்தான் தேறுவார், சத்துள்ள ஆகாரங்கள், பழங்கள் கொடுங்கள் என்று மூன்று லட்சம் ரூபாய்க்கும் மேல் பிடுங்கிக்கொண்டு ஆஸ்பத்திரியிலிருந்து அனுப்பிவிட்டார்கள். பிறகு ஏகப்பட்ட மாத்திரைகள். வீட்டுக்குத் திரும்புகையில் மாமியார் திருஷ்டி எல்லாம் கழிய ஆரத்தி எடுக்க வேண்டும் என்றார். அதற்குக் கூட நிற்கமுடியவில்லை. பாத் ரூமுக்கு மனைவியைப் பிடித்துக்கொண்டுதான் போகமுடிந்தது. அங்கு உட்கார முடியவில்லை, மூச்சிரைத்தது. ஒரு நாள் அவ்வாறு போய்விட்டுத் திரும்பும்போது கண்ணாடியில் பார்க்கையில் அதிர்ந்துபோனான். முகத்தில் சதையெல்லாம் வற்றி மண்டை ஓட்டைப் போல அவன் முகம் கண்ணாடியில் இளித்தது. ஒரு கணம் மன நிலை தவறிப்போன நண்பனின் முகம் அதில் வந்துபோகவே திடுக்கிட்டான். அவன் ஓரளவு தேறிவர ஒரு மாதத்துக்கும் மேலானது. அப்போதெல்லாம் அவன் மனதில் ஒன்றே ஒன்றுதான் இருந்தது. ஒரு நாள் போனில் அவனது ஃபேக் ஐடி மூலம் அவளது ஃபேஸ்புக் பக்கத்தைப் பார்த்தான். அதைக் காணவில்லை. அவன் பதற்றம் அதிகரித்தது. ஒரு மாதத்துக்குப் பிறகு எப்படியோ கடைக்குப் போய் அதைத் திறந்துவிட்டான். பக்கத்துக் கடைக்காரர்கள் எல்லாம் ஒரு சம்பிரதாய விசாரிப்பிற்குப் பிறகு விலகி நிற்பது போலத் தோன்றியது. அவன் கண் முன்னாலேயே

அவனது வாடிக்கையாளர்கள் அவன் கடையைத் தாண்டி மற்ற கடைகளுக்குப் போவதைப் பார்த்தான். மதியம் வரைக்கும் வெறுமனே கடையில் சாலையைப் பார்த்தபடி அமர்ந்திருந்தான். மதியத்துக்குப் பிறகு பூட்டிவிட்டு ஒரு ஆட்டோ பிடித்து அவளது ஒரே தடவையில் ஐந்து முறைப் புணரும் கலாபக் காதலன் வேலை செய்யும் வங்கிக்குப் போனான். அவன் கம்பிக் கவுண்டருக்குப் பின்னால் அமர்ந்துகொண்டு யாரோ ஒரு பெண்ணுடன் சிரித்துப் பேசிக்கொண்டிருந்தான். அவனிடம் எந்த மாற்றமும் தெரியவில்லை. அங்கிருந்தே அரசு ஆஸ்பத்திரிக்குப் போனான், அங்கு எல்லோரும் போய்விட்டிருந்தார்கள். இந்த மாதிரி பரிசோதனைகள் எல்லாம் காலையில்தான் செய்வார்களாம். ஒருவர் அவனைக் கூர்ந்து பார்த்து "எந்த ஏரியா?" என்று கேட்டார். இவன் பதில் சொல்லாமல் வந்துவிட்டான். அன்று இரவு தூங்காமல் அருகே தூங்கும் மனைவியையும் குழந்தையுமே பார்த்துக்கொண்டிருந்தான். கண்களில் தன்னிச்சையாக நீர் வழிந்தது. மறு நாள் காலையிலேயே எழுந்து ஆஸ்பத்திரிக்குப் போய்விட்டான். ஆஸ்பத்திரி வளாகத்திலிருந்த கோவில் முன்பு ஒருகணம் தயங்கினான். ஒரு கோட் அணிந்த பெண் வந்து நீண்ட சிரின்ஞ்சில் ரத்தம் எடுத்தாள். கண்ணாடிக் குழாய்களில் நிரப்பி பெயர் எழுதி ஒட்டினாள், முந்தின நாள் எந்த ஏரியா என்று கேட்டவன் ஒரு படிவத்தில் ஊர், பெயர், விலாசம், போன் நம்பர் எல்லாம் கேட்டு நிரப்பினான், இவன் எல்லாவற்றையுமே தவறாகக் கொடுத்தான். அவன் கொஞ்சம் சந்தேகமாகப் பார்த்தான். போன் நம்பர் ஒன்பது நம்பர்தான் வருகிறது? என்று கேட்டான். இவன் சமாளித்தான். ரிசல்ட் மூன்றாம் நாள் கிடைக்கும் என்று சொன்னான். தனியார் பரிசோதனை மையங்களில் அன்றே கிடைக்கிறதே என்று கேட்டதற்கு அடிக்கடி போவீர்களோ என்று நக்கலாகச் சிரித்தான். இங்கு நிறைய சாம்பிள்கள் வருகின்றன. ஆட்கள் குறைவாகத்தான் இருக்கிறார்கள். முடிவு மூன்றாம் நாள் கிடைக்கும் என்று சொன்னான். இடைப்பட்ட இரண்டு நாட்களையும் அவன் ஒரு சவக்குழிக்குள் உயிரோடு புதைக்கப்பட்டவன் போலவே கழித்தான். இடையில் ஒரு முறை நினைவிலிருந்து அவளது எண்ணுக்கு அழைத்துப் பார்த்தான். வேறொரு ஆண் குரல் எடுத்து 'யாருங்க?' என்று அதட்டியது. வைத்துவிட்டது. அவனது நினைவு பிழையாகிவிட்டதா அல்லது அவளுக்கு வேறு எதுவும் நிகழ்ந்துவிட்டதா தெரியவில்லை. அவனுக்கும் அவளுக்கும் பொதுவான நண்பர்களின் முக

நூல் பக்கங்களில் எல்லாம் போய்ப் பார்த்தான். அவர்களிடம் அவளைப் பற்றி விசாரிக்கலாமா என்று நினைத்துத் தயங்கி அதைக் கைவிட்டுவிட்டான். இதைப் பற்றி நினைக்காவிடில் விதம் விதமாய்த் தற்கொலை செய்துகொள்வது பற்றிய எண்ணங்களில் அவன் மனம் திரும்பத் திரும்பப் போய் நின்றது. இரு நாட்களும் அறியாத எண்களிலிருந்து போன் வரும்போதெல்லாம் அவன் மனம் அதிர்ந்தது. பிறகுதான் அவனது எண்ணைத் தவறாகக் கொடுத்திருப்பது நினைவுக்கு வந்து மனம் சற்று ஆசுவாசம் அடைந்தது. மறுகணமே அவர்கள் அந்த எண் போலி என்று இந்நேரம் கண்டுபிடித்திருந்தால்? என்று பதற்றம் ஏற்பட்டது. அவ்வாறு கண்டுபிடிக்கப் பட்டிருந்தால் அந்தக் கடுத்த மர நாய் மூஞ்சிக்காரனை எப்படி எதிர்கொள்வது? மூன்றாம் நாள் காலையிலேயே எழுந்து வெளியே கிளம்பிவிட்டான். மனைவி ‘இவ்வளவு காலையிலேயே எங்கே போறீங்க. முடியலைன்னா கடைக்கு லீவ் போட்டுடுங்க. பார்த்துக்கலாம். உடம்புதான் முக்கியம்’ என்றாள். ஒரு கணம் அவனது எல்லா சந்தேகங்களும் பதற்றங்களும் விலகி வாழ்க்கை மேகமே இல்லாத தூய நீல வானம் போல் தோன்றியது. ‘ஒரு ஆளைப் பார்க்கணும். வந்துடறேன்’ என்று கிளம்பிவிட்டான். கிளம்பும்போது அவன் மகள் நெஞ்சாலேயே தவழ்ந்து தவழ்ந்து அவனை நோக்கி வந்தாள். மனைவி ‘அட. அப்பா வருவாருட்டீ’ என்று எடுத்து முத்தினாள். திரளும் கண்ணீரை மறைத்தபடி வீட்டைத் திரும்பியே பார்க்காமல் அவன் ஆஸ்பத்திரிக்குப் போய்விட்டான். வழக்கத்தை விட அதிகக் கூட்டம். ஏதோ முகாம் என்று சொன்னார்கள், அந்தச் சுடுமூஞ்சி ஆளைக் காணவில்லை. அதுவே ஒரு நல்ல சகுனம் போல் பட்டது. ரத்தம் எடுக்கும் பெண் ரொம்பப் பிசியாய் இருந்தாள், அவளது வெள்ளைக் கோட்டில் ஒரு ரத்தப்பொட்டு கிடந்தது. அவள், ரிசல்ட்டை கவுன்சிலர் சொல்வார் என்று ஒரு அறையைக் காண்பித்தாள். அந்த அறைக்குள் முப்பதுகளுக்கு மேல் மதிக்கத் தக்க ஒல்லியான பெண் ஒருத்தி அமர்ந்திருந்தாள். அவளுக்கு ஒரு கண் இல்லை. கண் இருக்கும் இடம் குழியாய் இருந்தது. மறு கண்ணும் சிறுத்துக் காணப்பட்டது. அவள் அவன் பெயரைக் கேட்டுவிட்டு அமரச் சொன்னாள். பிறகு ஒரு பதிவேட்டை எடுத்து அவள் இடது கண்ணுக்கு அருகே வைத்துப் பார்த்துவிட்டு கீழே வைத்தாள். அவள் சந்தேகப் படுகிற உறவு எப்போது நிகழ்ந்தது என்று கேட்டாள். அவன் ஏழு மாதங்களுக்கு முன்பு என்று சொன்னான்.

பிறகு அவள் ஒருவர் பாலியல் ஒழுக்கத்தோடு இருப்பது பற்றியும் பாதுகாப்பான உறவு கொள்வது பற்றியும் பேச ஆரம்பித்தாள். அவனுக்கு ஆணுறை அணிவது எப்படி தெரியுமா என்று கேட்டாள். ஆட்கொல்லி நோய்க்கு இப்போது நல்ல மருந்துகள் இருக்கின்றன என்றாலும் எச்சரிக்கையாக இருப்பது நல்லது என்று சொன்னாள். அவன் ஓர் பால் இச்சை கொண்டவனா போதை ஊசிப் பழக்கம் உள்ளவனா என்றெல்லாம் கேட்டாள். ஓர் பால் உறவு கொள்பவனாக இருந்தால் அதில் இவன் ஆணா பெண்ணா என்று கேட்டாள். இவன் ஒரு கட்டத்தில் பொறுமை இழந்து என் ரிசல்ட் என்ன? என்று கத்தினான். அவள் முகம் சுருங்கியது. 'ரிசல்ட் நெகடிவ்தான், ஆனால் அவன் இனி வரும் உறவுகளில் பாதுகாப்பாய் இருக்கவேண்டும்' என்றாள். non reactive என்று சீல் அடித்த ஒரு துண்டுச் சீட்டை அவனிடம் கொடுத்தாள். அவன் நன்றி கூட சொல்லாமல் அதைப் பிடுங்கிக்கொண்டு வெளியே ஓடிவந்தான். வந்து சிகரெட்டும் ஒரு டீயும் குடித்தான். மனைவிக்குப் போன் செய்து தான் நன்றாக இருப்பதாகவும் அப்படியே கடைக்குச் செல்வதாகவும் சொன்னான். பிள்ளை அதுவும் பெண் பிள்ளை தவழ ஆரம்பித்துவிட்டாள்.

இனி வியாபாரத்தைக் கவனிக்கவேண்டும் என்று சொன்னான். கிளம்பும்போது ஏதோ தோன்றி ஆஸ்பத்திரியில் இருந்த கோவிலுக்குப் போனான். தொழுதுவிட்டு கடைக்குப் போனான். மனம் தெளிவாக இருந்தது. மதியத்துக்கு மேல் ஒரு பழைய வாடிக்கையாளர் வந்தார். அவருக்கு இவன் இடையில் கடை அடைத்திருந்ததெல்லாம் தெரியவில்லை. கிட்னியில் கல்லடைத்து ரொம்பக் கஷ்டப்பட்டதாகவும் ஒரு ஆஸ்பத்திரியில் வலது பக்கத்துக்குப் பதிலாக இடது பக்கம் ஸ்டெண்ட் வைத்துவிட்டதாகவும் புலம்பினார். அவர் போன பின்பு இவனது தெளிந்த மனம் மறுபடி கலங்கத் தொடங்கியது. இப்படி மாற்றி ஸ்டெண்ட் வைத்த ஆஸ்பத்திரி எதுவென்று கேட்டுக்கொள்ளவில்லை. ஆனால் இதேபோல் அவனது ரிசல்ட்டும் மாறி இருந்தால்! அவன் உடல் மறுபடி முறுகி பற்கள் கிட்டத் துவங்கின. கடையை அவன் பூட்டிக்கொண்டு போகும் வேகத்தைப் பார்த்து பக்கத்துக் கடைக்காரர்கள் கிசுகிசுத்துக்கொண்டார்கள், "இவனுக்கு என்னாச்சு. ஏன் கவட்டைக்குக் நடுவில வெடி வைச்ச நாய் மாதிரி திரியுதான்!" என்றார் ஒரு பாட்டா. அவன் வண்டி தானாகவே அரசாங்க ஆஸ்பத்திரியின் பழுப்புக் கட்டிடத்துக்கு

77

முன்பு போய் நின்றது. ஆனால் கிட்டே போனதும் அவனது வேகம் குறைந்துவிட்டது. இப்போது அந்த சிடுமூஞ்சிக்காரன் இருப்பானா. பொட்டைக்கண்ணி இருப்பாளா. காலையில் அவளிடம் வேறு சரியாக நடந்துகொள்ளவில்லை. அவன் கால்களை மாற்றி மாற்றித் தேய்த்தவாறு அங்கேயே நின்றான். இப்போது காலையில் தொழுதுவிட்டுப் போன கோவிலை வெறுப்பாகப் பார்த்தான். உள்ளே புகுந்து அங்கிருக்கும் சிலையை எட்டி உதைத்து உடைத்துப் போடவேண்டும் போல தோன்றியது. பிறகு ஒரு அச்சம் தோன்றி "தெரியாம யோசிச்சிட்டேன். என்னை இன்னும் தண்டிச்சிடாதே! நான் தாங்க மாட்டேன்" என்று அதனிடம் மன்னிப்பு கேட்டுக்கொண்டான். அந்த நேரம் பார்த்து சில பெண்கள் வெளியே வந்தார்கள். அந்தப் பெண்ணும் அதில் இருந்தாள். "பார்த்துப் போடி" என்று அவளது தோழிகள் சொன்னார்கள். வளையல்கள் குலுங்குவது போன்ற சிறிய மென் சிரிப்புகளோடு அவர்கள் பிரிந்தார்கள். அவள் மருத்துவ மனை வளாகத்தை விட்டு வெளியேறி புற நகர்ப் பகுதியை நோக்கி நடக்க ஆரம்பித்தாள். இவன் சிறிய தயக்கத்துக்குப் பிறகு வண்டியில் மெதுவாகப் பின் தொடர்ந்தான். அவள் இப்போது ஒரு கறுப்புக் கண்ணாடியை அணிந்திருந்தாள். அதை அணியும்போது அவள் அழகாகவே தோன்றினாள். அவனது முக நூல் காதலியின் சாயல் கூட லேசாக அவளில் இருப்பது போல் பட்டது. ஆனால் சற்று மெதுவாகவே கவனத்துடன் நடப்பது போல பட்டது. வண்டியில் பின் தொடர்வது சிரமமாக இருந்தது. அவள் மெல்ல நடந்து சாலைகளை மெல்லக் கடந்து வீடுகள் நெருக்கமாக இருந்த பகுதியைத் தாண்டி நடக்க ஆரம்பித்தாள். அவன் ஒரு முடிவை எடுத்தவனாக வண்டியை நிறுத்திவிட்டு அவள் பின்னால் வேகமாய் நடந்து போய் "மேடம்! ஒரு நிமிஷம்!" என்றான். அவள் சரேலென்று திரும்பி "பாண்டியன்! எவ்ளோ நேரம் வெய்ட் பண்றது!" என்றாள். பாண்டியன் யாரென்று தெரியவில்லை. இவன் "பாண்டியன் இல்லே மேடம். நான் காலைல டெஸ்ட்டுக்கு வந்தேம்லா?" என்றான். "ஒரு டவுட்டு கேட்க வந்தேன் மேடம். நீங்க சொன்ன ரிசல்ட் அது சரியா இருக்கும்லா?" என்றான். அவள் பயந்துவிட்டாள் போலத் தெரிந்தது. "அதெல்லாம் ஆபீஸ்ல கேட்கணும்ங்க. இங்கெல்லாம் இப்படிப் பின்னாலே வரக்கூடாது!" என்றாள், "நீங்க போங்க. இல்லேன்னா நான் போலீஸைக் கூப்பிடுவேன்" என்று கைப்பையிலிருந்து தடுமாறியபடி போனை எடுத்தாள். அது கீழே விழுந்தது. இவன் எடுத்து அதை அவள்

கையில் கொடுத்தான். “தொந்திரவு பண்ண வரலை மேடம். ஒரு பயத்தில வாரேன்”அவள் முகம் சிவந்தது. “இவ்வளவு பயம் இருக்கிறவரு உம்ம சுன்னியைக் கட்டிப் போட்டிருக்கணும்” என்றாள். லேசாக மூச்சிரைத்தது. இவன் “தப்பா நினைச்சிக்காதீங்க. ஆஸ்பத்திரிங்கள்ல என்னென்னவோல்லாம் நடக்குது. இடது பக்கம் பண்ண வேண்டிய ஆப்பரேஷனை வலது பக்கம் பண்ணிடறாங்க. உங்க ஆஸ்பத்திரில ஏற்கனவே ஆளுக கூட்டம்” என்றவன் சற்றுத் தயங்கி “உங்களுக்குக் கண்ணு வேற சரியாத் தெரியாது போலிருக்கு. நீங்க காலைல என் ரிப்போர்ட்டைத்தான் பார்த்துச் சொன்னீங்களா?”அந்தப் பெண் அவ்வளவுதான் கத்த ஆரம்பித்துவிட்டாள். “அய்யோ யாராவது வாங்களேன்... இங்கே ஓர்த்தன் என்னை விட மாட்டேங்கிறானே!” இவன் பதறி எட்டி அவள் வாயைப் பொத்தினான். அவள் அவன் கையைக் கடித்தாள், எரிச்சல் தாங்காமல் இவன் சட்டென்று அவளை ஓங்கி அறைந்தான். அவள் தடுமாறி கீழே விழுந்தாள். விழுந்தவள் ஒரு கூர்மையான கல்லில் நெற்றியை இடித்துக்கொண்டாள் போல. ரத்தம் பொங்கி வழிந்து மண்ணில் சொட்டியது. இவன் “அய்யோ” என்றபடி அவளைத் தூக்க முயன்றான். அவள் தலை தொய்ந்து சரிந்தது.

❖❖❖

குறுங்கதைகள்

I

“இப்போ என்ன பிரச்சினை?”

“நீங்களே போய் பாருங்க” என்றார் செவிலி.

நான் லேசாகக் கதவைத் திறந்து பார்த்தேன்.

வழக்கமான சேரில் கழுத்தைச் சுற்றி ஸ்டெத்துடன் அதே மெல்லிய கூனலுடன் அமர்ந்திருந்தார்.

சட்டை போடாமல். தொப்பை மேல் அது பாம்பு போல் கிடந்தது.

நான் அப்படியே சாத்திவிட்டு செவிலியைப் பார்த்தேன். “நேத்து ஒரே சண்டை. அந்தப் பையனை வேலையை விட்டு அனுப்பணும்னு.”

“இதோட மூணாவது தடவை. அடுத்த தடவை மேனேஜரா ஒரு லேடியை எடுத்தா என்ன?’

செவிலி “அப்புறம் மேடம் சட்டை போடாம க்ளினிக்குக்கு வந்துட்டா என்ன பண்றது?” என்றாள். அந்தக் காட்சி நினைத்துப் பார்க்கவே கஷ்டமாக இருந்ததால் மெதுவாக மேடத்தைப் பார்க்கப் போனேன். மேடம் ஒரு பேஷண்டைப் பார்த்துக் கொண்டிருந்தார். என்னைப் பார்த்ததுமே கத்தினார்.

“உங்க பிரண்டுக்கு இந்த முறை நிஜமாகவே பைத்தியம் பிடிச்சிடுச்சி” என்றவர் பேஷண்டிடம் “த. அங்கிருந்து பார்த்தா ஒன்னும் தெரியாது. காலை ஒடுக்காத” என்று அதட்டினாள். “அவனை மாதிரி ஒரு ஆளு கிடைக்கிறது கஷ்டம். அதை உங்க டாக்டர் கிட்ட சொல்லுங்க “நான் சொல்றேன்” என்றவாறு வெளியே வந்தேன். செவிலிகள் அனைவரும் என்னையே கள்ளச் சிரிப்புடன் பார்த்துக்கொண்டிருந்தார்கள். பிரச்சினைகளுக்கு காரணமான அந்தப் பையன் ஒன்றுமே நடக்காதது போல் யாருக்கோ அனஸ்தீஷியாவுக்காக போன் பண்ணிக்கொண்டிருந்தான்.

நான் போய் டாக்டர் முன் உட்கார்ந்தேன். அவர் அப்புறம் என்பது போல் பார்த்தார். நான் அவர் சட்டை போடாதததையே கவனிக்காதது போல் பேசிக்கொண்டிருந்தேன்.

“நேத்து *we* ன்னு ஒரு டிஸ்டோபியன் நாவல் படிச்சேன். ஒரு ருஷ்யன் ரைட்டர் எழுதினது. அதில...”

கொஞ்ச நேரத்தில் அவர் பொறுமை இழப்பது தெரிந்தது. முகம் தனது கட்டுப்பாட்டை இழந்து “அவ கிட்ட பேசினியா?” என்றார். “அந்தப் பையனைப் பார்த்தியா நீ? வாட் டு யூ சே?”

நான் “எந்தப் பையன்? யார் கிட்ட பேசணும்?” என்றேன்

“ஸோ பேச வேண்டிய தேவை எதுவும் இல்லைன்னு சொல்றியா?”

“நீங்க என்ன சொல்றீங்கன்னே எனக்கு புரியலை.”

“ஓக்கே. நான் சட்டையைப் போட்டுக்கறேன்.”

அவர் சட்டையைப் போட்டுக்கொண்டார்.

“நர்ஸ்! பேஷண்ட்சை அனுப்பு.”

செவிலி போகையில் “அவர் கிட்ட என்ன சொன்னீங்க” என்றார்

“ஒன்னும் சொல்லலை. அதான் நிஜம். அவர் சம்பந்தமில்லாம நடந்துக்கும்போது நாமும் சம்பந்தமில்லாம நடந்துக்கணும். அவ்வளவுதான்.”

வெளியே வருகையில் அந்தப் பையன் “குட் ஈவ்னிங் சார்” என்றான்.

“குட் ஈவ்னிங்.”

❖❖❖

2
Candle in the wind

"Out, out you brief candle!" என்றார் அவர். நான் "என்ன?" என்றேன். அதன்பிறகுதான் அங்கு ஒரு நபர் அமர்ந்திருப்பதையே கவனித்தேன் மழை அடித்துப் பெய்துகொண்டிருந்தது. வேளி மலையை மழைப்புகை முழுக்கவே மூடியிருந்தது. வயல்களில் மேய்ந்துகொண்டிருந்த பசுக்கள் கூட அந்த நிழல்குடையை நோக்கி ஓடி வர ஆரம்பித்திருந்தன. நான் மறுபடி "என்ன சார்?" என்றேன். அவர் என்னைக் கேட்டது போல் தெரியவில்லை. அவர் அங்கு எப்படி வந்தார்? அருகில் எந்த வாகனமும் இல்லை. நடந்து வந்திருந்தால் குறைந்தது நான்கு கிலோமீட்டராவது நடந்து வந்திருக்கவேண்டும். முழுக்கவே நனைந்திருந்தார் அவரது கருப்பும் வெளுப்பும் கலைந்த சிகையில் மழைத்துளிகள் முத்துகள் போல் மின்னின. அவர் மறுபடி பேச ஆரம்பித்தார் இம்முறையும் தனக்குள்தான். என்னிடம் அல்ல. "46 வருடங்கள்!" என்றார். "கல்யாணம் என்கிற நினைப்பே இல்லாமல் இருந்தேன்! நானும் என் புத்தகங்களும் மட்டும்!" என்றார். "எந்தப் பெண்ணும் வேண்டியிருக்கவில்லை எனக்கு. பிறகு இவள் வந்தாள்" இப்போது மாடுகள் எங்களை நெருக்க ஆரம்பித்துவிட்டன. அவற்றின் உஷ்ண மூச்சுகள் ஆவியாய் எழும்பி திணறடித்தது. "அதன்பிறகு ஆறு மாதங்கள்! நாற்பத்தி ஆறு வருடங்களுக்குப் பிறகு ஆறு மாதங்கள்!" என்றார். நான் மேல் வானிலிருந்து ஒரு மின்னல் அறுத்துக்கொண்டு கீழே பாய்வதைப் பார்த்தேன். சற்று நேரத்தில் ஒரு பெரிய முறிவுச் சத்தம். "அதன்பிறகு ஆறு நாட்கள். ஆறே நாட்கள்!" என்றார். நான் தன்னிச்சையாய் "எதற்கு?" என்றேன். "செத்துப் போவதற்கு!" என்றார் அவர். நான் "கோவிட்?" என்றேன். அவர் "அவர்கள் அப்படித்தான் சொன்னார்கள்" என்றார். "நான் இப்போது என்ன செய்வது? நாளை என்ன செய்வது?" என்றார். நான் அந்தக் கேள்வியில் திணறி "உங்களை எங்காவது விட வேண்டுமா?" என்றேன். மழை குறைந்திருப்பது போல் பட்டது. அவர் முதல் முறையாக என் இருப்பை உணர்ந்தவர் போல் நிமிர்ந்து பார்த்து "எங்கு?" என்றார். நான் பதில் பேசவில்லை. என்னால் அதற்கு மேல் அங்கு

இருக்கமுடியவில்லை. இனம்புரியாத அச்சம் என்னுள் எழுந்தது. உடனே அந்த இடத்தை விட்டு விலகிவிட வேண்டும் போல... வண்டியை எடுத்துக்கொண்டு கிளம்பி வந்துவிட்டேன்.

வீட்டுக்கு வந்தும் எனது ஷேக்ஸ்பியர் தொகுதியை அவசரமாக தேடியெடுத்து அவர் சொன்ன வரி வரும் பாடலை வாசித்தேன்,

Tomorrow, and tomorrow, and tomorrow,
Creeps in this petty pace from day to day,
To the last syllable of recorded time;
And all our yesterdays have lighted fools
The way to dusty death. Out, out, brief candle!
Life's but a walking shadow, a poor player,
That struts and frets his hour upon the stage,
And then is heard no more. It is a tale
Told by an idiot, full of sound and fury,
Signifying nothing.

3

கடவுளும் பூசாரியும்

“இந்தாங்க அம்மாவோட டெத் செர்டிபிகேட்” நான் வெற்றிகரமாக டீ மானிடைசேஷன் காலத்தில் இருந்த ஒரே ஒரு பழைய ஐனூறு ரூபாயை வங்கியில் செலுத்தி விட்ட உத்திர பிரதேசத்து விவசாயி போல் உணர்ந்தேன். ஆனால் அந்த வெற்றி ஒரு கவுன்சிலர் எலெக்‌ஷன் காலம் கூட நீடிக்கவில்லை. “அவங்க அம்மாவுக்க டெத் செர்டிபிகேட்?” நான் “எங்கம்மாவுக்கே 75 வயசுங்க” என்றேன்.

“அதெல்லாம் எனக்குத் தெரியாது” ஈ சேவை செய்யும் பெண் ஈ காட்டாமல் கறாராகச் சொன்னார்.

நல்லவேளையாக அவள் அருகிலேயே ஒரு சேவா பாரதி இருந்தாள். தேவீ! அடிப்பதும் நீ அணைப்பதும் நீயன்றோ!”நீங்க ஒரு நோட்டரிகிட்ட போயி உங்க ஆச்சி உண்மையிலேயே செத்துப் போயிட்டாங்கன்னு ஒரு நோட் எழுதி வாங்கிட்டு வாங்க சார்!” நல்லவேளையாக எனக்கே தெரியாத என் ஆச்சியை நோட்டரிக்குத் தெரிந்திருந்தது. அவள் செத்துப் போனதும். இருந்தாலும் எனக்கு நீண்ட நாட்களாக இருந்த சந்தேகத்தை அவரிடம் கேட்டுத் தெளிந்துகொண்டேன். ‘உண்மையாவேன்னு அந்த பொண்ணு கேட்டா சார்? எங்க ஆச்சி உண்மையாவே செத்துப் போச்சா சார்... எங்கம்மா அடிக்கடி எங்கம்மை இன்னும் உயிரோடுதான் இருக்கான்னு சொல்வா சார்”நோட்டரி “நான் சென்ஸ். சீல் அடிச்சி கையெழுத்து போட்டிருக்கேன். உங்க ஆச்சி செத்துப் போயாச்சி!”

நான் நிறைவுடன் திரும்பி ஈ மையத்துக்கு வந்தேன்.

அந்தப் பெண் அலட்சியமாக எனது ஆச்சியின் மரணக் குறிப்பை வாங்கிவைத்துக்கொண்டு “ஈ மெயில் அட்ரெஸ் சொல்லுங்க!” என்றாள். நான் அதிர்ச்சியடைந்து “எங்க ஆச்சிக்கி ஈ மெயில்லாம் கிடையாதுங்க” என்றேன். அவள் பக்கத்திலிருந்த சேவா சரஸ்வதியிடம் கண்களிலேயே “நான் சொல்லலை? இந்த ஆளு ஒரு மாதிரி” என்று சொன்னாள். நான் அதைப் படித்து “ஏம்மா

ஏறக்குறைய 60 வருஷத்துக்கு முன்னால டிவின்னா என்னான்னு கூட தெரியாம வாழ்ந்து மறைஞ்ச ஒரு கிழவியோட கம்ப்யூட்டர் ஜாதகம் கேக்குறிங்களே நீங்க ஒரு மாதிரியா நானொரு மாதிரியா?" என்று பதிலுக்குக் கண்களால் கேட்டேன். அவள் உலகத்தில் எல்லா கடவுள்களும் எல்லா அரசாங்கங்களும் எல்லா ஆதாம்களிடமும் சொல்லும் அந்த வசனத்தைச் சொன்னாள் "எல்லாம் உங்க நன்மைக்குத்தான் மக்களே! போ போய் நீ ஒரு மனுஷந்தான்னு ஒரு சாமியார்கிட்ட செர்டிபிகேட் வாங்கிட்டு வா!"

4

தற்கொலை செய்துகொள்ள வேண்டும் என்று தோன்றிவிட்டது. ஆனால் எல்லோரும் போல் செய்யக் கூடாது. ஸ்டைலாய் செய்ய வேண்டும் ஒரு துப்பாக்கியால் தலையில் சுட்டுக்கொண்டு சாவது என்று முடிவெடுத்தேன். விஷம், தூக்கு, மாடியிலிருந்து மலையிலிருந்து குதிப்பது, குளத்தில் சாடிச் சாவது, ரயில் நடுவே தலை வைப்பது எல்லாமே மிடில் க்ளாஸ். வாழ்நாள் முழுக்க மிடில் க்ளாசாகவே இருந்து சலித்துப் போய்தான் சாகப்போகிறேன். சாவும் அப்படியே இருக்க வேண்டுமா? துப்பாக்கிதான் ஹைக்ளாஸ். போர் வீரர்கள் அப்படித்தான் சாவார்கள். ஹெமிங் வே அப்படிதான் செத்தான்.

ஆனால் துப்பாக்கிக்கு எங்கே போவது? ஒரு துப்பாக்கி வாங்க வேண்டுமானால் முதலில் துப்பாக்கி லைசன்ஸ் வாங்க வேண்டுமாம். அதற்கு போலீஸ் ஸ்டேஷனில் என் உயிருக்கு ஆபத்து இருக்கிறது. பாதுகாப்புக்கு துப்பாக்கி தேவை என்று எழுதிக் கொடுக்கவேண்டுமாம். போலீஸ் ஸ்டேஷனில் என்னை மேலும் கீழும் பார்த்து “உங்கள் உயிருக்கு யாரிடமிருந்து ஆபத்து இருக்கிறது?” என்று கேட்டார்கள் “உங்களுக்குத் துப்பாக்கி சுடப் பயிற்சி இருக்கிறதா?ஆதார் கார்டு இருக்கிறதா? உங்கள் ஆதார் கார்டு மார்த்தாண்டம் விலாசத்தில் இருக்கிறதே. அப்படியானால் இந்த ஸ்டேஷனில் லைசன்ஸ் தரமுடியாது. அப்படி வேண்டுமானால் விஓவிடம் சான்றிதழ் வாங்கிவரவேண்டும்”

நான் கடுப்பாகி “என் உயிருக்கு ஆபத்து இப்படியெல்லாம் அலையவிடும் உங்கள் அரசாங்கத்திடமிருந்து தான்” என்று சொல்ல நினைத்து சொல்லவில்லை. ஏனென்றால் நான்தான் முன்பே சொன்னேனே. நானொரு மிடில் க்ளாஸ். “ஆபத்து சக எழுத்தாளர்களிடமிருந்து” என்றேன். “ஏன்?” என்றார்கள். “ஏனெனில் அவர்களும் இதே காரணத்துக்காக இதே துப்பாக்கியைத் தேடிக்கொண்டிருக்கிறார்கள்” என்றேன். தர மறுத்துவிட்டார்கள். போகும் போது “தயவு செய்து கள்ள மார்க்கட்டில் வாங்க முயற்சி செய்யாதீர்கள். மூஞ்சி மேலேயே வெடித்துவிடும்” என்று

அறிவுரை சொன்னார்கள். நண்பரிடம் சொன்னேன். இதற்கென்று தனியாக புரோக்கர்கள் இருக்கிறார்களாம். அவர்கள் மூலம் போனால் சட்டென்று காரியம் முடிந்துவிடுமாம்.

இப்போது எனக்கு எதற்கு துப்பாக்கி வாங்கப் போனேன் என்பதே மறந்துவிட்டது. எதற்கு தற்கொலை செய்யப் போனேன் என்றும். பிறகு நினைவு வந்தது. இப்படி ஏகப்பட்ட வரிசைகளில் மேசைகளில் நின்று நின்று பாரங்களை நிரப்பி நிரப்பி சலித்துதான் தற்கொலை செய்துகொள்ள முடிவெடுத்தேன்.

ஒரு மனிதனை 'ஸ்டைலாக' வாழதான் இந்த அரசுகள் அனுமதிக்காதென்றால் 'ஸ்டைலாக' சாகவுமா அனுமதிக்காது?

5
தேவி

"சேட்டா" அவள் தயங்கினாள். "என்ன?" என்று நின்றேன். "ஏட்டன் என்னைக் குறிச்சி தெட்டாய் ஏதெங்கிலும் பறயும். அது மனசிலாக்கேண்டா. ஸ்வந்தம் அம்மையைக் குறிச்சி கூட அங்கன பறையுன்னது." நான் "நீலிமா எனக்குத் தெரியாதா? அது அவனல்ல பேசுவது அவனோட நோய்தான் அப்படி பேசுது."

"எந்து ரோகமானு இது சேட்டா? ஞான் இவரை ஸ்னேகிச்சு இவருக்காக என் குடும்பம் முழுக்க விரோதிச்சு இறங்கி வந்தது. இப்போல்..." அவள் அழுதாள். நான் மெதுவாக அவளை விட்டு விலகி வார்டுக்குள் நுழைந்தேன். நர்ஸ் "ஆரு காணணும்?" என்று அதட்டினாள். "சுனில். சுனில் குமார்" என்றேன். "அவரோட பிரண்டு. டாக்டரோட பறஞ்சுட்டுண்டு."

அவள் "ஓ. அந்த பார்கின்ஸன் கேஸ்" என்றாள். "ஆளு கொஞ்சம் *agitated* ஆனு." நான் "பார்கின்சன்ல இப்படி வருமா சிஸ்டர்?" என்றேன். அவள் குனிந்து எதையோ எழுதியவாறே "சிலப்ப வரும். சிலப்ப ட்ரக் ரியாக்ஷனாயிருக்கலாம். டாக்டர் ட்ரக் மாத்திட்டுண்டு. எபெக்ட் ஆக ஒரு ஆழ்ச்ச எடுக்கும்" என்றவள் சட்டென்று பொறுமையிழந்து "சீக்கிரம் போய் நோக்கு! விசிட்டிங் ஹவர்ஸ் முடியுன்ன சமயமாயி!" என்றாள்.

சுனில் ஏழாவது படுக்கையின் நடுவில் சப்பணமிட்டு அமர்ந்திருந்தான். அமர்ந்திருந்தாலும் ஒரு அமைதியின்மை தெரிந்தது. என்னைக் கண்டதும் பரபரத்து "ஏய் வா வா" என்றான். "உட்கார்" என்று படுக்கையைத் தட்டிக் காண்பித்தான். "அந்த நர்ஸ் என்ன சொன்னா? சரியான தேவிடிச்சி. வார்ட் பாயோட தினம் படுத்துக்கறா" என்றான். "எயிட்ஸ். அவளுக்கு எய்ட்ஸ் இருக்கு.?" என்று சிரித்தான். "நீ அவ கூட போயிடாத. நீலிமா எங்கே?"

நான் "அவ காப்பி வாங்கப் போயிருக்கா."

“ஒரு மண்ணுமில்ல. அவளைப் பார்க்க அவ மாமா பையன் தினம் அங்கே வரான். அவன் வீடு இங்கே எர்ணா குளத்திலதான் இருக்கு. அவனும் அவளும்... வாசனை வருது. மறு நாள் முழுக்க அவ உடல்ல அவன் வாசனை வருது.”

நான் “சுனில் எடா சுனில்” என்றேன்.

“வேசிங்க. எல்லாருமே வேசிங்க. எனக்க அம்மை உட்பட. நான் இங்கே இப்படி இருக்கும்போது அவ அந்த கிருஷ்ணன் குரூப்போட...”

நான் “சுனில்!” என்றேன் “நான் சொல்லுது கேக்குதா. இது நீ இல்லை. உன்னோட நோய். அல்லது உன்னோட மாத்திரை.”

அவன் “என்ன மாத்திரை?” என்றான். “அவ பேக் முழுக்க கர்ப்பத்தடை மாத்திரை. நீ வேணா பாரு.”

“அது அவளோட தைராய்டு மாத்திரை” என்றேன் “சுனில்! உனக்கு நினைவிருக்கா? நீங்க கல்யாணம் பண்ணிக்கிறதுக்கு முன்னால நான் நீ நீலிமா மூணுபேரும் திருவனந்தபுரத்துல நிறைய சினிமாவுக்கு போவோம். பிலிம் பெஸ்டிவல் படம் எல்லாத்தயும் ஓடி ஓடிப் பார்ப்போம். ஒரு தடவை சத்யஜித் ரே படமா பார்த்தோம். எல்லோரும் பதேர் பாஞ்சாலி பார்த்துட்டு அழுதப்ப நீங்க இரண்டு பேர் மட்டும் ‘தேவி’ பார்த்துட்டு அழுதீங்க அதுக்கு மறுநாள்தான் நீலிமாகிட்ட நீ உன் காதலைச் சொன்னே.”

அவன் இப்போது சற்று அமைதியாவது போல் தோன்றியது.

“அதன்பிறகு ஒரு மாசத்திலேயே நீங்க கல்யாணம் பண்ணிக் கிட்டீங்க.”

அவன் “ஆமா” என்றான் சட்டென்று. “எல்லோரும் ஆச்சர்யப் பட்டாங்க. அவங்கல்லாம் நீங்க இரண்டு பேர்தான் லவ் பண்ணிட்டு இருந்ததா நினைச்சுக்கிட்டிருந்தாங்க.”

நான் “ம்ம். அந்த படத்துக்கு முன்னாலே இருக்கலாம். ஆனா அதுக்குப் பின்னாலே இல்லை” என்றேன்.

அவன் “ஆனா படத்தில வர்ற தேவியால அந்த குழந்தையைக் காப்பாத்த முடியலை. அந்த அதிர்ச்சியிலே அவ பைத்தியம் ஆயிடுவா. இல்லே?” என்றான். சட்டென்று அவன் கன்னத்தில்

கண்ணீர் வழிந்தது. "நீலிமாவாலேயும் என்னால காப்பாத்த முடியாது. என் கர்மா அவ்வளவு கனமானது!" என்றான்.

சற்று நேரம் அமைதியாக இருந்தான்.

பிறகு வெடித்து அழுது "அது அவ தப்பில்லேன்னு நான் போனப்றம் அவகிட்ட சொல்லு!"

6

எம் ஜி ஆரும் சிவாஜியும்

“ஏட்டி செண்பகம் காலைலருந்து உம்மவன் தாயில்லாமல் நானில்லை தானே எவரும் பிறந்ததில்லை, அம்மா என்றால் அன்பு, இந்தப் பச்சைக்குழந்தைக்கொருன்னு எம்ஜியார் பாட்டா போட்டுத் தாளிச்சிக்கிட்டிருக்கானே என்னா விஷயம்?”

செண்பகம் மீன் கழுவுவதை நிறுத்திவிட்டு “இன்னிக்கி என்னா கிழமை?”

“திங்கக்கிழமை.”

“அதான். சனிக்கிழமை வாங்கின சம்பளம் எல்லாத்தியும் குடிச்சித் தீர்த்திருப்பான். அவன் பொண்டாட்டி வாரியலால அடிச்சி எழுப்பியிருப்பா. இப்ப தலையைச் சொறிஞ்சிக்கிட்டே வருவான்.”

“இதோ வரான்.”

செண்பகம் திரும்பாமலே “ஏலே சண்முகம் நீ எவ்ளோ எம்ஜியார் பாட்டு போட்டாலும் சல்லிக்காசு என்கிட்ட கிடையாது. எல்லாத்தியும் உங்கப்பன் நேத்தி ராத்திரியே பாடி வாங்கிட்டுப் போயிட்டான்.”

சற்று நேரத்தில் பாட்டு கோபமாய் நிறுத்தப்படுகிறது.

“ஏன் செண்பகம்? உன் புருஷன் என்ன பாட்டு போட்டான்?”

“அட நீயேன் எச்சி வடிக்க? உன் புருஷன் போட மாட்டானா?”

“அந்தாளு ஒரு சிவாஜி ரசிகன். எப்பவும் சட்டி சுட்டதடா ஜட்டி கெட்டதடான்னு தத்துவப் பாட்டுதான். நம்ம ஜம்பரைக் கழட்டறப்ப எறும்பின் தோலை உரித்துப் பார்க்க யானை வந்ததடான்னு பாடினா நமக்கு எப்படி இருக்கும்? நான் ஒரு பைசா கொடுக்க மாட்டேன். விரட்டி விட்டுடுவேன். சும்மா சொல்லேன். நேத்து என்ன பாட்டு?”

செண்பகத்தின் உடல் ஒரு வினோத குழைவை அடைகிறது.

"ம்ம்ம். சொல்லணுமா?" என்கிறாள். "சரி. சொல்தேன். யார்ட்டயும் சொல்லப்படாது இன்னா? தங்கத்தில் முகம் எடுத்து சந்தனத்தில் உடல் எடுத்து தேவதை போல் வந்திருக்கும் மலரோ!"

7
சிரஞ்சீவி

“எல்லோரும் வெறுக்கற மாதிரி ஒரு காரியத்தைப் பண்ணிட்டு கொஞ்ச நாள் இந்த இடத்தை விட்டு விலகி இருக்கணும்னு தோணுது” என்றார் அவர். “இந்த புகழ், வெளிச்சம், தித்திப்பு, இளிப்பு எல்லாமே ஆயாசமா இருக்கு.”

நான் சற்று திடுக்கிட்டேன். அறையில் அவரைச் சுற்றிலும் அன்று அவருக்கு கிடைத்த விருதின் அடையாளச் சின்னங்கள். சால்வைகள், வாழ்த்துப் பட்டயங்கள், மலர்க் கொத்துகள், இனிப்பு பெட்டிகள், உயர்தர மது போத்தல்கள்...

“வடக்கே சில நாத யோகிகள் அப்படி செய்வதுண்டுன்னு ஒரு புஸ்தகத்தில படிச்சிருக்கேன். யோகம் ஒரு மாதிரி தேஜஸைக் கொண்டுவரும். அதை நோக்கி சில வேண்டாத ஆண்களும் பெண்களும் ஈர்க்கப்படுவாங்க. அவங்களை விலக்கி வைக்க யோகிகள் வேணும்னே அருவெறுக்கிற மாதிரி சில விஷயங்களை பண்ணுவாங்க. மலத்தை அள்ளி உடல்ல பூசிப்பாங்க. தங்கள் சிறு நீரை தாங்களே குடிப்பாங்க.”

“என்னடே புஸ்தகம் அது?”

“*Kapalikas and kalamughas.* டேவிட் லோரென்சன்னு ஒரு வெள்ளைக்காரர் எழுதினது.”

“ம்ம்ம்” என்று படுத்துக்கொண்டார். “ஒரு தடவை நான் ஆசான்னு மதிக்கிற ஒருத்தர் வீட்டுக்கு போனேன். அவர் செத்துப் போயி நாளாச்சு. திடீர்னு அவர் எழுதினது ஒன்னைப் படிச்சிட்டு பஸ் பிடிச்சி அவர் ஊருக்குப் போனேன். அப்பல்லாம் இந்த கிறுக்கு உண்டு. அங்கே போனப்புறம்தான் தெரிஞ்சிது. அவரோட சம்சாரம் இன்னமும் உயிரோடதான் இருக்காங்க. இங்கே நமக்கு யாருக்கும் தெரியலை. ஊர்க்காரங்க ரெண்டு மூணு பேருக்கு மட்டும் தெரிஞ்சிருக்கு. ஒரு சிவன் கோவில் பக்கம் வீடு. வீடு அப்படியே பொளிஞ்சு தலை மேல விழறாப்ல இருக்கு. திண்ணைல அந்த அம்மா பூக்கட்டிட்டு உட்கார்ந்துட்டு

இருக்காங்க. நல்லா நைஞ்ச சேலை. உடம்பு. பதறிப் போயிட்டேன். அம்மா! உங்க புருஷனுக்கு மணிமண்டபம் கட்டணும்னு சட்டசபைல பேசிட்டிருக்காங்க. நீங்க இப்படி இடிஞ்ச வீட்ல இருக்கீங்களேன்னு கதறினேன்.. அவங்க அதுக்கென்ன பண்றதுன்னு சொல்றாங்க. இப்ப எனக்கென்ன குறைச்சல். முதியோர் பென்சன் வருது. ரேஷன் கார்டுல அரிசி கிடைக்குது. பூ கட்டறேன். அது போதும்னு சொல்றாங்க. நான் இல்லம்மா நான் போயி இதைப் பத்தி எழுதறேன்னு சொன்னேன். அவங்களுக்கு கோபம் வந்துடுச்சு. இத பாருங்க. அவர் உயிரோடிருக்கிற வரை எங்கேயும் தலை தாழ்த்திப் போனதில்லை. அவர் போனபிறகு அவர் பேரைச் சொல்லிட்டு நான் எங்கியாவது குனிஞ்சு நின்னா மன்னிக்கவே மாட்டா. இதை மாதிரி பேசிக்கிட்டு இங்கே இனிமே வராதீங்க!ங்கிறாங்க. நான் ஓடி வந்துட்டேன்.”

நான் பேசாமல் இருந்தேன்.

“ரொம்ப படுத்திக்கிறீங்கன்னு தோணுது சார்.”

“நீ துக்காராமோட அபங் எல்லாம் கேட்டிருக்கியா?”

“இல்லே சார்”

“கேட்கணும். அதுல ஒரு பாட்டு. தீர எவதேம் பந்துனின்னு தொடங்கும்... அதோட பொருள் இதான். உலகத்தை எல்லாம் படைத்து ரட்சிக்கும் கடவுள் உண்மையில் இருப்பது எள்ளின் முனையைவிடவும் சிறியதொரு வீட்டில்...”

“சார். தூங்குங்க”

“அடப்போய்யா. புதுமைப்பித்தன் ஒரு வரி எழுதியிருப்பான். நாம் நடந்து மடியும் இந்த உலகில்... னு. என்ன ஒரு வரி! நானும் நீயும் நடந்து கிடந்து குனிந்து இளித்து மடியும் இதே உலகில் ஒருத்தன் இது எதுவும் பண்ணாம செத்தும் சிரஞ்சீவியா இருக்கான்.”

❖❖❖

8
அறம்

அவள் உடைகள் ஒவ்வொன்றாய்க் களைந்தாள். ஆனால் எப்படியோ என் கண்களின் ஏமாற்றத்தைக் கண்டுபிடித்து விட்டாள். "நீங்கள் எதிர்பார்த்தது போல் இல்லை. அல்லவா?" என்றாள். பிறகு தன் கைப்பையைத் திறந்து சில புகைப்படங்களை எடுத்துக் காண்பித்தாள். "என் உடல் எப்போதும் இப்படி இல்லை" நான் அந்த புகைப்படங்களைப் பார்த்தேன். "உண்மைதான்" என்றேன். "இப்போது நான் என்ன செய்யவேண்டும்? திரும்பவும் உடைகளை அணிந்துகொள்ளவேண்டுமா?" நான் "வேண்டாம்" என்றேன். "உனக்கு சங்கடமாக இருந்தால் விளக்கை அணைத்து விடு."

அவள் விளக்கை அணைத்துவிட்டு என்னருகில் படுத்துக்கொண்டாள்.

நிலவொளி மட்டும் உள்ளே பாய்ந்துகொண்டிருந்தது. அதன் ஒளியில் அவள் உடல் எல்லா களங்கங்களும் நீங்கி பிரகாசித்தது. இப்படி நிலவொளி பெருக்கிக் கொடுத்த இன்பங்கள் எத்தனையோ? என்று தோன்றியது. அவள் ஏன் தான் அழகாய் இருந்த காலப் புகைப்பட ஆல்பத்தை எடுத்துக்கொண்டு சுற்றிக்கொண்டிருக்கிறாள்? அவளுக்குள் ஒரு வியாபார நேர்மை இருக்கிறது என்று தோன்றியது உன்னை நான் முற்றிலும் ஏமாற்றிவிடவில்லை என்று சொல்கிறாள். இந்த நேர்மை அரசாங்கங்களுக்கு கூட இல்லை என்று தோன்றியது. ஆனால் அவை அவளைப் போல் எந்த ஆல்பத்தை எடுத்துக் காண்பிக்க முடியும்? அவற்றுக்கு அழகான இறந்த காலம், அறம் சார்ந்த நிகழ்காலம் எதுவுமே கிடையாது. ஆகவேதான் எதிர்காலம் பற்றிய உறுதிமொழிகளை அள்ளி வழங்குகின்றன.

நான் அவளிடம் *"A thing of beauty is s joy forever"* என்றேன்.

9
திருத்தம்

ஆறு ஆறு விரல்கள். காலிலும் கையிலும். மற்றபடி வேறு குறை ஒன்றும் இல்லை. பார்வதி தேவிக்கு இருந்தது போல் மூன்று கொங்கைகளும் இருந்தால்? என்ற எண்ணம் வராமலும் இல்லை. இருந்தாலும் ஒரு அசவுகர்யம். அவ்வளவுதானே? உற்று நோக்கினால் தெரியும் ஒரு சிறிய சவுந்தரிய ஒச்சம். குறை. குறை கூட இல்லையே இது? கூடுதல்தானே? அவள் ஜீனோமில் ஏதோ ஒரு நிரலி அதிகப்படியாக சேர்த்த ஒரு புரதச் சங்கிலி. முடிந்தது என்று எழுதியவன் எழுதிய பின்பும் டைப்ரட்டர் நிறுத்த முடியாமல் எழுதித் துப்பிய ஒரு கூடுதல் காகிதம். பள்ளிக் கூடத்திலும் அவள் அப்படித்தானாம். "எக்ஸ்ட்ரா பேப்பர் வாங்காது நான் ஒரு பரீட்சை கூட எழுதியதில்லை" முதலிரவில் சொன்னாள். அவளுக்கு எல்லாமே எக்ஸ்ட்ராவாய் வேண்டும். ஒரு முறை உடல்சேர்க்கை முடிந்த பிறகும் அவள் தானே இன்பம் அனுபவித்துக்கொள்வதைப் பார்த்தேன். ஆனால் வாழ்க்கைப் பரீட்சையை முழுதாய் எழுதி முடிக்கவில்லை. புற்று நோய்.

அல்லது அப்படி நான் நினைத்தேன். அடக்கம் முடிந்த மூன்றாவது நாள் என் வீட்டில் என் படுக்கையில் அமர்ந்திருந்தாள்.

"இதைக் காண்பிக்க வந்தேன்" என்று தன் கைகளையும் கால்களையும் காண்பித்தாள்.

எல்லாவற்றிலும் சரியாக ஐந்து, ஐந்தே விரல்கள்.

10
காதலின் துயரம்

The sorrows of young werther. உலக இலக்கிய வரலாற்றில் எழுதப்பட்ட மிகச் சிறந்த காதல் கதைகளில் ஒன்று. தமிழில் எம் கோபாலகிருஷ்ணன் மொழிபெயர்ப்பில் 'காதலின் துயரம்' என்ற தலைப்பில் வந்திருக்கிறது. சார்லட் என்ற கிராமத்துப் பெண்ணிடம் மீள முடியாத ஒரு காதலில் விழுந்துவிடுகிற வெர்தர் என்கிற கலைஞனின் கதை. அவன் முதலில் அவளைப் பார்க்கும்போதே அவளுக்கு வேறு ஒருவருடன் நிச்சயமாகியிருக்கிறது. ஆனாலும் அவள் மீது காதல் கொள்வதை அவனால் தவிர்க்க முடிவதில்லை. சார்லட்டால் முதலில் அந்தக் காதலை ஏற்றுக்கொள்ள முடிவதில்லை. அவன் துயரத்துடன் நகரத்துக்குத் திரும்புகிறான். அங்கும் அவன் அன்னியனாய் உணர்கிறான் திரும்பவும் கிராமத்துக்குச் செல்லும்போது சார்லட்டுக்குத் திருமணம் ஆகியிருக்கிறது. நிலைமை இப்போது இன்னும் மோசமாகி விடுகிறது. இப்போது சார்லட்டுக்கு வெர்தரின் காதல் புரிகிறது. ஆனால் அவளால் இப்போது அந்த திருமணத்தை விட்டு வெளியேற முடியாது. இந்த முக்கோணத்தில் மூவரில் யாராவது ஒருவர் இறந்தால்தான் இந்த துயரம் முடிவுக்கு வரும் என்ற நிலையில் வெர்தர் தன் தலையில் துப்பாக்கியால் சுட்டுக்கொண்டு இறந்துபோகிறான்.

கதேயை ஒரே இரவில் ஜெர்மனியின் புகழ்பெற்ற எழுத்தாளனாக மாற்றிய புத்தகம் இது. அன்றைய சமூகத்தில் ஆழ்ந்த பாதிப்பை ஏற்படுத்திய புத்தகமும் கூட. நிறைய பேர் இந்தப் புத்தகத்தைப் படித்துவிட்டு வெர்தர் போலவே தற்கொலை பண்ணிக்கொண்டு இறந்து போனார்கள். பலரது உடல்களின் அருகே இந்த புத்தகம் இருந்தது. விளைவாக பல நாடுகள் இந்த புத்தகத்தைத் தடை செய்தன. ஒரு காதல் நாவலைக் கண்டு தேசங்கள் அஞ்சின!

காதலின் திளைப்பு ஒருபுறம் எனில் அதன் தாங்க முடியாத வேதனை இன்னொரு புறம். இரண்டிற்கும் உதாரணங்களை நான் கண்டிருக்கிறேன்.

அவர் பணியில் என் சீனியர். நான் கண்ட முதல் சீரியஸ் காசனோவா. அவருக்கு பெண்கள் விழுந்துகொண்டே இருந்தார்கள். இவ்வளவுக்கும் ஆள் அழகர் எல்லாம் இல்லை. கல்யாணமாகிக் குழந்தைகளும் உண்டு. சேர்ந்து குடிக்கும்போது அவ்வப்போது அவர் அப்போது தொடர்பில் இருக்கும் பெண்கள் பற்றி பெருமையாகப் பேசுவதுண்டு. அவர்கள் உருகி உருகி எழுதிய கடிதங்களை காண்பிப்பதுண்டு. எங்களுக்கு வியப்பாக இருக்கும். பொறாமையாகவும். ஆனால் எதுவும் சீரியசாக இல்லை. ஆறு மாதத்துக்கு ஒருமுறை கடிதம் எழுதும் பெண் மாறுவார். அவர் மனைவி அவ்வப்போது சண்டை பிடித்தாலும் பெரிதாக எதுவும் நிகழவில்லை.

ஆனால் ஏதோ ஒரு தருணத்தில் அவர் துயரம் ஆரம்பித்தது. அத்துயர் ஆரம்பித்த தருணமே அவர் வாழ்வின் உன்னத தருணமாகவும் இருந்திருக்கும் என்று இப்போது எனக்கு தோன்றுகிறது. வழக்கமான குறுகிய கால உறவு என்று அவரும் நாங்களும் அவர் மனைவியும் நினைத்த ஒரு பெண்மணியுடன் அவர் ஆழமாகக் காதலில் விழுந்துவிட்டார். அவளைப் பார்க்காமல் அவரால் ஒரு நாள் கூட இருக்க முடியவில்லை. பேசாமல் ஒரு மணி நேரம் கூட இருக்க முடியவில்லை. நோக்கியா அலைபேசி அப்போதுதான் பிரபலமாகத் தொடங்கியிருந்தது. அவளைச் சந்திக்க முடியாத தினங்களில் அவர் நிறைய குடிக்க ஆரம்பித்துவிட்டார். பழைய தொடர்புகள் எல்லாவற்றையும் விட்டுவிட்டார். முதலில் சீரியசாக எடுத்துக்கொள்ளாத அவர் மனைவி எச்சரிக்கை அடைந்துவிட்டார். அவரால் தன் கணவனின் காமத்தை, சபலத்தைப் புரிந்துகொள்ள முடிந்தது. ஆனால் இது அப்படியல்ல என்றும் புரிந்தது. நாங்கள் தலையிட்டு அந்தப் பெண்ணை விலக்கி வைக்கும்படி சொல்லக் கேட்டுக்கொள்ளப்பட்டோம். நண்பரிடம் பேசவே முடியவில்லை. ஆகவே அவர் காதலிக்கும் பெண் வீட்டுக்குப் போனோம். அங்கே நீண்ட நாட்களுக்குப் பிறகு வெளிநாட்டிலிருந்து வந்திருந்த அவர் கணவரும் இருந்தார். அவரும் இந்த விஷயத்தைக் கண்டுபிடித்திருந்தார். அவர் விரக்தியுடன் பேசினார். “நான் என்ன செய்ய முடியும்? சொல்லுங்கள். சர்ச்சுக்குப் போக முடியவில்லை. எல்லோருக்கும் தெரிந்திருக்கிறது. அடித்துப் பார்த்துவிட்டேன். அன்பாய்ச் சொல்லிப் பார்த்துவிட்டேன். ஒருமுறை விஷம் சாப்பிட்டுவிட்டாள்” என்றார். நாங்கள்

அந்தப் பெண்ணைப் பார்த்தோம். தலை குனிந்தபடி நாங்கள் சொல்வதைக் கேட்டுக்கொண்டிருந்தார். என் நண்பர் "இது கர்த்தரின் முன்னால் பெரும் பாவம் இல்லையா? இது உங்களை நரகத்துக்குள் ஆழ்த்தும் விஷயம் இல்லையா?" என்றார். அவர் "கர்த்தரே எல்லாவற்றையும் படைத்தவர் எனில் இந்த பிரியத்தை எங்கள் மனதில் உண்டாக்கியதும் கர்த்தரே!" என்றார். அவர் கணவர் "தேவடியா இவ தேவடியாத் தனத்துக்கு யாரைப் பழி சொல்றா பாருங்க" என்று எங்கள் கண் முன்னாலேயே எழுந்து அடித்தார். நாங்கள் வந்துவிட்டோம்.

திரும்பி வருகையில் எனக்கு அந்தப் பெண்ணின் உறுதி வியப்பளித்தது. அந்தக் காதலை அளிக்கத் தகுதியான நபரைத்தான் தேர்ந்தெடுத்திருக்கிறாரா என்றும் யோசித்துக் கொண்டே வந்தேன்.

அவர்கள் சந்திப்பதை தடுக்க முடியவில்லை. நண்பர் ஒரு வீடு கட்டிக்கொண்டிருந்தார். அதற்காக அந்தப் பெண் தன் நகைகளை எல்லாம் விற்றுக்கொடுத்தார் என்று கேள்விப்பட்டேன். எனக்கு அதுவும் புரியவில்லை. அந்த வீட்டில் யார் வாழப்போகிறார்கள்?! அவர் நகை கொண்டு கட்டிய அந்த வீட்டின் பால் காய்ச்சு விழாவுக்குப் போய் நண்பரின் மனைவி அவரை ஊர் பார்க்கச் செருப்பால் அடித்ததாகவும் கேள்விப்பட்டேன் எனக்கு எல்லாமே மடத்தனமாக தோன்றியது. இவ்வளவு வலி தருகிற ஒரு விஷயத்தை ஒருவர் ஏன் செய்யவேண்டும்? உலகில் வேறு மனிதர்களே இல்லாதது போல் இது என்ன முட்டாள்த்தனமான ஒரு வெறி? காதல் ஒரு அபாயகரமான விஷயமும் கூட என்று நான் உணர்ந்த முதல் சந்தர்ப்பம் அது.

இந்த விஷயம் நடந்த பிறகு நண்பர் இன்னும் தீவிரமாகக் குடிக்க ஆரம்பித்தார். குடும்பத்திடமிருந்து தனித்து வாழ ஆரம்பித்தார் ஒரு நாள் நடு ரோட்டில் மயங்கிவிழுந்து அவருக்கு ஹெபடைடிஸ் பி என்று கண்டுபிடித்தார்கள். சரியாகக் கையாளா விட்டால் உயிரைப் பறித்துவிடும் மிக அபாயகரமான மஞ்சள் காமாலை. குடும்பம் திரும்பிப் பார்க்கவில்லை. உடல் மிகவும் சீர்கெட்டது. ஒரு கட்டத்தில் அவரது காதலியும் அவரது கணவரும்தான் அவரைப் பார்த்துக்கொண்டார்கள். அவர் ரொம்ப கவலைக்கிடமாக இருப்பது தெரிந்ததும் அவரது மனைவி திரும்ப வந்து மருத்துவமனையில் சேர்த்தார். தனது

இறுதித் தருணங்களிலும் அவர் தன்னை காண வந்தவர்களிடம் எல்லாம் ஒரு பாட்டில் மதுவுக்கும் தனது காதலியுடன் பேசும் ஒரு போன்காலுக்கும் கெஞ்சிக் கொண்டிருந்தார் என்று சொன்னார்கள்.

நான் அவர் இறுதிச் சடங்குக்குச் செல்லவில்லை. "இது பாவம் எனில் இந்த பாவத்தை உண்டாக்கியவரும் கர்த்தரே!" என்ற அவர் காதலி சொன்னது, அதைச் சொல்லியபோது அவர் கண்ணில் தெரிந்த ஒரு அசாதாரண ஒளி எல்லாமே என் இளம்மனதில் ஒரு அச்சத்தை உருவாக்கியிருந்தது.

இருந்தாலும் அவரைக் காணச் செல்லாதது குறித்து எனக்குள் ஒரு குற்ற உணர்வும் இருந்தது

11
மீனாட்சி

SLB மைதானத்தில் ஒரு ஹெலிகாப்டர் இறங்கும் மேடை போல் ஒரு பகுதி உண்டு. அதன் மீது ஏற படிகளும் உண்டு. மகாராணி சேது லட்சுமி பாய் காலத்தில் ஹெலிகாப்டர்கள் புழக்கத்தில் இருந்தனவா அவள் எதற்காக அதைக் கட்டினாள் என்பதெல்லாம் தெரியவில்லை. நான் ஓரிரவு அதன் மீது ஒரு பறக்கும் தட்டு இறங்கி வெகு நேரம் எதற்கோ காத்திருப்பது போல் கனவு கண்டேன். பிறகு அதன் கதவு திறந்து ஒரு பெண் வெளியே வந்து மேடையின் மீது சப்பணமிட்டு அமர்ந்தாள். மனிதப் பெண் போலதான் தெரிந்தாள். ஆனால் வேறு காலத்தைச் சேர்ந்த பெண். நிறைய ஆபரணங்களுடன் நீண்டு பரந்த கண்களுடன்.

மறு நாள் காலை நடையில் அதன் மீது ஏறி பார்த்தேன். நெடுங்காலமாக செதுக்காத புற்கள். இரவு பெய்திருந்த மழையில் இன்னும் உற்சாகமாக வளர்ந்திருந்தன. நண்பரிடம் கனவு பற்றிச் சொன்னேன். "நேற்று என்ன புத்தகம் படித்தீர்கள்?" என்றார். "குமரித் துறைவி மற்றும் தேவியின் திருப்பணியாளர்கள்" என்றேன். அவர் "அதான்" என்றார். "என்றாவது நீங்கள் படிக்கிற புத்தகத்துக்குள் தொலைந்து போய்விடப்போகிறீர்கள்" என்றார். "எல்லா வாசகர்களின் உச்சகட்ட கனவும் அதுதான்" என்றேன் நான்.

பிறகு ஆரிய பவனில் காபி குடிக்கப் போனோம். சர்வர் "சட்டையில எதோ பூச்சி" என்றார். நான் குனிந்து பார்த்தேன். சிறிய ரேடியம் பச்சை நிறத்தில் ஒரு ஒளிரும் பூச்சி. நான் பார்த்ததும் அது நிதானமாக எழுந்து பறந்து ஹோட்டலை விட்டு வெளியே போனது.

நண்பர் "என்ன அது?" என்றார்.

நான் "மீனாட்சி" என்றேன்.

12

காளியும் கிறித்துவும்

நேற்று குலசேகரப்பட்டிணம் போனேன். அம்மாவுக்கும் அதைவிட பெரியம்மாவுக்கும் குலசேகரப்பட்டிணம் முத்தாரம்மனிடம் ரொம்ப இஷ்டம். பத்து நாள் விரதமிருந்து போவார்கள். பெரியம்மாவுக்கு எவ்வளவு விரதம் இருந்தாலும் 'ஆத்தா வாய்ப் பூட்டு திறக்க மாட்டேங்கிறா' என்ற குறை இருந்தது. பூட்டு திறப்பு என்பது அவள் இறங்கி நம்மிடம் வருவது அல்லது நாம் ஏறி அவளிடம் போவது. இரண்டு வழிகளும் உண்டு. பாதையெங்கும் காளி போல் ஜடாயு போல் அனுமார் போல் முனிவர் போல் வேஷமிட்டுக் கொண்டிருந்தவர்கள். பத்து நாள் அந்த வேஷத்திலேயே இருப்பார்கள். கபட வேட தாரிகளும் உண்டு. குலசேகர பட்டிணத்தில் நாங்கள் கண்ட காளி வேடம் போட்டுக்கொண்டு வெறியும் மூர்ச்சையும் மாறி மாறி வந்துகொண்டிருந்தவர் போலும் உண்டு. நடந்து போய்க்கொண்டிருந்த என்னை ஒரு ஹூங்காரத்துடன் தள்ளிக்கொண்டு தாண்டிப் போனார். கலைந்து கலைந்து விழும் அவர் ஆடையையும் கூந்தல் சரத்தையும் சரி பண்ணியபடியே வேகமாக பின்னாலேயே போகும் ஒரு சிறிய கூட்டம். அதில் குல்லா போட்ட சில இஸ்லாமியச் சிறுவர்களும் உண்டு. கொரொனா கட்டுப்பாடுகளால் கூட்டம் கொஞ்சம் குறைவுதான். இருந்தாலும் நான் உள்ளே செல்லவில்லை. சக எழுத்தாளர் ஒருவர் குலசேகர பட்டிணம் பற்றி சொல்லியிருந்த ஒரு அனுபவம் காரணம். சட்டென்று ஊதினால் பூட்டு திறந்துவிடுகிற என் மனம் குறித்த அச்சமொரு காரணம். அருகிலேயே மணப்பாடு. நேர் எதிராக அமைதியான கடற்கரை. சற்றே துக்ககரமான அமைதி. குன்றின் மேலிருக்கும் சர்ச்சில் சிலுவையில் தொங்கும் பெரிய ஏசு. அருகிலேயே அவர் மரித்தபிறகு அவரைக் கிடத்தியிருப்பது போன்ற இன்னொரு சிலா ரூபம். இடது பக்கம் மேரி அவர் உடலை மடியில் கிடத்தியிருக்கும் சிலை... எதிரே 'கண்ணு திறந்து பார்க்கணும் மரியே!' என்று புலம்பும் கண்ணு தெரியாத கிழவி. நான் கவனித்தேன். காளி வேடம் போட்டிருப்பவர்களில் பெரும்பாலும் ஆண்கள்தான். ஒரு பெண் கடவுள் ஆண் உடலில்

இறங்குகிறது. அது இயங்கும்போது ஆணுடலின் ஒவ்வொரு பூட்டாக உடைத்தெறிந்துகொண்டு ஆங்காரத்துடன் முன்னேறிச் செல்கிறது. என்னுடைய 'ஆடியில் கரைந்த மனிதன்' கதையில் கிறித்துவும் காளியும் சந்திக்கிற காட்சி ஒன்றை எழுதியிருக்கிறேன். காளியின் கோர ரூபம் கண்டு கிறித்து திடுக்கிட்டு "இஸிஸ்! நீ இங்கும் வந்து விட்டாயா?" என்கிறார். அவள் அட்டகாசமாய்ச் சிரித்து "என் ரத்தம் உம்மைச் சுத்தப்படுத்தும்" என்றபடி தன் தலையை வெட்டி பீறிடும் ரத்தத்தை ஒரு கிண்ணத்தில் பிடித்து அவரிடம் தருகிறாள்.

௧௩

ஒளியின் நிழல்

நான் எழும்போது நன்றாக இருட்டிவிட்டிருந்தது. ச்சே! என்று எழுந்தேன். விளக்கேற்றும் நேரத்தில் தூங்குவது அச்சானியம் என்று சிறுவயதிலிருந்தே ஆச்சியும் அம்மையும் சொல்லிச் சொல்லி அதன் மேல் ஒரு அசூயை எப்போதும் உள்ளில் உண்டு. மிகுந்த உடல் சரியில்லாத தினங்களில் கூட சந்தியையில் உறங்குவதில்லை. இவ்வாறு தோன்றியபோதே எல்லாம் மனப்பழக்கம்தான் என்றும் தோன்றியது. *conditioning.*

பாருகுட்டியைக் காணவில்லை. அறையில் எப்போதுமிருக்கும் அவளது உடல் மணமும் முல்லைப்பூவின் மணமும் இணங்கியதொரு மணம் தவிர சாம்பிராணி மணமும் ஏலக்காய் மணமும் புதிதாய் இருந்தது. ஏலக்காய்?

நான் எழுந்து வீட்டின் வெளியே வந்தவன் திகைத்து நின்றுவிட்டேன். முற்றத்தின் நடுவில் பாருகுட்டி நிலைவிளக்கை நிறுத்தி வைத்து சுற்றிலும் சிறிய அகல் விளக்குகளை ஏற்றிவைத்துக்கொண்டிருந்தாள். அவை அவளைச் சுற்றிலும் ஒளி மிகுந்த முகம் கொண்ட குழந்தைகள் போல சூழ்ந்து நின்று மெலிதாக ஆடிக்கொண்டிருந்தன. அவை கிணுகிணுத்துச் சிரிப்பது கூட எனக்குக் கேட்டது. ஒளியின் இசை. பாருகுட்டி அணிந்திருந்த சந்தன நிறக் கசவின் மேல் அவற்றின் பொன்னொளி படர்ந்து அவள் முகம் காணவேக்கண் கூசும் ஒரு கண்ணாடி போலிருந்தது.

அவள் என்னைப் பார்த்ததும் நிமிர்ந்து “ஆ… விப்ளவதாரி எணிச்சோ… இன்னு கார்த்திகை மாஷே” என்றாள். அவள் ஒருமுறை என்னை சேட்டா என்பாள்,இன்னொரு முறை அனியா என்பாள். இன்னொரு முறை மாஷே என்பாள். ஒவ்வொரு விளிக்கும் வெவ்வேறு அர்த்தங்கள், பொருத்தப்பாடுகள் உண்டு. இன்று ஏனோ நானொரு மாஷே. ஏனென்று மெதுவாய்த் தெரியும்.

அவள் “வா வந்து நீ ஒரு தீபம் ஏத்து” என்றாள். நான் அசையாது நிலைப்படியில் அப்படியே நின்றேன்.

"கார்த்திகை என்னோட அச்சனைக் குறிச்ச ஓர்மைகளில் ஏற்றவும் சந்தோஷமாய பிரியப்பட்ட ஓர்மை அச்சனோட சேர்ந்து தீபம் ஏத்தினதா" என்றாள்.

எனக்கு அன்று ஏனோ அவளுடைய நெகிழ்வில் ஒரு கலப்பு இல்லாமல் இருந்தது. லேசாக இருந்துகொண்டே இருந்த தலைவலி ஒரு காரணமாக இருக்கலாம்.

"அச்சன் மரிக்கும்போது பறஞ்ச ஒரு வார்த்தை... நீ எப்போ கார்த்திகை தீபம் ஏத்தினாலும் ஞான் வரும் குட்டி."

நான் "நீ ஓவரா செண்டி ஆகாத பாரு" என்றேன்.

அவள் சிரித்து "இல்லா" என்றாள். "நீ இப்போ ஒரு புத்திஜீவியல்லே. உனக்கு இதெல்லாம் ஒரு குட்டிக்களி மாத்ரம். அல்லே?" என்றவள் "செண்டிமெண்ட் வேண்டா. நான் ரூமில நினக்கு குறைச்சி தெரளியப்பம் பண்ணி வச்சிருந்து. கழிச்சோ?" என்றாள்.

ஓ அந்த ஏலக்காய் மணம்...

நான் அவளை இன்னும் லேசாகச் சீண்டும் நோக்கில் "அப்போ ஒவ்வொரு கார்த்திகைக்கும் அரூபமாய் நிண்ட அச்சன் வரும். அல்லே?"என்றென். "இன்னு வந்தோ?"

அவள் விளக்கிலிருந்து கண் எடுக்காமல் "வந்து" என்றாள். "இன்னும் வந்து" என்றாள். "ரூபமாயே நேரில் வந்து" என்றாள். பிறகு சட்டென்று கோபம் கொண்டது போல எழுந்தாள்.

"எடா உனக்கு ஓர்மை இல்லாது காணும். நீ இப்போ இதெல்லாம் ஷ்ரத்திக்குன்ன ஆளாய் இல்லாது போயல்லே. பக்ஷே எனக்கு ஓர்மை உண்டு. நான் நின்னைக் கண்டது இதைப் போலவொரு கார்த்திகை திவசத்திலா." என்றாள். பிறகு மெல்ல நடந்து விலகி நின்று அவளது தீபவரிசையைப் பார்த்தாள். ஒரு ஆழ்ந்த பெருமூச்சு.

பிறகு முணுமுணுத்தாள். "தெய்வம் என்று தான் உணராததொரு மூடதெய்வம். இது எங்கனே?"

❖❖❖

14
சக்திப் பொருத்தம்

"நீ ரொம்ப பெருத்து விட்டாய்" என்றது பெண் அணில்.

ஆண் அணில் அதைக் கேட்காதது போல் ஏதோ பாட்டை முனகிக் கொண்டிருந்தது.

"என்ன பாட்டு அது? நம்மவர்கள் பாடுவது போல் தெரியவில்லையே?"

"இது தினமும் எங்களுக்கு மாடியில் தானியம் போடுகிற பெண்மணி நேற்று பாடியது."

"தினமும் காலையில் அவள் கையால் சாப்பிட்டு சாப்பிட்டுதான் இப்படி நீ குண்டாகிவிட்டாயா? இப்படியே போனால் நம்மிருவருக்கும் இந்த மரப்பொந்து போதாது."

ஆண் அணில் அவள் பேசுவதைக் கேட்பதாகவே தெரியவில்லை.

"அவள் சில நாட்களாகவே சோகமாக இருக்கிறாள்."

"நீ இந்த சோம்பேறித் தீனியை விட்டுவிட்டு பழையபடி பல்வேறு இடங்களுக்குப் போய் உணவு தேடினால் என்ன?"

ஆண் அணில் முதல்முறையாக அவள் பேசுவதைக் கேட்பது போல் "பெண்களுக்கு உரிய பொறாமை" என்றது. பிறகு மீண்டும் அந்தப் பாட்டை முணுமுணுக்க ஆரம்பித்துவிட்டது.

"அவளை அவ்வப்போது ஒரு ஆண் பார்க்க வருவான். அவர்களுக்குள் ஏதோ சண்டை போல. அவன் கொஞ்ச நாளாய் வருவதில்லை."

"அதுதான் துணைக்கு நீ போகிறாயே?"

ஆண் அணில் பெருமூச்சு விட்டது.

"இது சக்தியின் லீலை. அவள் உள்ளத்திலே பாடுகிறாள். அது குழலின் துளையிலே கேட்கிறது."

"என்ன உளறுகிறாய்?"

"நேற்று அவள் சொல்லிக்கொண்டிருந்தது இது" என்றது அணில். "பாரதியார் பாடியதாம்" என்றது. "பொருந்தாத பொருள்களைப் பொருத்திவைத்து

அதிலே இசையுண்டாக்குதல் - சக்தி"

❖❖❖

15

"நீங்க எதுக்கும் உங்க கால்வலிக்கு ஒரு ருமாடலஜிஸ்ட்டைப் பார்த்துடுங்க. மத்த மருந்தெல்லாம் எடுத்துப் பார்த்தாச்சே. கொஞ்சம் ***inflammation markers***எல்லாம் கூட இருக்கு."

"யாரைப் பார்க்க?"

"நாகர்கோவில்ல இப்போ ஒரே ஒரு ருமாடலஜிஸ்ட்தான் இருக்கார். கிருஷ்ணன் குட்டி சார். எழுதித் தாரேன்"

நான் கிருஷ்ணன் குட்டி என்கிற அந்தப் பெயரையே அது கொண்டுவந்த அதே பெயர் கொண்ட நண்பரின் நினைவுகளையே நினைத்துக்கொண்டிருந்தேன்.

நாகர்கோவிலில் எந்த ரோகத்துக்கு எந்த டாக்டர் கொள்ளாம் என்று முன்பெல்லாம் அவரிடம்தான் கேட்பேன். அவருக்கு எல்லா நோய்களுடனும் அதன் மருத்துவர்களுடனும் பரிச்சயம் இருந்தது. அவர் சொன்னால் வரிசையில் முன்னால் அழைப்பது கூட உண்டு.

கால் சற்றே நொண்டி நொண்டி நடப்பார். தமிழக கேரள அரசியல் பற்றித் துல்லியமான கணிப்பு உண்டு. அவருக்கு என்னவெல்லாம் தெரிந்திருக்கும் என்றே யூகிக்க முடியாது. அரசு வேலையில் ரொம்பக் கீழே மஸ்தூராக இருந்து மேலே வந்தவர். திடீரென்று டீக்கடையில் ஒலிக்கும் பாடல் இந்த ராகம் என்பார். மலையாள இலக்கியத்திலிருந்து ஒரு வரியைச் சொல்வார். ஆனால் எதையுமே தொடர மாட்டார். மனைவி இவருடன் பிணக்கு கொண்டு திருவனந்தபுரத்தில் தனியாக இருந்தார். அவர் கேரளத்தில் பெரிய அதிகாரி. இவரை டாக்டர் என்று பொய் சொல்லித் தரகர் கட்டி வைத்துவிட்டார் போல. அந்தக் காலத்தில் இதெல்லாம் சாத்தியம். இவர் நான் அப்படிச் சொல்லவில்லை என்பார். மனைவி கடைசிவரை நம்பவே இல்லை.

இருதயத் தாக்குதல் வந்தபோது சென்னைக்குத் தனியே போய் பை பாஸ் பண்ணிக்கொண்டு வந்தவர், வந்து என்னிடம் "சிகரெட்டை விட்டுடுங்க பாஸ்" என்று மட்டும் சொன்னார்.

கொரொனா முதல் அலையில் இறந்து போய்விட்டார். இறக்கும்போது அருகில் யாரும் இல்லை என்றார்கள். எங்களுக்கே ஒரு வாரம் கழித்துதான் தெரிந்தது.

அவர் இதுவரை தன் பெயரிலேயே இருந்த ஒரு டாக்டர் பற்றி ஏன் என்னிடம் சொன்னதில்லை என்று ஆச்சரியமாக இருந்தது.

நான் டாக்டர் கிருஷ்ணன் குட்டியைப் பார்க்கப் போனேன். அவர் நிறைய மாத்திரைகள் எழுதித் தந்தார். அதை வாங்கிக்கொண்டு பில் போடும்போதுதான் நினைவு வந்தது.

அன்றுதான் எனது நண்பர் கிருஷ்ணன் குட்டி இறந்த நாள்.

நான் மாத்திரை வாங்காமல் வந்துவிட்டேன்.

ஏனோ அதன்பின்பு அந்த மூட்டுவலியும் திரும்ப வரவில்லை.

❖❖❖

16

அழைப்பு

“சாவித்ரீ! நான் இந்த ஜலம் வைக்ற கொண்டியை மறந்து வச்சிட்டு வந்துட்டேன். கொஞ்சம் அலசி எடுத்துண்டு வந்துடேன்.”

சாவித்திரி மாமி கிணற்றடியில் கிடந்த அதைக் கழுவி எடுத்துப் போய்க் கொடுத்தாள்.

சற்று நேரம் கழித்து “சாவித்ரீ! இந்த விபூதி சம்படம் அங்கிருக்கா?”

அது ஹாலில் இருந்தது. யாரோ அவரிடம் பள்ளியில் படித்து நன்றானவர் தன் பிள்ளையை ஆசீர்வாதத்துக்கு கூட்டி வந்தபோது பூச எடுத்து அங்கேயே கிடந்தது.

அவள் அதையும் எடுத்துப் போய்க்கொடுத்தாள். இவர் எப்படி பள்ளி வாத்தியாராய் இருந்தார் என்று நினைத்துக்கொண்டாள்.

“பூசைக்கு உக்காறச்சயே எது எது வேணும்னு எடுத்துண்டு உக்கார்றதில்லையா?”

“என்ன பண்றது? மறந்து போயிடறதே!”

சும்மாச் சும்மா தன்னை அடுக்களை உள்ளிலிருந்து அழைப்பதற்கு கோபித்துக் கொள்ள வேண்டுமா இல்லை ஒரு நாள் கூட இதெல்லாம் முன்கூட்டியே பார்த்து எடுத்து வச்சா என்ன என்று கடிந்துகொண்டதில்லை என்பதற்காக சந்தோஷப்படவேண்டுமா என்று அவளுக்குப் புரிந்ததில்லை. அன்றன்றைய மனப்போக்குக்கு ஏற்ப நடந்துகொள்வாள். சில நாட்களில் அவரே எதையும் மறக்காமல் எடுத்துக்கொண்டு போய்விடுவதும் உண்டு. அன்றெல்லாம் மனதுக்கு ஒரு மாதிரி இருக்கும். “எதாவது கோபமா?” என்று கேட்டிருக்கிறாள்.

“சாவித்ரீ!”

“தெரியும் . புஷ்பம்”சாவித்திரி மாமி குடலையில் காலை பறித்து வைத்திருந்த நந்தியாவட்டை புஷ்பங்களைப் புன்னகையுடன் எடுத்துக்கொண்டு போனாள்.

அங்கே பூஜை முறியில் அவர் வினோதமாகச் சாய்ந்து கிடந்தார். விளக்கு வெளிச்சம் படபடவென்று அவர் முகத்தில் துடித்துக்கொண்டிருந்தது.

சாவித்திரி பதறி "என்னண்ணா என்னாச்சு?" என்று அவர் சிரசைத் தூக்கி மடியில் வைத்தாள். அவரால் கண்களைத் திறக்க முடியவில்லை.

"ஒரு ஷணம்" என்றார். "ஒரு ஷண தாமதத்திலே உனக்குப் பதிலா அவன் வந்துட்டான்."

மாமி "என்னண்ணா? யாரு வந்துட்டா?"

அவர் பெருமூச்சுடன் சிரமப்பட்டுச் சொன்னார்.

"ஒன்னுமில்லே. ஸ்கூல்ல மணி அடிக்கிறவன்."

அதன் பிறகு அவர் எதுவும் பேசவில்லை.

17
Do Androids dream of electric sleep?

"தூக்க மாத்திரை போட்டால்தான் தூக்கம் வருகிறது ஸ்வாமி" என்றேன் நான்.

அவர் "ம்ம்ம்" என்றார். நாங்கள் இருவரும் மலையைச் சுற்றியுள்ள சுற்றுச்சாலையில் நடந்துகொண்டிருந்தோம். கவுபீனம் மட்டுமே அணிந்திருந்த ஒருவருடன் வீதியில் நடந்துபோவது சற்று சங்கடமாக இருந்தது. பிறகு கொஞ்ச நேரத்திலேயே என் மனம் அதற்குப் பழகிவிட்டது என்று அறிந்தேன்.

"சில நேரங்களில் தூக்க மாத்திரை போட்டும் வருவதில்லை."

அவர் "ம்ம்" என்றார்

"ஒரு மனிதனுக்குத் தூக்கம் கட்டாயம் தேவை என்கிறது அறிவியல்" என்றேன் நான். அவர் தூங்குவதே இல்லை என்று கேள்விப்பட்டிருந்தேன். அவரை நான் தேடி வந்ததற்கு அதுவொரு முக்கியக் காரணம்.

அவர் "அப்படியா?" என்றார்.

"தூக்கத்தில்தான் நம் மூளை தன்னை பழுது பார்த்துக்கொள்கிறது என்கிறார்கள்."

அவர் "ஓ" என்றார்.

"ஆனால் நான் இயற்கையான தூக்கத்தை விரும்புகிறேன்" என்றேன்.

அவர் "சரிதான்" என்றார்.

"ஏனெனில் மாத்திரைகள் போட்டு வருகின்ற தூக்கத்தில் கனவுகள் வருவதில்லை. அது அனஸ்தீஷியா போலதான். உண்மையில் கனவுகள் ஏற்படும் REM வகை உறக்கம்தான் மூளை தன்னை பழுதுபார்க்கும் உறக்கம் என்கிறார்கள்."

அவர் "ஆக தூக்கம் மட்டுமல்ல கனவும் காணவேண்டும்" என்றார்.

நான் “ஆமாம்” என்றேன் தளர்வுடன். ஒரு சாமியாரிடம் வந்து அறிவியல் பேசிக்கொண்டிருக்கிறேனே! என்று தோன்றியது.

எங்களைத் தாண்டி ஒரு லாரி புழுதியை வாரி வீசியபடி சென்றது.

அவர் “மஷின்கள் கனவு காணுமா?” என்றார் திடீரென்று. நான் “அதெப்படி? அவற்றுக்கு உயிர் இல்லையே?” என்றேன்.

“அவை இயங்குகின்றனவே?”

“அது நாம் கொடுக்கிற ஆற்றலால்.”

“சரிதான்” என்றார். “நாம் ஆற்றல் கொடுக்காத போது அவை என்ன செய்கின்றன? உறங்குகின்றனவா?”

நான் சற்றே தயங்கி “உயிருள்ளவைதான் தூங்கவும் முடியும். ஆகவே அவை... அவை... சும்மா இருக்கின்றன.”

“ம்ம். ஒரு பழுதுபட்ட இயந்திரம் ஆற்றல் கொடுத்தாலும் வேலை செய்யாது. இல்லையா?”

“ஆமாம்.”

“ஒரு நல்ல இயந்திரம் சும்மா இருந்தாலும் அதன் சும்மா இருத்தலும் பழுதுபட்ட இயந்திரத்தின் சும்மா இருத்தலும் வேறு வேறு இல்லையா?”

நான் சற்றே குழம்பி “ஆமாம்” என்றேன்.

“அதாவது ஒன்று உறங்குகிறது மற்றது இறந்துவிட்டது என்று நீங்கள் ஒரு கவி என்பதால் ஒரு உருவகமாய்ச் சொல்லலமா?”

நான் “புரியவில்லை” என்றேன் ஆச்சரியமாக. நான் ஒரு கவிஞன் என்று அவரிடம் சொல்லியிருக்கவில்லை.

“அதே போல் ஒரு இயந்திரம் உயிரோடிருக்கிறது அவ்வப்போது உறங்குகிறது விழித்துக்கொள்கிறது இன்னொன்று இறந்துவிட்டது என்று சொல்லலாமா? உருவகமாகதான்.”

எனக்குள் ஒரு விநோதமான உணர்ச்சி ஏற்பட்டது. ஏதோ விலைமதிப்பற்ற ஒரு உயரிய பரிசை அவர் எனக்கு அளிக்கிறார் என்றும் அது என்ன பரிசு அதன் மதிப்பு என்னவென்று எனக்குப் புரியாதது போலவும் ஒரு தத்தளிப்பு ஏற்பட்டது.

அப்போது நாங்கள் ஒரு பாறை மேல் அமர்ந்திருந்தோம். சூரியன் வேகமாகக் கீழிறங்கிக்கொண்டிருந்தது. எதிரே மேய்ந்துகொண்டிருந்த ஒரு மயில் சட்டென்று முழுத்தோகையையும் விரித்து ஆடியது.

நான் ஒரு ஆழ்ந்த பெருமூச்சு என்னிலிருந்து விடுபட்டு வெளியேறுவதைப் பார்த்தேன்.

அவர் சிரித்தார்.

"சும்மா எதுக்கு மூளையைக் குழப்பிக்கிட்டு! ஆட்டத்தைப் பார்ப்போமே!" என்றார். நாங்கள் இருவரும் மவுனமாகி மயிலின் ஆட்டத்தைப் பார்த்தோம். அது கணக்கிட முடியாத நேரத்துக்கு ஆடியது. கணிக்க முடியாத ஒரு கணத்தில் சட்டென்று நிறுத்திவிட்டது.

அவர் இப்போது ஆழமாகவும் ரகசியம் போலவும் ஆகிவிட்ட ஒரு குரலில் சொன்னார்.

"அது ஆடுகிறது.

ஆடுவது எதனுள்?

அதனுள்தான்.

ஆடி அடங்குகிறது.

அடங்குவது எதனுள்?

அதுவும் அதனுள்தான்" என்றார்.

பிறகு பெருமூச்சுடன் "ஆம்!" என்றார்.

எனக்கு அவர் அன்று என்ன சொன்னார் என்று இன்றுவரை புரியவே இல்லை. அவர் சொன்னதில் நிறையத் தர்க்கத் தாவல்கள், மீறல்கள் இருந்தன என்று பட்டது. வேண்டுமென்றே என்னைக் குழப்பினார் என்றுகூட பட்டது. ஆனால் எனக்குள் இருந்த ஏதோ ஒன்றுக்கு அவர் பதிலளித்துவிட்டார் என்பது நிச்சயம். அதன்பின்பு ஒருபோதும் எனக்குத் தூக்கமாத்திரைகள் தேவைப்படவில்லை.

❖❖❖

18

குழந்தையும் தெய்வமும்

“என் பிள்ளைகளிடம் எதிர்காலம் குறித்துப் பேசவேண்டிய சூழல் வரும்போதெல்லாம் நான் தளர்ந்துவிடுகிறேன்” என்றார் அவர்.

“நான் என் வாழ்வில் பெரிய வெற்றி எதையும் பெறவில்லை. அது எனக்குத் தேவையில்லை என்று கூட நினைத்தேன். ஆனால் என் பிள்ளைகளுக்கு அது தேவைப்படுகிறது என்று உணர்ந்தபோது காலம் கடந்துவிட்டிருந்தது. நான் அவர்களுக்காகவாவது என் வாழ்க்கையில் கொஞ்சம் சிரத்தை காண்பித்திருக்க வேண்டும்.”

“உலகின் மகத்தான தனி நபர்த் தியாகங்களும் அநீதிகளும் தங்கள் குழந்தைகளுக்காக மனிதர்கள் செய்தவை” என்றேன் நான்.

“அநீதிகள்?” என்றார் அவர். “ஒருவர் தன் குழந்தைகளுக்காக செய்யும் எதுவும் அநீதி அல்ல.”

நான் மவுனமாய் இருந்தேன்.

அவர் கண்கள் பளபளத்தன

“என் குழந்தைகள் தங்கள் துயரங்களை என்னிடமிருந்து மறைத்துக் கொள்கிறார்கள் சங்கர்!” என்றார். “நான் வருத்தப்படுவேன் என்று என்னிடமிருந்து மறைத்துக்கொள்கிறார்கள்!” என்றவர் கண்களைத் துடைத்துக்கொண்டார். “நீங்கள் இதை நம்ப மாட்டீர்கள். இளமையில் நான் நிறைய உபாசனைகள், மந்திர ஜபங்கள் போன்றவை செய்துகொண்டிருந்தேன். திடீரென்று எனக்கு மருத்துவர்களால் விளக்க முடியாத ஒரு நோய் வந்து முடக்கிப் போட்டுவிட்டது. ஒரு மூன்று வருடம். ஒரே படுக்கையில் விட்டத்தைப் பார்த்துக்கொண்டு கிடந்தேன். படுக்கையில் ஒரு நிலையில் கிடக்கவும் முடியாத மரண வேதனை. நான் என் உபாசனை தெய்வத்தை மந்திரத்தால் ஆத்திரத்துடன் கூவிக் கூவி அழைப்பேன். ஒரு நாள் நள்ளிரவு என் வேதனையும் மந்திர உச்சாடனமும் உச்சமான போது என்னருகில் ஒரு அழுகுரலைக் கேட்டேன். என் உபாசனா தெய்வம்தான் அது.

அது என்னருகில் நின்றுகொண்டு அழுதுகொண்டிருந்தது. 'என்னால் உனக்கு உதவ முடியவில்லை. அதற்கு எனக்குச் சக்தி இல்லை! என்னை மன்னித்துவிடு!' என்று திரும்பத் திரும்பச் சொல்லிக்கொண்டிருந்தது. நான் ஒரு திகைப்புக்குப் பிறகு அதைத் தேற்றினேன். அதன்பிறகு அதை நான் அழைப்பதில்லை. தெய்வத்துக்கு ஆறுதல் சொல்லும் பக்தன்! நம்ப முடியவில்லை அல்லவா?"

"நம்புகிறேன்" என்றேன் நான் "நான் மிகச்சிறிய குழந்தைகள் கூட இதைச் செய்வதைப் பார்த்திருக்கிறேன்."

அவர் சிறிய ஆச்சரியத்துடன் "அப்படியா?" என்றார். "எங்கு?"

"மருத்துவ மனைகளில்" என்றேன்.

"மருத்துவ மனைகளில் உயிருக்குப் போராடிக்கொண்டிருக்கும் குழந்தைகள் ஏதோ ஒரு கட்டத்தில் பெற்றோரைத் தேற்றுகிற குழந்தைகளாய் மாறிவிடுவதைப் பார்த்திருக்கிறேன்" என்றேன் "பெரும்பாலும் இறுதிக்கட்டத்தில்."

நாங்கள் கொஞ்ச நேரம் பேசாமல் இருந்தோம். "வருகிறேன்" என்று எழுந்து நடந்தேன்.

வீட்டுக்கு வந்து கதவை எவ்வளவு மெதுவாகத் திறந்தபோதும் அப்பா விழித்துக்கொண்டு விட்டார்.

"என்னடா வந்துட்டியா?" என்றார். சீரோ வாட்ஸ் ஒளியிலேயே என் அசைவுகளைப் படித்து "என்னாச்சு. ஏன் ஒருமாதிரி இருக்கே?"

"ஒன்னுமில்லேப்பா" என்றேன். "நீ ஏன் தூங்காம இருக்கே? மாத்திரை போட்டுக்கலியா?"

"நீ வந்தப்புறம் போட்டுக்கலாம்னு இருந்தேன். நீ காலைலேயே ஆஸ்பத்திரிக்கு அவசரமாப் புறப்பட்டுப் போனியே. என்னாச்சி. அந்தக் குழந்தைக்கு உடம்பு இப்போ எப்படியிருக்கு?"

"பரவாயில்லே" என்று பொய் சொன்னேன் எல்லா குழந்தைகளையும் போல.

❖❖❖

19
கயிற்றரவம்

எனக்கு நண்பர்களே இல்லை. அதற்காக ஒரே ஒரு ஆழ்ந்த நட்புக்காக நான் முயற்சிக்காமல் இல்லை. அப்படிப்பட்ட ஒரு உறவுக்காக நான் ஏங்காமல் இருந்த நாளே இல்லை,நினைவு தெரிந்த நாள் முதல் என்னால் எங்கேயும் என்னை பொருத்திப் போக முடியவில்லை. மூன்று பேர் சிரித்துப் பேசிக்கொண்டிருந்தால் நான் போன உடன் மவுனமாகிவிடுவார்கள். மவுனம் கனத்து மூச்சுத் திணறி நீ போகிறாயா அல்லது நாங்கள் போகட்டுமா? என்பது போல் ஒரு பார்வை என் மேல் விழும். தயவு செய்து போய்விடேன் என்று கண்கள் கெஞ்சும். பெரும்பாலும் நானே வந்துவிடுவேன். விடாப்பிடியாக அமர்ந்திருந்தால் ரத்தக் கோரை வருகிற அளவுக்குச் சண்டை வந்துவிடும். வெளியில் மட்டுமல்லாமல் வீட்டிலும் அப்படித்தான். நான் போகிற வரை சிரித்துப் பேசிக்கொண்டிருக்கிற வீடு என் செருப்பு சத்தம் கேட்டதும் உறைந்து போய்விடுவதை என்னால் உணர முடியும். என் செய்கையில் உடல் மொழியில் முக பாவனையில் ஏதோ ஒன்று மனிதர்களை விலக்கி வைத்துக்கொண்டே இருந்தது. இவ்வளவுக்கும் பேச்சில் நான் மிகக் கவனமாக இருப்பேன். ஆனால் ஒருவர் பேச்சில் கவனமாக இருக்க முயற்சிக்கும்போது பேசவே முடிவதில்லை. அவர் வெறுமனே முகமன்கள் சொல்லும் ஒரு பொம்மையாகிவிடுகிறார். ஆண்கள், பெண்கள், ஏழைகள், பணக்காரர்கள் யாருடனும் என்னால் பொருந்திப் போகமுடியவில்லை. ஒருமுறை திருவண்ணாமலைக்கு ஓடிப் போய் இருந்தேன். அங்கிருந்த பிச்சைக்காரர்கள், சாமியார்கள், போலீஸ்காரர்கள் எல்லோரும் போ போ என்று என்னை விரட்டினார்கள். வழக்கமாக இதுபோன்று ஓடிவந்துவிடுகிற பரதேசிகளிடம் கனிவுடன் நடந்துகொள்ளும் ரமணாஸ்ரமத்தில் கூட என்னிடம் கடுமையாக பாரா முகமாக நடந்துகொண்டார்கள். நான் இருந்ததையே கவனிக்காதவர்களாக கவனிக்க விரும்பாதவர்களாக இருந்தார்கள். சாலையில் ஒரு பூனையோ நாயோ அடிபட்டு இறந்து கிடக்கும்போது நாம் கவனிக்காது போல் போவோம் இல்லையா? அல்லது கை

கால் விரல்கள் முற்றிலும் உதிர்ந்துபோன ஒரு தொழு நோய்ப் பிச்சைக்காரன் அல்லது முகமெல்லாம் கொழுப்புக் கட்டிகள் தொங்கும் ஒரு குரூரனைக் காணும்போது ஏற்படும் சிறிய அசூயையோடு அவர்கள் என்னைக் கடந்துபோனார்கள்.

திருவண்ணாமலையில் ஒரு சாமியார் ஒருவர் "உன்னுடைய ஜன்ம நக்ஷத்திரம் என்ன? ஆயில்யமோ?" என்றார்.

நான் வியந்து "ஆமாம். எப்படி சரியாகச் சொன்னீர்கள்?" என்றேன்.

"பாம்பு படம் எடுத்து பார்ப்பது போல் கழுத்தை நீட்டி நீ பார்ப்பது. ஆதிசேஷனின் நட்சத்திரம். தர்மரின் நட்சத்திரம் என்றும் சிலர் சொல்வதுண்டு. கேட்டை என்பதும் உண்டு. எப்படியானாலும் ஆயில்யம், கேட்டை, ரேவதி மூன்றும் ஒரே இனம் தான். தர்மராஜா பாரதத்தில் பாண்டவர்களில் நட்பையோ காதலையோ பெறாது கடைசி வரை வாழ்ந்து மறைந்தவர். கர்ணனைக் கூட நேசிப்பவர்கள் இருந்தார்கள்."

நான் "அது ஏனப்படி?" என்றேன்.

அவர் "அது அப்படித்தான். உனது ஆழத்தில் நெளிகிற எண்ணங்களை பார்க்கக்கூடிய ஒருவர் முன்னால் உன்னால் இயல்பாக இருக்க முடியுமா என்ன?"

நான் "இந்தப் பிறவி முழுவதும் இப்படித்தானா?" என்றேன்.

"இனம் இனத்தோடு போகவேண்டும். இது ஆநிரைகளின் நிலம். பசுக்கூட்டம் நடுவே ஒரு சர்ப்பம் வந்தால் அவை எப்படி இயல்பாக இருக்கும்? நீ உன் நிலத்துக்குப் போ."

"என் நிலம்?"

"நாகர்கள் வசிக்கும் நிலம். கேரளம்."

என்னால் கேரளத்துக்குப் போகமுடியவில்லை. என் விதி அதற்கு அனுமதிக்கவில்லை. ஆனால் அதன் எல்லையைத் தொட்டு வசிக்கும் நிலை வந்தது. பணி நிமித்தம். ஆனால் இங்கு வந்தும் என் ஜாதகம் பெரிதாக மாறியது போல் தெரியவில்லை. நான் மாலைகளில் அதிகம் ஆள் வராத கோவில்களில் சென்று அமர்ந்திருப்பேன். பெரும்பாலும் நாகர்காவுகளில். அது எனக்கொரு அமைதியை அளித்தது. சிறிதும் பெரிதுமாய்

வைக்கப்பட்டிருக்கும் நாகர் சிலைகளைப் பார்த்தால் ஒரு நிம்மதி. சீராக வரத்தொடங்கும் மூச்சு. அப்போது அது ஒரு பாம்பின் சீறல் போல இருப்பதாக எனக்கு தோன்றியது. அப்படியொரு மாலையில் அந்தி தன் கடைசிச் சிகப்பையும் மேற்கில் கரைத்துக்கொண்டிருந்த வேளையில் கையில் ஒரு நடுங்கும் தீபத்தோடு அவள் வந்தாள். நாகர் சிலைகளின் முன் ஏற்றிவிட்டு "நீங்கள் மார்த்தாண்டம் மருத்துவமனையில் வேலை பார்க்கிறீர்கள். இல்லையா? நான் பார்த்திருக்கிறேன்."

நான் அந்த குறைந்த வெளிச்சத்தில் அவளைப் பார்க்க முயன்றேன்.

"இங்கே அடிக்கடி வந்து அமர்ந்திருப்பதையும் பார்த்திருக்கிறேன்."

நான் பேசவில்லை. ஒரு நிழலுடன் என்ன பேசுவது?

"நாளை மருத்துவமனை வருவேன்."

நான் அப்போதும் பேசவில்லை. இப்போது நிழல் கூட இல்லை. அகல் கூட அணைந்து தூய இருள். சுவர்க்கோழிகளின் கீறல் ஒலிகள் மட்டும்.

மறுநாள் அவள் மருத்துவமனைக்கு வந்தபோது சரியாகப் பார்க்கமுடிந்தது. ஆனால் எதற்காக வந்தாள் என்பது அதிர்ச்சியை அளித்தது.

"மூணு மாசத்துக்கு ஒருமுறை ஒரு செக்கப் வருவது" என்று அவள் சிரித்தாள். "தினமொரு பாம்பு என்னைத் தீண்டுகிறது. அதன் விஷம் இறங்கியிருக்கிறதா? என்று பார்க்கவருவது. என்ன? என் மேலிருந்த மரியாதை போய்விட்டதோ?" அவள் சிரித்தாள். நான் பதில் பேசவில்லை.

ஆனாலும் அடுத்து ஒவ்வொரு முறை மருத்துவமனை வரும்போதும் கோயிலில் சந்திக்கும்போதும் அவள் என்னிடம் ஐந்து நிமிடமாவது பேசாமல் போக மாட்டாள்.

முதலில் தொந்திரவாக இருந்தது. பிறகு வியப்பாக மாறிற்று. நான் அவளது இந்த சம்பாஷணைகளுக்காக மனதுக்குள் காத்திருக்கவும் ஆரம்பித்தேன். இவள் மட்டும் ஏன் இப்படி வித்தியாசமாக இருக்கிறாள்? என் மீது பிறர்க்கு ஏற்படும் விலகல் உணர்ச்சி இவளுக்கு ஏன் ஏற்படவில்லை?

ஒரு நாள் அதற்கு விடை கிடைத்தது.

ஒரு நாள் மாலை அந்தியில் வழக்கமாக சென்று அமர்ந்திருக்கும் கோயிலில் சென்று அமர்ந்திருந்தேன். உட்கார்ந்தவாறே தூங்கிவிட்டேனா என்னவோ திடீரென்று தோன்றி விழித்தேன். காலை யாரோ குளிர்ந்த விரலால் தொடுவது போன்ற ஒரு உணர்ச்சி. சுதாரித்துக் கொள்வதற்குள் அது என் இடையைச் சுற்றி விட்டது. சுற்றியபடியே சாவதானமாக படம் எடுத்து சுற்றிலும் பார்த்தது. படத்தைத் திருப்பி ஒரு குழந்தை போல் நாய்க்குட்டி போல் என் முகத்தையும் பார்த்தது. நான் உறைந்து போய் அமர்ந்திருந்தேன்.

அப்போது ஒரு சிரிப்பொலி கேட்டது.

"நல்லாருக்கே. ஆச்சியும் ஐய்யரும் ஆலிங்கனம்."

நான் அதிகம் அசைக்காமல் தலையைத் திருப்பி "பாரு",என்றேன்.

அவள் "ஒன்றுமில்லை. இனம் இனம் தேடி வந்தது" என்றாள். பிறகு என் இடுப்பைச் சுற்றிக்கொண்டிருக்கும் அதை நோக்கி "போ" என்றாள். "அதுதான் நான் வந்துவிட்டேன் அல்லவா?"

அதைக் கேட்டதும் உடையவர் உத்தரவைக் கேட்ட ஒரு பணியாள் போல அது சரசரவென்று தன் பூட்டை விலக்கிக்கொண்டு கீழே இறங்கி மறைந்தது.

நான் விழித்து "நான் கண்டது நிஜமா?" என்றேன்.

அவள் "என்ன சந்தேகம்? கண்டது கயிறோ பாம்போ என்றா?" என்றாள்.

பிறகு தன் குளிர்ந்த கரங்களால் என் நெற்றியில் சந்தனக்குறியை இட்டாள். "உஷ்ணம் உஷ்ணேனு சாந்தி. விஷம் விஷத்தால் தீரும்"என்றாள். என்னைக் கைகோர்த்து எழுப்பி,

"போகலாம். நானும் ஆயில்யம்தான்" என்றாள்.

20
ஸ்ரீவித்தை

வழக்கமாக தூக்க மாத்திரை சீட்டு எழுதிக் கொடுக்கிற டாக்டர் வெளியூர் போய்விட்டாள். "நானொரு டாக்டர் சொல்கிறேன் போய் வாங்கிக் கொள்" என்றாள். ஆனால் அவள் "உங்க முகமே சரியில்லை. நான் எழுதிக் கொடுக்க மாட்டேன்" என்று மறுத்துவிட்டாள். இரண்டு நாட்கள் பிரச்சினை இல்லை. மூன்றாம் நாள் மாலையிலிருந்து சில அறிகுறிகள் தென்படத் துவங்கின. ஆபீஸ் விட்டு வீடு திரும்பும்போது தக்கலை அருகே சாலை ஓரத்தில் தனியாக செத்துக்கிடந்த ஒரு கீரிப்பிள்ளையையே பார்த்தபடி வெகு நேரம் நின்றிருந்திருக்கிறேன் என்று பின்னால் தெரிந்தது. அதைச் சுற்றி ஒரு பிரகாசமான பொன்னொளி இருந்தது. அது மெல்ல மெல்ல மங்கி மறைவதுவரை அங்கேயே இருந்தேன். அறையைத் திறந்து நுழைந்ததும் அங்கே ஏற்கனவே யாரோ இருப்பது போல் தோன்றியது. யாரோ இல்லை. ஒரு பெரிய பசு. அதன் மூச்சு எனக்கு கேட்டது. பசுக்களுக்கே உரிய திடீரென்று மறந்துவிட்டதை நினைத்துக்கொண்டாற்போல் ஒரு நீண்ட வெடிப்பு போன்ற பெருமூச்சு. பிறகு அமைதி. நான் அதன் ஒவ்வொரு பெருமூச்சுக்காகவும் காத்திருந்தேன். அறையில் என்னுடலைத் தவிர அதன் வெம்மையும் இருந்தது. அவ்வப்போது அது தன் சருமத்தைச் சிலிர்த்துக்கொள்ளும் சப்தம். எதிரறையில் இருக்கும் சர்வேயர் வந்து "சாப்பிடப்போகலாம்" என்று அழைத்தார். நான் போனேனா இல்லையா என்று தெரியவில்லை. விழித்தபோது நாற்காலியில் அமர்ந்து எதையோ படித்துக்கொண்டிருந்தேன். தேவி பாகவதம். என் இடதுபக்கமிருந்து ஏதோ ஒரு சத்தம் கேட்டுக்கொண்டே இருந்தது. முதலில் ஒரு அணில் விடாது கத்துவது போல் இருந்தது. சற்று கவனிக்கவும் அது ஒரு சிறுவனின் அழுகுரலாக மாறியது. அந்த சிறுவன் அம்மா அம்மா! என்று கத்திக்கொண்டிருந்தான். நான் திரும்பிப் பார்க்க முயற்சி செய்தேன். என் கழுத்தை திருப்ப முடியவில்லை. யாரோ கழுத்தைத் திருப்ப விடாமல் பிடித்து வைத்திருப்பது போல தோன்றிற்று. இப்போது அந்த சிறுவனின் குரல் பின்னாலிருந்து நெருங்கி நெருங்கி வந்து என்னைக் கடந்து போனது. அவனது

பிடரி மயிர், பின்பக்கத் தோற்றம் எல்லாம் மிகப் பரிச்சயமாக இருந்தது. அவன் யாரையோ நோக்கி வேகமாக செல்வது போலிருந்தது. நான் அது யார் என்று பார்க்க முயன்றேன். புகை மூட்டம். பிறகு அது தெளிந்து வந்தது. ஒரு நடுவயதுப்பெண். பழங்கால ஆபரணங்கள் நிறைய அணிந்திருந்தாள். அவள் கூந்தல் பறக்க ஓடிவந்து சிறுவனை அணைத்துக்கொண்டாள். அவனைத் தரையில் அமர்த்தி அவன் விரல் பிடித்து அகர முதலி சொல்லிக்கொடுக்க ஆரம்பித்தாள். "ஓம் ஐம் க்லீம்..."

சற்று நேரம் கழித்ததும் பையன் நானே எழுதுவேன் நானே எழுதுவேன் என்று அடம்பிடிக்க ஆரம்பித்தான். அவள் ஒரு கட்டத்துக்குப் பிறகு சிரித்து 'சரி நீயே எழுது" என்று சொன்னபடி பின்வாங்கி மறைந்தாள். ஆனால் சிறுவனால் இப்போது எழுத முடியவில்லை. கோணிக்கொண்டு போயிற்று. எழுதுவதை நிறுத்தவும் அவனால் முடியவில்லை. அவன் வெறிபிடித்தது போல் தரையில் கிறுக்கிக் கொண்டே இருந்தான்."

"நானே எழுதுவேன். நானே எழுதுவேன்" அவன் விரலிலிருந்து ரத்தமாக சொட்ட ஆரம்பித்தது. ரத்தம் ஒரு கோடாகி சர்ப்ப வளைவாகி வேகமாக என்னை நோக்கி ஓடிவர ஆரம்பித்தது. நான் நிறுத்து! நிறுத்து! என்று கத்தினேன். அவன் அழுதுகொண்டே நிமிர்ந்து என்னை பார்த்தான்.

அந்த சிறுவன் நான்தான் என்பதை நான் உணர்ந்ததும் அவன் சட்டென்று ஒரு முட்டை உடைவது போன்ற ஒலியுடன் மறைந்துபோனான்.

"ஷங்கர்! ஷங்கர்!" என்று என் பெயரை யாரோ அழைத்தபடி முதுகில் அடித்தார்கள்.

நான் தரையில் குப்புறக் கிடந்தேன். என்னைச் சுற்றிலும் கால்கள் பதற்றமாக நடந்துகொண்டே இருந்தன. ஒன்று எனக்கு வழக்கமாக மாத்திரை எழுதிக்கொடுக்கும் டாக்டருடையது.

நான் ஒரு பசுவைப்போல மறந்துவிட்டதை திடீரென்று நினைவு படுத்திக் கொள்வதுபோல மீண்டும் ஒரு வெடிப்பொலியுடன் மூச்சுவிடத் துவங்கினேன்.

❖❖❖

21
கசப்பின் கனிகள்

அம்மாவின் வாழ்க்கையை நேற்றிரவு லேசாகத் தொகுத்துக் கொள்ள முயற்சி செய்தேன். நான் அம்மாவுடன் மிக நெருக்கமாக இருந்தேன் என்று சொன்னால் அது ஒரு பொய்யாக இருக்கும். அம்மா இயல்பாகவே கசப்பு நிறைந்த ஒரு சிடுசிடுப்பான பெண். பொதுவாகவே நெல்லை பெண்கள் ரத்த சோகையினால் பீடிக்கப்பட்டவர்கள். அவர்களது சிடுசிடுப்புக்கு அது ஒரு காரணம். அம்மா திருநீற்றை, ஊறவைத்த அரிசியைத் தின்பதைப் பார்த்திருக்கிறேன். அவள் அடிக்கடி குடித்த காப்பியும் அவளை அவ்வாறு ஒரு எரிச்சல் நிறைந்த மனுஷியாக வைத்திருக்கலாம். இந்தக் காரணங்கள் தாண்டி அவளுக்கு அப்பாவின் குடும்பத்தாருடன் கடும் ஒவ்வாமை இருந்தது. ஜெயமோகன் எங்கோ இந்திய குடும்ப அமைப்புதான் ஆண் பெண்களிடையே குறைந்த அபாயம் கொண்ட ஒரு ஏற்பாடு என்று சொல்லியிருக்கிற நினைவு. ஆனால் எங்கள் அனுபவம் வேறு மாதிரி இருந்தது. அம்மா, அப்பா ஒரு ஏமாளி என்று நினைத்தாள். இன்றும் கணவனை அப்படி நினைக்காத இந்தியப் பெண்கள் குறைவு. அப்பாவை அவள் வாழ் நாள் முழுக்கத் 'திருத்தி எடுக்க' முயன்றுகொண்டிருந்தாள். இந்தியக் குடும்பங்களில் மட்டுமல்ல ருஷ்யக் குடும்பங்களிலும் அப்படித்தான் என்பது டால்ஸ்டாயின் டயரியைப் படிக்கையில் தெரிகிறது

இந்தியக் குடும்பங்களில் ஆண்தான் குடும்பத் தலைவன் எனப்படுகிறான். இது பெண்ணைக் கேட்டுக்கொண்டு செய்யப்பட்ட ஏற்பாடு அல்ல. இந்த கசப்பு எப்போதும் பெண்களிடம் இருக்கிறது. மிக இணக்கமானவை என்று நமக்கு தோன்றும் குடும்பங்களில் கூட இதைப் பார்த்திருக்கிறேன். இது இன்றைய ஆணைக்கேட்டுக்கொண்டு செய்யப்பட்ட ஏற்பாடும் அல்ல. அது அவன் மீதும் சுமத்தப்பட்ட ஒன்றுதான்.

விளைவாக இந்த குடும்பத் தலைவனான ஆணை யார் கட்டுப்பாட்டில் வைத்திருப்பது என்கிற போட்டி, குடும்பத்தில் அவனைச் சுற்றியிருக்கும் பெண்களிடையே நிகழ்கிறது.

இந்தப் போர் கொண்டுவருகிற துயரங்களும் சிக்கல்களும் நம்ப முடியாத அளவு சிக்கலானவை. ஆண்கள் பெண்கள் குழந்தைகள் அனைவரது வாழ்க்கை முழுவதையுமே ஆக்கிரமித்து வீணாக்கிவிடக் கூடிய ஆற்றல் மிக்கவை. தமிழில் யூமா வாசுகியின் ரத்த உறவு, எம் கோபால கிருஷ்ணன் எழுதிய மனை மாட்சி போன்ற நாவல்கள் இந்த சிக்கலைப் பற்றிப் பேசியவை. தொலைக்காட்சியில் வரும் குடும்ப சீரியல்களின் பிரபல்யம் வெட்டவெளியிலிருந்து முளைத்ததல்ல. அம்மாவின் தலை முறையில் ஒருவர் விரும்பினாலும் விரும்பாவிட்டாலும் இந்த கசப்பு நிறைந்த அதிகார விளையாட்டில் ஈடுபட்டே ஆகவேண்டிய சூழல் இருந்தது. இப்போதும் பெருமளவு அப்படித்தான் இருக்கிறது. நமது குடும்ப அமைப்பு சுதந்திரம் என்கிற கோட்பாட்டின் மீது கட்டப்பட்டதல்ல. அது அதிகாரத்தின் மீது கட்டப்பட்டது. அதில் ஏற்படும் அன்பு என்பது பெரும்பாலும் எதிர்பாராதது. இதில் அதிகாரம் என்பதில் ஒருவரது சமூகத் தளம், வர்க்கம், பாலுறவு உரிமை எல்லாம் அடக்கம். இந்தியக் குடும்பம் ஒரு முன் பதிவு செய்யப்படாத இரண்டாம் வகுப்பு பெட்டி. அதில் ஜன்னல் சீட் என்பது அதிர்ஷ்டம்.

அம்மா எப்போதாவது கசப்பு இல்லாமல் இருந்திருக்கிறாளா என்று யோசித்திருக்கிறேன். தனது லவுகீகமான போராட்டங்கள், கவலைகள் தாண்டி வேறு விஷயங்களில் ஆர்வம் உள்ளவளாக... அவள் லக்ஷ்மி, தமிழ்வாணன் நாவல்கள் படிப்பவளாக இருந்திருக்கிறாள். ஆனால் அது கொஞ்ச காலம்தான். சினிமாதான் அவள் தன்னை மறக்கும் ஒரு இடமாக இருந்தது. அவளுக்கு மட்டுமல்ல ஒரு தலை முறைப் பெண்களுக்கே கலாப்ரியா எழுத்துகளில் பதிவு செய்வது போல தங்கள் தினசரி வாழ்வின் அழுத்தங்களை சலிப்பை கொஞ்ச நேரம் மறந்து கனவு காணும் இடமாக சினிமா தியேட்டர்கள்தான் இருந்தன. ஒரு கட்டத்தில் அம்மா ஒரு நாளைக்கு இரண்டு சினிமாக்கள் கூட பார்த்தாள். அதற்கென அவளுக்குக் கூட்டாளிகள் உண்டு. அவர்களுடன் மறு நாள் சினிமாவுக்குப் போகத் திட்டமிடுகையில்தான் அவளது முகத்தில் வழக்கமான கசப்பு மறைந்து ஒரு குழந்தைத்தனம் வருவதைப் பார்த்திருக்கிறேன். அவளுக்கு எல்லா நடிகர் நடிகைகளையும் பிடிக்கும். கே ஆர் விஜயாவை அவள் போல் இருப்பதாக சொல்லிவிட்டதால் சற்று கூடுதலாக. பத்ரகாளி படத்தில் வரும் கண்ணன் ஒரு கைக்குழந்தை பாட்டு ரொம்ப

பிடிக்கும். அந்தப் பாட்டில் கதாநாயகி அணிந்து வரும் சேலை போல் ஒன்றை வைத்திருந்தாள்.

நான் பனிரெண்டாம் வகுப்பு படிக்கும்போது அம்மாவுக்கு, அப்பாவுக்கு ஏதோ வேறொரு பெண்ணின் தொடர்பு இருப்பதாக ஒரு பிரமை ஏற்பட்டது. ஏறக்குறைய இரண்டு வருடம் அவள் அந்த இல்லாத 'இன்னொரு பெண்ணுடன்' சண்டை இட்டாள். எங்கள் வாழ்க்கையை நரகமாக்கினாள். அது அவளது மெனோபாஸ் சமயம் என்பது இப்போது புரிகிறது. அது என் படிப்பை மிகவும் பாதித்தது. நான் என்ன ஆக முடியுமோ அதுவாக முடியாமல் தடுக்கப்பட்டேன். அந்த வெறுப்பு அவள் மீது எனக்கு நீண்ட நாட்கள் இருந்தது.

இப்போது யோசித்தால் இந்தக் கசப்பு அவள் தன் மீதே சுமத்திக்கொண்ட ஒன்று. ஆனால் அதன் அடிப்படை வாழ்வு குறித்த பயம். அதை மீறி அவளால் செல்ல முடியவில்லை. அவள் இவை எல்லாவற்றையும் எங்களுக்காகதான் செய்தாள் என்பது இன்னொரு முரண். அவளை வெளிப்படுத்திக்கொள்ளும் வெளிகள் வேறேதேனும் இருந்திருந்தால் எனில் அவள் இன்னும் சற்று மகிழ்ச்சியாக இருந்திருப்பாளா?ஜேன் ஆஸ்டினின் நாவலில் கதா நாயகி ஆனி இவ்விதம் சொல்கிறாள்"நாங்கள் வீட்டில் அடைபட்டுக் கிடக்கிறோம். எங்கள் உணர்ச்சிகள் எங்களை வேட்டையாடித் தின்கின்றன."

ஆனால் இது குறித்தும் எனக்கு ஐயமே உள்ளது. டீச்சர் வேலை பார்த்த எனது சித்தி அம்மாவை விட கசப்பு மிக்கவளாக ஆங்காரம் கொண்டவளாக இருந்தாள். ஆண் பெண் உறவில் இன்னும் தீர்க்கப்படாத புதிர்கள், கோணங்கள் உள்ளன என்றே நான் நினைக்கிறேன்.

இந்த ஆங்காரம் என்பதற்கு இணையான ஆங்கில வார்த்தை என்ன?ம்மாவுக்கு கோபம் வருகின்ற சமயங்களில் அச்சம் தருகிறவளாக ஆங்காரம் கொண்டவளாக மாறிவிடுவாள்.

சில நாட்களுக்கு முன்பு காரில் இரவில் நண்பர்களுடன் திரும்பிக் கொண்டிருந்த போது நள்ளிரவில் ஆள் அரவமேயற்ற ஒரு காட்டுப் பகுதியில் கொட்டும் மழையில் ஒரு இளம் பெண் தனியாகப் போய்க்கொண்டிருப்பதைப் பார்த்தோம். எல்லோரும் பேய் என்றோ யக்ஷி என்றோ நினைத்து பீதி

அடைந்துவிட்டோம். இருக்கலாம். அல்லது மன நலம் தவறிய ஒரு பெண்ணாக இருக்கலாம். அல்லது அம்மாவைப் போல எதன் மீதோ கடும் கசப்பு கொண்டு மனிதர்களை விட்டு விலகிப் போகிற ஒரு மனுஷியாகக் கூட இருக்கலாம் என்று தோன்றியது. என் தோழிகளில் ஒருவரே தான் அப்படி செய்திருப்பதாகச் சொன்னார். அம்மாவுக்கு இசக்கி என்கிற இன்னொரு பெயரும் உண்டு.

அப்பா இறந்த போது அம்மா பெரிதாக பாதிக்கப்பட்டது போல் காட்டிக் கொள்ளவில்லை. ஆனால் அப்பா இறந்த பிறகுதான் அம்மாவுக்கு வாதம் வந்தது. ஆயுர்வேதம் வாதம் உடலில் கசப்பு கூடுவதன் விளைவாக வருவது என்கிறது. அம்மாவின் கசப்பு தன் குறியை இழந்ததும் தன் மேலேயே திரும்பி விட்டது என்று தோன்றுகிறது. அப்பாவின் திடீர் மரணத்துக்குப் பிறகு எங்கள் வாழ்க்கையில் எதுவுமே சரியாக நடைபெறவில்லை. நாங்கள் ஒரு துக்க சுழலிலிருந்து இன்னொரு துக்க சுழலுக்குள் போய்க்கொண்டிருந்தோம்.

அம்மா மெல்ல தன் கசப்பை உணர ஆரம்பித்தாள் என்றே நினைக்கிறேன். ஆனால் கசப்பு மிக முற்றும்போது இனிப்பாகும் என்று ஒரு சொல்லுண்டு. இனிப்பு மிகும்போது கசப்பாவது போலவே.

தன் கடைசிக் காலங்களில் இளமையில் அம்மா எங்களுக்குத் தர மறந்ததை எல்லாம் திருப்பித் தர முயன்றாள். இப்படிப் பட்டவள் தனது வாழ்வின் முற்பகுதியில் ஏன் அப்படி இருந்தாள்? விடையில்லை. தனது கடைசி நாட்களில் தனது அத்துனை வலியின் நடுவிலும் இயலாமையின் நடுவிலும் அவள் எரிச்சலடையவே இல்லை என்று என் தங்கை சொன்னபோது நான் கண்ணீர் விட்டு அழுதேன்.

அம்மாவுக்கு வேப்பம்பழங்கள் ரொம்பவும் பிடிக்கும்.

வேப்பம்பழங்களின் இனிப்புக்கு இணை வேறெதுவும் இல்லை என்றும் அவள் சொல்வதுண்டு.

உண்மைதான் அம்மா.

22
தொடர்பு

பொழுதடைஞ்சா மொட்டை மாடில ஒரு ஈசிசேரைப் போட்டுட்டு உக்கார்ந்துடறது. இப்போ அதுதான் நடக்கிறது எப்படான்னு காத்திட்டிருந்தாப்ல அதுவும் இந்த கொரொனால்லாம் வந்தப்பறம். கொஞ்சம் கொசு கடிக்கும். வத்தி வச்சிப்பேன். அல்லது ஓடோமோஸ் தடவிப்பேன் ஆனா இதெல்லாம் பண்ணாலும் கொசு கடிக்கும். தெய்வம் வராட்டாலும் நாம மந்திரம் ஜெபிச்சிட்டே இருக்கறதில்லையா அப்படியொரு பழக்க்கமா போயிடுச்சு ஒரு மன சாந்தி அவ்வளவுதானே. சாந்தின்ன உடனே என் ஆபிஸ் அதிகாரி ஞாபகம் வர்றா. அவளை நினைச்சுக்கிட்டாலே மன சாந்தி போயிடும். நேத்து 'மிஸ்டர் சங்கரன் வேணும்னே பண்ணா ஒழிய ஓர்த்தரால இத்தனை தப்பை ஒரு ரிப்போர்ட்ல பண்ண முடியாது'ன்னா. அவளைல்லாம் மறக்கத்தான் மொட்டை மாடிக்கு வர்றது.

எங்கே. மொட்டை மாடில விளக்கு போட்டுக்கறதில்லை. சூரியன் ஹெப்பாரின் போட்ட ரத்தக் கட்டி மாதிரிக் கரைஞ்சு போயி நிலா ஒரு வீக்கம் மாதிரி எழுந்து தேமல் மாதிரி தேஞ்சு போற வரைக்கும் உக்கார்ந்திருக்கிறது. (நான் வேலை பார்க்கிறது ஒரு ஆஸ்பத்திரியிலே.)

சிலப்பம் ஏதாவது படிப்பேன். சிலப்பம் என்னோட அசட்டுத் தனத்தால நான் காதலிக்காம விட்டுட்ட பொம்பளங்களல்லாம் நினைச்சிட்டு இருப்பேன். அவங்கள்லாம் இப்போ யாரைக் காதலிக்கறாளோ.

இப்படி ராத்திரி பனிரெண்டு மணி வரைக்கு நடுவில ஒரு தடவை கீழே சாப்பிடப் போய்ட்டு வந்து கிடப்பேன். வானத்தில சில சமயம் ஒரு பறவை போகும். நட்சத்திரம் எரிஞ்சு விழும். திடீர்னு எங்கிருந்தோ ஒரு மின்மினிப் பூச்சி கேரளக் கடல்ல வள்ளம் போறாப்ல மிதந்து மிதந்து போகும். அவ்வளவுதான். நிலாவைச் சுத்தி மேகம் ஒரு வட்டம் போடும். அப்பறம் அது காணாம போய்டும். இப்படி வட்டம் போட்டா புயல் வரும்னு பொன்னியின் செல்வன்ல படிச்சிருக்கேன். ஆனா ஒரு நாளும் வந்ததில்லை. சில

சமயம் வானத்தில ஏரோப்ளேனோ சாட்டிலைட்டோ போகும். ப்ளேன் மினுக்கிட்டு போகும். சாட்டிலைட் ஷட்டில்காக் மாதிரி போகும் எல்லாம் வழக்கம் போலதான். இரண்டொரு தடவை திடீர்னு சந்தன விபூதி வாசனை வீசிருக்கு. ஒரு தடவை கோவில் மணி அடிச்சாப்ல கேட்டிருக்கு. அவ்வளவுதான். வேறு எதுவும் வித்தியாசமா நடந்ததில்லே. அதனால்தானோ என்னவோ முதல்ல அதைக் கவனிக்கலை. குள்ளமா என் இடதுகண்ணோரத்தில நின்னுட்டு செடில எதோ பண்ணிக்கிட்டு இருந்தது. நான் முதல்ல என் பொண்ணுன்னு நினைச்சேன். ஆனா அவ ராத்திரில மேல வர மாட்டா. நான் கொஞ்ச நேரம் கழிச்சுதான் திரும்பி அதைப் பார்த்தேன். அதன் தலைக்கு நேர் உச்சில தென்னை மரத்துக்கு மேல ஏதோ வட்டமா சுத்திக்கிட்டிருந்தது. ஒரு மாருதி கார் அளவு இருக்கும். ஆனா சத்தமே இல்லை. அதிலிருந்து ஒரு ஏணி தொங்கிட்டிருந்தது. பைபிள்ல ஜேக்கப்ஸ் லாடர்ம்பாளே அது மாதிரி... நான் பார்க்கிறது தெரிஞ்சதும் அந்த குள்ள உருவம் ஏணில ஏறிப் போய் கதவைச் சாத்திக்கிட்டது. உடனே அந்த வாகனம் கிளம்பிப் போயிட்டது. நான் மறு நாள் காலைல மெதுவா என் பொண்டாட்டிக்கிட்ட சொன்னேன். அவ உன் மண்டைக்குள்ள இது வேறயான்னு பார்த்தா. 'நான் நிஜமாத்தான் அது உன் பூவையெல்லாம் பறிச்சிக்கிட்ட்டிருந்தது'ன்னேன். அவ "ஒரு வேளை மோகினியா இருக்குமோ"ன்னா நக்கலா. எனக்கும் அது தோணிச்சி. ஆனா மோகினி இவ்வளவு குள்ளமா இருப்பாளா. பறக்கும் தட்டுல ஏறிப்போவாளா. நான் ஒரு வாரம் தட்டட்டிக்குப் போகாம இருந்தேன். அப்புறம் எனக்கே ச்சே!ன்னு வெட்கம் தோணி போயிட்டேன். ஏதோ கனவு கண்டிருக்கேன்! இந்த தடவை ஒரு மஞ்சள் பல்பை மட்டும் போட்டுக்கிட்டு படிச்சிக்கிட்டிருந்தேன். பன்றி மலை ஸ்வாமிகள் சரித்திரம். உங்களுக்கு பன்றி மலை ஸ்வாமிகளைச் தெரியுமா? நிறைய சித்துகளை அந்தக் காலத்தில பண்ணிருக்கார். திண்டுக்கல் பக்கத்தில இருக்குது பன்றிமலை. திருப்பதி கோவிலுக்குள்ளேயே போய்ப் பண்ணிருக்கார். ஒரு கட்டத்தில புஸ்தகத்தில ஆழ்ந்துட்டேன். அப்புறம் சட்டுன்னு ஒரு விழிப்பு மாதிரி வந்து பார்த்தா அந்த குள்ள உருவம் அதே மாதிரி தொட்டிச் செடி பக்கம் நிக்குது. நான் பார்க்கிறது பார்த்ததும் "பயப்படாதே"ன்னு சொல்லிச்சி. நான் பயந்துக்கிட்டே "பயப்படாம எப்படி இருக்க முடியும்? என் பொண்டாட்டி எனக்கு பைத்தியம்னு நினைக்கிறா. எனக்கே அப்படித்தான் தோணுது. எங்க குடும்பத்லதான் அது இருக்கே" என்றேன். "அவ எப்பவும்

அப்படித்தானே நினைக்கிறா?" என்றது அது. நான் "அது சரி" என்றேன். "நீ எப்படி தமிழ் பேசறே?" என்றேன். அது "உங்க கிரகத்தில இருந்து வந்த ஒரு வாத்தியார்கிட்ட கத்துக்கிட்டேன்" என்றது. நான் பிறகு "இந்த செடில என்ன பண்றே?" என்றேன். "சாம்பிள் எடுக்கறேன்" என்றது அது. "எங்க கிரகத்தில இந்த செடி இல்லே" என்றது சற்று தயங்கி "நான் உன்கிட்ட ஒரு சாம்பிள் எடுத்துக்கவா?" என்றது. நான் பயந்துவிட்டேன் "அய்யோ அதெல்லாம் கூடாது" என்றேன். அது "பயப்படாதே வலிக்காது. லேசா ஒரு முடியை மட்டும் எடுத்துப்பேன்" என்றது. "ஒரு முடியை வைச்சி என்ன பண்ணுவீங்க?" "உன்னை மாதிரியே நிறைய மனிதர்களை உருவாக்குவோம்" "என்னை மாதிரியேவா அல்லது நானேதானா?" "ரொம்ப கஷ்டமான கேள்வி. இல்லே கஷ்டமான பதில். உங்களுக்குப் புரியாது" நான் சற்று நேரம் சும்மா இருந்தேன். என்னை போல நான் மட்டுமே இருந்து என்ன பண்ணப் போகிறேன்! என்று தோன்றியது. அதே நேரம் டாக்டர் பாஸ்டஸ் போல ஆகிவிட்டால்? என்ற அச்சமும். பிறகு ஏதோ தோன்றி "சரி" என்றேன்" ஆனா பதிலுக்கு எனக்கு என்ன தருவே?" என்றேன். என் பொண்டாட்டி எதை யார் கேட்டாலும் சும்மா தூக்கித் தூக்கிக் கொடுத்திடறது. புத்தியே கிடையாது என்பாள். இதிலாவது புத்தியுடன் இருப்போமே. அது மெல்ல நெருங்கி என்னருகே வந்தது. தன் குழந்தை போன்ற கையை என் தலையில் வைத்தது. ஒரு மாதிரி தழை வாசனை வந்தது. நான் அது என்னைப் போன்றே அல்லது எண்ணற்ற நானாக அது உருவாக்கப்போகும் எல்லோரின் வாழ்க்கைகளையும் பார்த்தேன். அவர்கள் காணப்போகும் எண்ணற்ற சூரியோதயங்கள்! மலை உச்சிகள்! மலர்கள்! ஏற்படுத்திக் கொள்ளப் போகிற நட்புகள்! பண்ணப் போகிற காதல்கள்! படிக்கப் போகிற புத்தகங்கள்! எழுதப் போகிற கவிதைகள்!

என் கண் சொட்டி ஆனந்தத்தில் வழிந்தது. அதன் கையைப் பிடித்துக்கொண்டு நன்றி! என்றேன். "நானே பிரம்மம் என்று வாசித்திருக்கிறேன். இப்போது அறிந்தேன்" என்றேன்.

இருட்டில் அந்த உருவம் புன்னகைப்பது போல் இருந்தது. அது என் தலையிலிருந்து கையை எடுத்துக்கொண்டது. "அகம் ஏகம்" என்றது. "ஒன்றே பல" என்றது. பிறகு ஏணியில் தன் விண்கலத்துக்குள் ஏறி மறைந்தது.

❖❖❖

23
வாரிசு

"எப்படி பத்து வருஷமா முற்றிலும் அடையாளமே இல்லாம தொலைஞ்சி போயிட்டீங்க?"

"எங்கே முற்றிலும்? அதான் தேடிக் கண்டுபிடிச்சி வந்திட்டியே?" என்று அவர் சிரித்தார். அவர் மனைவி உள்ளிருந்து வாங்க என்று சொல்லிவிட்டு போனார்.

"ஆடின காலும் பேசுன வாயும்னு சொல்வாங்க."

"அதெல்லாம் ஒன்னுமில்லே. எல்லாம் மனப் பழக்கம்தான்."

"எழுதுறதை நிப்பாட்டினது சிரமமா இல்லியா? எழுதறதை மட்டுமில்லாமல் நீங்க உலகத்தோட தொடர்பே இல்லாம போயிட்டீங்க. ஜெயகாந்தன் மாதிரி ஒரு குறிப்பிட்ட வட்டத்தோட பேசிக்கிட்டுக் கூட இல்லை."

"நானும் ஒரு வட்டத்தோட பேசிக்கிட்டுதான் இருக்கேன். ஒரு முழுக் கறுப்புப் பூனை, அணில் இதோ இந்த மொட்டை மாடியிலிருந்து தெரியற தென்னை மரம், சிரியஸ் மேஜர் என்று சொல்ற நாய் நட்சத்திரம். நாமல்லாம் இந்த நாய் நட்சத்திரத்திலிருந்துதான் வந்தோம்னு ஒரு தியரி இருக்கு தெரியுமா? தவிர ஓர்த்தர் எழுதிக்கிட்டே இருக்கனும்னு இல்லே. தோல்வி அடைஞ்சிருந்தாக் கூட வெற்றியை வெறியோட துரத்திக்கிட்டிருந்திருப்பேனோ என்னவோ? நான் கொஞ்சம் ஹார்பர் லீ மாதிரின்னு நினைக்கிறேன். அவளுக்கு அவ எழுதின ஒரு நாவலோட வெற்றியே போதுமாய் இருந்தது. அம்பது வருஷம் கழிச்சி திரும்ப வந்து என்னவோ ட்ரை பண்ணா. சரியா வர்லை."

"நீங்க திரும்ப எழுதுவீங்களா? அ. முத்துலிங்கம் இருபத்தைந்து வருஷம் கழிச்சி திரும்ப வந்து எழுதினார்."

"நான் அவரைக் கொஞ்சம் படிச்சிருக்கேன். என்னைப் பொறுத்தவரை அவர் இரண்டாவது ஸ்டிண்ட்ல எழுதினதுதான் அவரோட நிஜமான முதல் வருகை. தவிர இப்போ என்னோட

எழுத்து தசைல்லாம் சுருங்கிப் போயிருக்கும் இல்லியா? நிறைய பிசியோ தெரபி தேவைப்படும்." சிரிப்பு.

"எழுத்து போகட்டும். ரொம்பவே கூர்மையான மனம் உங்களுது. பத்து வருஷமா வேற ஒன்னுமே பண்லியா?"

"ஒரு வருஷம் வெறித்தனமா செவ்வியல் சங்கீதம் கேட்டேன். ஒரு கட்டத்தில அது சலிச்சிடிச்சி. ரிஷிகேஷ் போய் இருக்கணும்னு தோணிடிச்சி திடீர்னு. கங்கைக்கரைல வாழ்ந்து செத்துப் போயிடணும்னு. அதுக்கான சம்பத்துகளைத் தேடவும் இங்க உள்ள பொறுப்புகளிடமிருந்து விடுபடவும் இரண்டு வருஷம் ஆச்சு. அந்த ரெண்டு வருஷமும் ரொம்ப எக்சைடடா இருந்தேன். விடை பெற்றுப் போகும்போது இவ கண்ணீர் விட்டு அழுதா. இவங்களைல்லாம் இனி இந்த வாழ்க்கைல திரும்பிப் பார்க்கவே மாட்டேன்னு நினைச்சேன் அப்போ."

"அப்புறம்?"

"ஆறே மாசத்தில திரும்பிட்டேன் அங்க உள்ள குளிர் ஒத்துக்கலை. அதைவிட அங்கே அவங்க பண்றதும் ஒரு வியாபாரம்னு தோணிச்சி. என்லைட்டன்மெண்ட் பிஸ்னெஸ். இமயமலை இப்போ ஒரு பிரமாண்டமான ஷாப்பிங் மால். அவ்வளவுதான்"

"ரிஷிகேஷ், ஹரித்வார் எல்லாம் இப்போ ரஜனீஷ் கால பூனே மாதிரிதான் இருக்கு."

"எக்சாக்ட்லி."

"பிறகு?"

"கேரளாவில ஒரு அத்வைத ஆசிரமத்தில போய்க் கொஞ்ச நாள் இருந்தேன். அங்கேயும் அதே விஷயம்தான். சலிச்சி திரும்ப இந்த ஊருக்கு வந்துட்டேன்."

"நான் எழுதறதெல்லாம் படிச்சிருக்கீங்களா?"

"இவ அப்பப்ப கொஞ்சம் படிச்சிச் சொல்வா. இவர் நல்லா எழுதறார்னு. இவளுக்கு ஏனோ எதுவும் சலிக்கலை. இன்னமும் மோர்க்குழம்புல தடியங்காயைத் தேடித் தேடித் தின்னுட்டிருப்பா."

"என் எழுத்தைப் பத்தி உங்க அபிப்ப்ராயம் என்ன?"

“ஸோ இதைக் கேட்கதான் இவ்வளவு தூரம் வந்தியா?” சிரிப்பு.

“அதுவும் ஒரு காரணம். நிறைய பேரு நான் உங்க வாரிசுங்கிற மாதிரி எழுதறாங்க. அதான்.”

“*Anxiety of influence*” என்றவர் சற்று நேரம் அமைதியாக இருந்தார். “எனக்கும் அப்படி தோணிருக்கு. ஆனா நீ எல்லாத்திலயும் ரொம்ப தீவிரமா இருக்க. என்னோட சலிப்பு உனக்கு வராதுன்னு தோணுது.”

“நீங்க சலிப்புங்கிற வார்த்தையை துறவு மாதிரியோ முதிர்ச்சிங்கிறது மாதிரியோ அதுவே ஒரு ஞானம்கிற மாதிரியோ பயன்படுத்தற மாதிரி தெரியுது.”

“ஓ” நான் முதல்முறையாக அவர் குரலில் ஒரு தடுமாற்றத்தைக் கவனித்தேன்.

“உனக்கு எதன்மீதும் சலிப்பு வராதா?”

“வரும். இப்பவே அப்பப்ப வருது. இரண்டு மூணு நாள் ஒரு வாரம் இருக்கும். அப்புறம் சலிப்பு மேலேயே ஒரு சலிப்பு வந்திடும். ஒரு கூர்மையான ஆரோக்கியமான மனம் ஆரோக்கியமான உடல் அப்படித்தான் செயல்படும்னு நினைக்கிறேன். சலிப்பைச் சரி பண்ணிக்கும்.”

“எனக்கு எந்த உடல் பிரச்சினையும் இல்லை.”

“சில பிரச்சினைகள் ரொம்ப நுணுக்கமா உள்ளூர ஊடுருவி இருக்கும். உதாரணமாக சில மினரல் குறைபாடுகள். சில மனப் பிரச்சினைகள்.”

“ஸோ?”

“நீங்க உங்க பத்து வருட வாழ்க்கையை உங்க கூர்மையான மனதை வீணடிச்சிட்டீங்க. உங்களை விட உங்க மனைவி அவங்க வாழ்க்கையை சரியா வாழ்ந்திருக்காங்க.”

அதற்குள் அவர் மனைவி காப்பியுடன் மேல்மாடிக்கு வந்துவிட்டார். நான் அதைக் குடித்துவிட்டு ஊர் திரும்பி விட்டேன். கேட் வரை வந்து வழியனுப்பினார். “நாம இப்போ பேசனதெல்லாம் வெளிப்படுத்த வேண்டாம்னு கேட்டுக்கறேன். நான் இருக்கற இடத்தையும்.”

"நிச்சயமா சார்."

ஒரு மாதம் இருக்கும். ஏதோ எழுதிக் கொண்டிருந்தேன் என் மனைவி செய்தித் தாளில் ஒரு செய்தியைக் கொண்டுவந்து காட்டினாள்.

"பிரபல எழுத்தாளர்... மாரடைப்பில் மரணம். ஒரு மாதமாகவே உடல் நிலை சரியில்லாமல் இருந்தார் என்று தெரிகிறது. நேற்று மாலை தன் வீட்டு மொட்டைமாடியில் நாற்காலியில் உட்கார்ந்த வண்ணமே இறந்திருக்கிறார்..."

நான் செய்தித் தாளைக் கீழே வைத்தேன். "ம்ம். அவருக்கு ஒரு அஞ்சலிக் கட்டுரை எழுதவேண்டும். அவரைக் கடைசியாகப் பார்த்தவன் நான்தான்" என்றேன்

அவள் "டு யூ நோ ஹவ் க்ரூயல் யூ ஆர்!" என்றாள்

24
உறுத்தல்

“உங்களுக்கு தமிழ் இலக்கியத்தில பரிச்சயம் உண்டா டாக்டர்?”

“இல்லைங்க” என்றேன் நான். அந்த நோயாளியை ரெக்கமெண்ட் செய்தவர் ஏனோ அப்படிச் சொல்லும்படி கண்டிப்பாகச் சொல்லியிருந்தார்.

“சின்ன வயசில நாங்க ரொம்ப நாள் கேரளத்தில் இருந்தோம். அதினால தமிழ் பேசத்தான் தெரியும். மெடிக்கல் காலேஜ்ல கொஞ்சம் ராபின் குக் மாதிரி மெடிக்கல் பிக்‌ஷன் படிச்சிருக்கேன். அவ்வளவுதான். ஏன்?”

“இவர் தமிழ்ல மிக முக்கியமான ரைட்டர் டாக்டர்.”

“ஓக்கே?”

“இந்தியாவில இலக்கியத்துக்காக தரப்படும் எல்லா உயர்ந்த விருதுகளையும் வாங்கியிருக்கார்.”

“சரி?”

“சில நாவல்கள் சினிமாவாக் கூட எடுக்கப்பட்டிருக்கு. குறிப்பா நீல வானம். அந்த சினிமாவுக்கு நேஷனல் அவார்ட் கிடைச்சிருக்கு”

“எனக்கு லேசா நினைவிருக்கு. சரி அதுக்கும் இப்போ அவருக்கு இருக்கிற பிரச்சினைக்கும் என்ன சம்பந்தம்?”

“ஆனா அது அவரோட முதல் நாவல் இல்லே. அவருக்கு இந்த அங்கீகாரம் கிடைக்கிறதுக்கு முன்னால இருபது வருஷம் எந்த வெளிச்சமும் கிடைக்காம எழுதிட்டிருந்தார்.”

“சரி.”

“நீல வானத்துக்குக் கிடைச்ச வரவேற்பு அவரே எதிர்பாராதது. அந்த நாவலுக்குப் பிறகு அவர் ஒரு செலிப்ரடி ஆயிட்டார். அந்த நாவல் இந்தியாவிலேயும் அயல் நாட்டிலயும் பதினேழு பல்கலைக்கழகங்கள்ல பாடமா இருக்கு.”

"சரி."

"அந்த நாவல் இவருக்குக் கொண்டுவந்த அங்கீகாரங்கள், தொடர்புகள்... நட்புகள்..." அந்த பெண்மணி திரும்பி அவரைப் பார்த்தார் "பெண்கள்..."

எனக்கு இன்னமும் பிரச்சினை புரியவில்லை.

"அதன்பிறகு அவருக்கு இறக்கமே இல்லை. அதன் பிறகு அவர் என்ன எழுதினாலும் ஜெயிச்சது. அவரை வாசகர்கள் தேடி வந்துக்கிட்டே இருந்தாங்க. அந்த நாவலைப் படிச்சி நிறைய பேர் தங்கள் வாழ்க்கையை மாத்திக்கிட்டதா சொன்னாங்க."

"இதெல்லாம் நல்லதுதானே?"

"உங்களுக்குப் புரியலை. நீல வானம் ஒரு வகையில அவர் பண்ணின சமரசம்."

"சமரசம்னா?"

"அவர் தனது ஆன்மாவை செலுத்தாம வெறும் யுக்திகளை வச்சி எழுதின படைப்பு அதுங்கிறது அவர் கருத்து. தன்னை மதிக்காத இந்த இலக்கிய உலகத்தை ஒரு மாதிரி பழி வாங்கிற மாதிரிதான் அவர் அதை எழுதினார்"

"ஓ ஐ சீ."

"ஆனா ஒரு ஆர்ட்டிஸ்ட்டா அவருக்கு ஒரு உறுத்தல் இருந்துக்கிட்டே இருந்திருக்கு. எங்களுக்குத் தெரியலை."

"சரி?" என்றேன். இப்போது நிஜமாகவே குழப்பமடைந்திருந்தேன்.

"போன வருஷம் இவருக்கு ஒரு காய்ச்சல் வந்தது. வெறும் மூணு நாள் காய்ச்சல்தான். கொஞ்சம் பாரசிடமாலும் நிலவேம்பு கஷாயமும் கொடுத்தோம். போயிடிச்சி. ஆனா அதுக்கப்புறம் வேற சில பிரச்சினைகள் வந்திடிச்சி. அவர் சில காட்சிகளைக் காண ஆரம்பிச்சிட்டார்."

"என்ன காட்சிகள்?"

"நீல வானம் நாவலிலிருந்து சில காட்சிகள். சில காரக்டர்கள். அவங்களோட பேசறார். சண்டை போடறார். போயிடுங்க.

போயிடுங்க. நீங்கெல்லாம் உயிரேயற்ற ஆழமற்ற பாத்திரங்கள்னு கத்துறார். அழறார்.”

“ஓ”

“அவர் இது ஒரு வகையான கர்மான்னு நினைக்கிறார். அந்த நாவலுக்காக அவர் வாங்கின பரிசுகள்,அவார்டுகள் எல்லாத்தியும் இத்தனை வருஷம் கழிச்சி திருப்பி அனுப்பி வைக்க ஆரம்பிச்சார். அவங்களுக்கு ஒன்னுமே புரியலை. எங்களுக்கும். நிறைய பத்திரிகைகளுக்கு நீல வானம் மோசமான நாவல்னு இவரே வெவ்வேறு பேர்ல லட்டர் எழுதிப் போடறார்.”

நான் சுதாரித்துக்கொண்டு “ஓக்கே” என்றேன். “அது என்ன காய்ச்சல்னு தெரியலை. மைல்ட் செரிப்ரல் மலேரியாவா இருந்திருக்கலாம். சில மாத்திரைகள் தரேன். சில டெஸ்ட்கள் பண்ணிட்டு வாங்க. பார்க்கலாம். சரியா?” என்றேன்.

க்ளினிக்கை மூடிவிட்டு வீட்டுக்குப் போனபோது மனைவி வந்திருக்கவில்லை. அவளுக்கு கூட்டம் எப்போதுமே அதிகம் இருக்கும்.

நான் என் படுக்கையில் சாய்ந்துகொண்டு எப்போதும் அருகிலிருக்கும் அந்த புத்தகத்தை எடுத்தேன்.

நீல வானம்.

எங்கள் இருவருக்குமிடையே காதல் தோன்ற அந்த புத்தகம்தான் முதல் மற்றும் முக்கியமான காரணமாக இருந்தது.

❖❖❖

25
ஊன்

"உன் தியானத்துக்கு குறுக்காக வருவது எது?"

"நான் ஒரு கவிஞன் தியானம் செய்ய அமர்ந்ததும் மனதுக்குள் கவிதைகள் தோன்ற ஆரம்பித்துவிடுகின்றன."

"ஆனால் எழுத அமரும்போது தோன்றுவதில்லை. அப்படித்தானே?" அவர் சிரித்தார்.

"ஆமாம்."

"அப்படியானால் உன் மனம் கவிதை, எனும் பொம்மையைக் காட்டி உன்னை உண்மையிலிருந்து விலக்குகிறது."

"கவிதை உண்மை இல்லையா?"

"இல்லை. கவிதை என்பதும் இரைச்சல்தான். உன் மனதின் சளசளப்பு. ஒவ்வொருவருக்கும் ஒரு பொம்மையை கொடுத்து ஆழத்திலிருந்து மனம் விலக்கும். சிலருக்கு இது கோபமாக, துக்கமாக, காமமாக இருக்கும்"

"ஏன்?"

"ஏனெனில் ஆழத்தில் மனம் இல்லை. தான் இல்லாமல் போவதை எது விரும்பும்."

"காமமும் என்னை தொந்திரவு செய்கிறது."

"உன் வயிற்றைக் கவனி."

"புரியவில்லை."

"காமம் என்பது உண்பதோடும் கழிப்பதோடும் சம்பந்தப்பட்டதே. நீ எதையும் உண்ணாவிட்டால் எதையும் கழிக்கவேண்டியதில்லை."

"கீதையில் சொல்வது போல சாத்வீக உணவு?"

“விவிலியத்தில் சொன்னதுபோலவும்… ஒரு கனிதானே பூமியில் காமத்தைக் கொண்டுவந்தது?காமத்தில் நாம் என்ன செய்கிறோம்? ஒருவரை ஒருவர் உண்ண முயல்கிறோம்.”

“புரியவில்லை.”

“இவ்வுலகு இரண்டு வாய்களால் ஆனது ஒன்று தன்னை நிரப்பிக் கொள்ள இன்னொன்று தன்னைக் காலி செய்துகொள்ள… இனி நீ காமம் தோன்றும்போது கவனி. தியானம் செய்ய அமரும்போது உன் வயிற்றில் மலம் இருந்தால் காமம் தோன்றும்.”

“காமமே மலம்தானா?”

“கவிதையும்தான்.”

எனக்கு லேசாக அசூயை தோன்றியது. அவரிடம் விலகல் தோன்றியது.

அவர் உரத்து சிரித்தார்.

“இவருக்கு நான் சொன்னது பிடிக்கவில்லை” என்று அவர் சீடர்களிடம் சொன்னார். அவர்களும் சிரித்தார்கள். எல்லாரையும் விட ஒரு பெண் விழுந்து விழுந்து சிரித்தாள். அப்போது அவள் ஆடை கலைவது பற்றி கவலையுறவில்லை. வேண்டுமென்றே அவள் அப்படி செய்தது போல் பட்டது அவள் முன்னால் ஒரு எவர்சில்வர் தட்டில் ஆப்பிள், வாழை போன்ற பழங்கள் இருந்தன. அவர் அதிலிருந்து ஒரு ஆப்பிளை எடுத்து என்னிடம் கொடுத்தார்.

“To eat or not to eat?”

நான் எழுந்து வந்துவிட்டேன். மனம் ஏனோ அவரிடமிருந்து விலகிவிட்டது. இவர் டார்வின் தியரியைத்தான் பெரிய ஞானம் போலச் சொல்கிறார் என்று நினைத்தேன். உணவுச் சங்கிலி. எல்லாம் எல்லாவற்றையும் உண்ண முயல்கின்றன.

நான் ஏன் தொந்திரவடைந்தேன் என்று புரியவில்லை. கவிதையையும் மலம் என்று சொன்னதாலா?அது மனதின் இன்னொரு ஏமாற்று என்று சொன்னதாலா?

நான் பாருகுட்டியைத் தேடிச் சென்றேன். பக்கத்து வீட்டிலிருந்து ஒரு பெண் எட்டிப் பார்த்து “பாரு ஒரு கல்யாணத்துக்குப்

போயிருக்கா” என்றாள். நான் எரவாணத்தைத் துழாவி சாவியை எடுத்துத் திறந்து உள்ளே போனேன். சற்று அவசரமாக போயிருக்கிறாள் போல கூடத்தின் நடுவில் அவள் சேலை குவியலாய்க் கிடந்தது. நான் படுக்கையில் படுத்துக்கொண்டு ராஜாராவின் பாம்பும் கயிறும் படிக்க முயன்றேன். சலித்துத் தூங்கிவிட்டேன்.

விழித்தபோது பாரு வந்திருந்தாள். உடை மாற்றிக்கொண்டிருந்தாள். “வந்து ஒரு பாடு சமயம் ஆயோ மாஷே?”

நான் அவள் ஆடைகளை ஒவ்வொன்றாய் உரிந்து போடுவதை கம்மலைக் கழற்றி வைப்பதை கண்மையை கன்னச்சிவப்பைக் கலைப்பதைப் பார்த்துக்கொண்டிருந்தேன்.

அவள் போயிருந்த கல்யாணத்தைப் பற்றிப் பேசியவாறே இவற்றைப் பண்ணிக்கொண்டிருந்தாள். அவள் அன்று போயிருந்தது ஒரு நாயர் கல்யாணம். அவர்கள் கல்யாணங்களில் சடங்குகள் பெரிதாக இருப்பதில்லை. அய்யரை வரவழைத்துப் பண்ணுவதில்லை. பொதுவாகவே கேரளத் திருமணங்கள் அவ்விதமே. ஒரு பெரிய நிலைவிளக்கின் முன்பு அரிசி, பொரியில் தென்னம்பாளையைக் குத்திவைத்திருப்பார்கள். அந்த குடும்பத்தின் மூத்தவர் அல்லது காரணவர் முன்னிலையில் ஒரு புதிய புடவையை எடுத்து மணமகளுக்குக் கொடுப்பார்கள். அவ்வளவுதான். தாலி கட்டுவதெல்லாம் பின்னால் வந்தது. ஆகவே சாப்பாட்டுப் பந்திதான் அவர்கள் கல்யாணத்தின் மிகப்பெரிய சடங்கு. பாரு தான் போன கல்யாணப் பந்தியில் போட்ட ஒவ்வொரு பலகாரத்தையும் விவரித்துக் கொண்டிருந்தாள். பீட் ரூட் ஜாம், அன்னாசிப்பழ ஜாம், இஞ்சிப் பச்சடி, மரச்சீனி அப்பளம், காளன், கோளன், எரிசேரி, புளிசேரி, துவரன், மூன்று வித பாயாசங்கள், அரிசிப் பாயாசம், பால்ப்பாயாசம், அடைப் பிரதமன்...

ஒரு கட்டத்தில் அவள் முழு நிர்வாணமாய் ஸ்டூலில் அமர்ந்து ட்ரெஸ்ஸிங் டேபிள் கண்ணாடியில் பார்த்தவாறே தலை கோத ஆரம்பித்தாள். கவனமாக வெள்ளி நரைகளை விலக்கி கூந்தலுக்குள் புதைத்தாள். எனக்கு எல்லாம் ஏமாற்று என்று தோன்றியது. எல்லாரும் எல்லாரையும் உண்ண முயல்கிறார்கள். அவள் உடல் எனக்கு புதிதல்ல. ஆனால் அன்று அவள் பெரிய சதைக் கோளம் எனத் தோன்றினாள் மாபெரும் சோற்றுருண்டையாக... நான் முதல்முறையாக அவள் பிருஷ்டங்களிலிருந்த குழிகளைப்

பார்த்தேன் நேற்றுவரை அவை எங்கிருந்தன! அவளது முன்னங்கை ஆடுசதையை... நான் அவளைப் பார்த்ததை உணர்ந்தாற்போல் அவள் திரும்பி என்னை நோக்கி எழுந்து வந்தாள். அப்போது அவள் உடலிலிருந்து ஒரு நாற்றம் வீசுவது போல தோன்றியது. பாயாசம் புளித்துவிட்டால் அடிப்பது போன்ற ஒரு வாசனை அவள் "என்னாச்சு?" என்று நெற்றியைத் தொட்டுப் பார்த்தாள் "உடம்பு சுடுதே?"

அவள் என் மேல் குனிந்தபோது அவள் முலைகள் என் மேல் ஆடின. வாடிய வாழைப்பூக்கள் போன்ற தளர்ந்த முலைகள். அவற்றிலிருந்து கிளம்பிய வியர்வை வீச்சம்.

நான் அப்படியே எழுந்து ஓங்கரித்து வாந்தி எடுத்தேன். அவள் சட்டென்று கைகளில் ஏந்திக்கொண்டாள். மீண்டும் மீண்டும் எடுத்தேன். ஒவ்வொரு தடவையும் அவள் அதை கையிலேந்தி கழிவறையில் சென்றுக் கொட்டி வந்தாள். "கண்ணு காணும்போதே நினைச்சதா" என்றாள்.

மூன்று நாட்கள் நான் எந்த போதமும் இல்லாமல் காய்ச்சலில் கிடந்தேன் நடுவில் ஒருமுறை என்னை ஆட்டோவில் அமர்த்தி ஆஸ்பத்திரி கூட்டிப் போவது தெரிந்தது. அங்கே நரம்பில் குத்தி சர்க்கரை ஏற்றினார்கள் விடாமல் பேதி போய்க்கொண்டே இருந்தது அதுவும் படுக்கையிலேயே. பாருகுட்டி முகம் சுளிக்காமல் எல்லாவற்றையும் மாற்றினாள். துடைத்துவிட்டாள்.

நான்காம் நாள் சற்றே தெளிந்து பால்கனியில் போய் அமர்ந்திருந்தேன். அவள் மேலேறி வந்து என்னருகில் அமர்ந்தாள். "பனி போயி. நீ எங்கு போயி ஏது கழிச்சதா?" என்றாள்.

நான் "ஒரு சாமியார் கொடுத்த பழம்" என்று சொல்ல நினைத்து சொல்லவில்லை.

அவள் வந்தது கண்டதும் எங்கிருந்தோ சில சிட்டுக்குருவிகள் கிறீச்சிட்டபடி வந்தன. அவள் ஒரு கிண்ணத்திலிருந்து தானியங்களை எடுத்து அவற்றின் முன்பு வீசினாள். அவை ஒன்றோடு ஒன்று சண்டை போட்டுக்கொண்டு அவற்றைப் பொறுக்கின.

"சண்டை இல்லை. நல்லாயிட்டு நோக்கு" என்றாள் பாரு.

ஒரு குருவி வேகமாக தானியத்தை எடுத்துக்கொண்டு பறந்து சற்று விளையாட்டுக்குப் பிறகு தன் பின்னால் துரத்திவந்த இன்னொரு குருவியின் அலகில் ஊட்டியது.

“பிரணயமானு ஆத்மாவிண்டே ஊண்.”

நான் “என்ன?” என்றேன்.

“ஞான் எங்கோ கேட்ட கவிதா.”

“சங்கீதமே பிரணயத்தின் ஊண்னு சேக்ஸ்பியர் கவிதைதான் ஒன்னு இருக்கு.”

அவள் சிரித்தாள்.

“இங்கனயும் ஒரு கவிதை இருக்கட்டே” என்றாள். “ஞான் போய் உனக்கு கஞ்சி கொண்டு வாரேன்.”

❖❖❖

26
வாக்குறுதி

1

“இன்னியோட முடிஞ்சிடும்னு தோணுதுடா” என்றாள். “கடைசி ராத்திரி.”

நான் “கொஞ்சம் சும்மாருக்கியா?” என்றேன்.

“நிசம்மாதான் சொல்றேன். எனக்கு தெரிஞ்சிடிச்சு.”

நான் “சும்மாருன்னு சொல்றேம்ல?” என்று கத்தினேன்.

“அவ்வளவு தாண்டா” என்றாள் அவள் அதைக் கேட்காமல் “இந்த உடல்ல அவ்வளவுதான்”, இதைச் சொல்லி முடித்ததும் எங்கிருந்தோ ஒரு விக்கல் வந்தது. நான் ஓடிப்போய் தண்ணீர் எடுத்துப் புகட்டினேன். உள்ளே செல்லாமல் வழிந்தது. அவள் வேண்டாம் என்பது போல் தலையசைத்தாள்

நான் “அம்மா அம்மா” என்று கத்தினேன். மரியம்மை அடுக்களை உள்ளிருந்து ஓடி வந்தாள். “ஊசி போட்டீங்களா இல்லியா? தூங்காம பேசிக்கிட்டே இருக்கா. இப்போ விக்கல் வேற வருது.”

“வாய்ல கொஞ்சம் சீனியைப் போட்டா நின்னுடும்”என்றபடி அவள் உள்ளே ஓடினாள்.

“சீனி இல்லே அரிசி” என்றாள் அவள் விக்கலூடே.

“நீ இப்படி பேசறதை நிப்பாட்டப்போறியா இல்லையா?” என்று நான் இரைந்தேன். “நீ கொஞ்சம் தூங்கு” என்றேன்.

அவள் முனகலாய் “தூங்கத்தானே போறேன்” என்றாள். மரியம்மை வந்து அவள் வாயில் சீனியைப் போட்டாள். “அவ்வளவுதான். அவ்வளவுதான் இதோ விக்கல் போயிடும்.”

அவள் அதை சப்புக் கொட்டிச் சாப்பிட்டுப் பார்த்துவிட்டு “கசக்கு” என்றாள்

எனக்கு மரண நிமித்தங்களில் ஒன்றாக விக்கல் சொல்லப் பட்டிருப்பதை எங்கோ படித்தது நினைவுக்கு வந்தது.

"அனு உனக்கு என்ன பண்ணுது?" என்றேன்.

அவள் "ஒன்னும் இல்லே. வலி இல்லே. திகைமுட்டு இல்லே. அசதி இல்லே. உண்மைல பறக்கறாப்ல இருக்கு"

நான் சற்று உற்சாகம் பெற்று "உனக்கு குணமாகுது" என்றேன். அவள் "இல்லே" என்றாள்.

பிறகு தனது அம்மாவைப் பார்த்து "அம்மா உன்கிட்ட ஒன்னு சொல்லணும். ஒரு நாள் இவன் என்னை கிஸ் பண்ண பார்த்தான்."

மரியம்மை "என்னத்தயாவது உளறிக்கிட்டு கிடக்காத. அவன் உன் தம்பி மாதிரில்லா."

"சத்தியம். பலா மூட்டுக்குக் கீழ... ஒரு நாள் நீ வேலைக்குப் போயிருந்தப்போ... அவன் கிட்டேயே கேளு."

மரியம்மை "நல்ல பிள்ளைங்கள். நான் போய் உனக்கு கஞ்சி கொண்டு வாரேன்" என்று போனாள்.

விக்கல் சற்றே குறைந்திருப்பது போல் பட்டது. அவள் என்னையே பார்த்துக்கொண்டிருந்தாள்.

"ஆனா நான் அன்னிக்கி உன்னை நல்லா திட்டிட்டேன். இல்லை?"

நான் பேசாமல் எழுந்து அவளது மெடிக்கல் ரிப்போர்ட்டுகளை எடுத்து மீண்டும் படிக்க ஆரம்பித்தேன்.

"அதில் ஒன்னுமில்லேடா" என்றாள் அவள். "என்னைப் பாரு. இன்னும் கொஞ்ச நேரம்தான்."

நான் "வாயை மூடு" என்றேன்.

"சாரிடா" என்றாள்.

"செத்ததுக்குப் பிறகு ஒரு ஜீவிதம் உண்டுன்னா நான் கட்டாயம் ஒரு தடவை உன்னை பார்க்க வருவேன். உன் கல்யாணத்தன்னிக்கி" என்றாள். "இல்லை. முதல் ராத்திரிக்கு" என்று சிரிக்க ஆரம்பித்தாள். சிரிப்புடன் விக்கலும் மறுபடி வந்துவிட்டது. கண் மேலே ஏற ஆரம்பித்தது. நான் "அம்மா அம்மா இங்கே வாங்க" என்று அலறியபடி உள்ளே ஓடினேன்.

2

எனக்கு அந்த செட்டப்பே பிடிக்கவில்லை. பழைய கால தமிழ் சினிமாக்கள் போல கட்டிலில் மல்லிகைப்பூக்கள் சரம்சரமாகத் தொங்க விடப்பட்டிருந்தன. எனக்கு மூக்கடைத்து தலைவலித்தது. பால் கனியைத் திறந்து சற்று நேரம் வெளிக்காற்றில் நின்றேன். என் மனம் எதையோ எதிர்பார்ப்பது போல் தத்தளிப்பில் இருந்தது. எதை? புதிய மனைவியுடன் முதல் உடல் உறவையா? இல்லை. வேறெதோ... என் மனம் ஏதோ ஒரு சமிக்கையை எதிர்பார்த்தது போல் பட்டது. ஒரு வண்ணத்துப்பூச்சி, ஒரு மின்மினி, ஒரு சிட்டுக் குருவி... அல்லது ஒரு காகமாவது...

ஆனால் இந்த இருபது மாடி அடுக்குக் குடியிருப்புக்கு எதுதான் வரும்?

கதவு திறக்கும் சப்தம் கேட்டது. என் மனைவி பட்டுப்புடவை சரசரக்க விரைவாக வந்து என் காலில் விழுந்தாள். "சம்பிரதாயம்" என்று சிரித்தாள். "இன்று மட்டும்தான்!"

நான் சிரிக்காதது கண்டு "என்னாச்சி தலை வலிக்குதா?" என்றாள். "ஆமா எனக்கு ஜாஸ்மின் அலர்ஜி உண்டு" என்று சமாளித்தேன்

ஆனால் எப்படியோ ஏதோ ஒரு கணத்தில் முடிச்சுகள் அவிழ்ந்தன. இரண்டு உடல்கள் மிக அருகருகே இருக்கும்போது நிகழ்வது இயல்பாக நிகழ்ந்தது. நிகழ்ந்து முடிந்தபோது சற்றே துக்கமாகவும் விடுதலையாகவும் கூட இருந்தது. "எல்லாம் அபத்தம்"என்று நினைத்துக்கொண்டேன். "சாவு நேர வாக்குறுதிகள் வரையிலும் எல்லாம் அபத்தம்."

ஒரு செட்ரிசின் மாத்திரை கேட்டு வாங்கிப் போட்டுவிட்டு உறங்கிவிட்டேன்.

எப்போது விழித்தேன் என்று தெரியவில்லை. அவள் ட்ரஸிங் டேபிளின் முன்னால் வெறும் பாவாடை சட்டையுடன் அமர்ந்து கூந்தலிலிருந்து மலர்களைக் களைந்துகொண்டிருந்தாள்.

நான் கண் கூசி "மணி எத்தனை விடிஞ்சிடுச்சா?" என்றேன். கை மலர்களைக் களைவதை நிறுத்திவிட்டது.

"இல்லை. தூங்குங்க" என்று பதில் வந்தது. படுக்கையில் என்னருகிலிருந்து.

❖❖❖

27
பிறவி

1

"மழை பெய்யுது. நிக்குது" என்றாள் அவள்.

"காய்ச்சல்?" என்றேன்

"அதுவும்தான். பகல் எல்லாம் ஒன்னுமில்லே. சாயங்காலமானா தான் பிரஸ்னம். ஒரே விரையல்."

"நான் கொடுத்த மாத்திரையை சாப்டறியா?"

"ம்ம்."

"ஆகாரம்?"

"எந்திக்கவே முடியலை. வனித சேச்சி அந்திக்கடை முடிஞ்சு வரும்போது தோசை கொண்டுவரும் என்னு பறஞ்சுட்டு போயி."

"அப்போ நீ முக்கா பட்டினி?"

'ம்ம்ம். ஆனா பசியும் இல்லே" என்றவள் "உனக்கு வேலை அதிகமா?"

"ஏன்?உனக்கு எதுவும் வேணுமா?"

"இல்லே. சும்மா முடிஞ்சா ஒரு தடவை வந்துட்டு போ."

"பாரு விஷயம் ஏதானுன்னு பற."

"ஏய் ஒன்னுமில்லா. முடிஞ்சா வா."

நான் போனேன். போகும்போதே தெரிந்த ஹெல்த் இன்ஸ்பெக்டர் ஒருவரையும் கூட்டிப் போனேன். அவர் அவள் சுட்டுவிரலில் குத்தி கண்ணாடிப் பட்டையில் தடவிக்கொண்டார்

"சிலப்பம் மலேரியாவாய் இருக்கலாம். நீ போய் கொஞ்ச நாள் போர்ட் கொச்சியில் இருந்ததல்லே?"

அவர் போன பிறகு அவள் நெற்றியைத் தொட்டுப் பார்த்தேன். கொதித்துக் கொண்டிருந்தது. “நீ குளிசை கழிச்சோ?” “இல்லா. வெறுமே கழிச்சா வயிறு கடிக்குன்னு” நான் சாலைக்குப் போய் ஒரு தட்டுக்கடையில் கஞ்சி கேட்டேன். பாத்திரம் கொண்டு போகவில்லை. கடை நாயர் “அருணா விலாசமல்லே? நாளை வந்து கொடுத்தா மதி” என்றபடி ஒரு தூக்குவாளியில் கஞ்சியும் வாழையிலைத் துண்டில் அச்சாரும் கொடுத்தார். இறங்கும்போது “இவள் எந்தினா அந்த வீட்ல ஒத்தைக்கு இருக்குன்னது?” என்றார். நான் பதில் சொல்லவில்லை. அந்த வீடு ஒரு புகழ்பெற்ற கிருஷ்ணன் வகை தரவாட்டுக்குச் சொந்தமானது. ஆனால் அவர்கள் இப்போது உலகெங்கும் சிதறிக்கிடந்தார்கள். சுற்றிலும் பெரிய தோட்டமும் கிணறும் கொண்ட பழையபாணி இரண்டடுக்கு ஓட்டுவீடு. ஆனால் அந்த குடும்பத்தில் ஒவ்வொரு தலைமுறையிலும் யாராவது ஒருவர் விநோதமான முறையில் துர்மரணமடைந்து கொண்டே இருந்தார்கள். கஞ்சி குடிக்கிற பாத்திரத்தில் சுருண்டு கிடந்த பாம்பு கடித்து மரணம், தென்னை மரம் ஒரு பெருமழையில் மூடோடு பெயர்ந்து தலையில் விழுந்து மரணம், ரயிலில் சென்றுகொண்டிருக்கும்போது வெற்றிலை எச்சில் துப்ப வாசலுக்குப் போய் தவறி விழுந்து மரணம்... பிரஸ்னம் பார்த்தபோது அந்த வீடுதான் பிரச்சினை என்று வந்தது. அந்த வீட்டின் கீழ் நிறைய துராவிகளைப் பிடித்து வைத்த கும்பங்கள் இருக்கின்றன. அவர்கள் எதிரிகள் செய்ததல்ல. அவர்கள் தலைமுறைக்கும் முன்பு மந்திரவாதிகள் எங்கோ பிடித்து ஆவாகனம் செய்து இங்கு வந்து புதைத்திருக்கிறார்கள். அதன் மீது மண் சரிந்து சரிந்து தெரியாமல் போய்விட்டது. அவற்றின் மீதே இந்த வீடு கட்டப்பட்டுள்ளது. இது சொல்லப்பட்டதும் குடும்பம் அந்த வீட்டை விட்டுவிட்டு கேரளத்துக்குள் போய்விட்டது. நிலத்தை விற்கும் முயற்சிகளும் கைகூடவில்லை.

ஆகவே பாருகுட்டி வாடகைக்கு கேட்டுப் போனபோது தயக்கமில்லாமல் அவள் சொன்ன தொகைக்கே கொடுத்து விட்டார்கள். கேரளத்தில் பாலாவில் இருக்கும் அந்த வீட்டின் உரிமையாளருக்கு பாருகுட்டி நினைக்கும்போது ஒரு தொகையை அனுப்புவாள். இல்லாவிட்டாலும் கேள்வி இல்லை.

“உன்னை மாதிரி சர்க்கார் ஜோலியா என்னுது?” என்று சிரிப்பாள்.

நான் வீட்டுக்குப் போவதற்குள் திரும்பவும் மழை வந்துவிட்டது. கிணறு முற்றிலுமே நிரம்பி கை மட்டத்துக்கு வந்திருக்க தெள்ளுப்பூச்சிகள் தண்ணீரில் சிதறியிருந்த முருங்கை இலைகளைத் துரத்தின. சிறிய வாழ்க்கைதான் அவற்றுடையது. ஆனால் அதற்குள்ளும் ஒரு விளையாட்டு!

நான் உள்ளே போகும்போது பாருகுட்டி குளிரில் நடுங்கிக் கொண்டிருந்தாள். நான் பாய்ந்து போய் அவளை அணைத்துக்கொண்டு "முட்டாளே! இந்த கஞ்சி வெள்ளத்தைக் குடித்துவிட்டு மருந்தைச் சாப்பிடு" என்றேன். அவள் சிரமத்துடன் எழுந்து கஞ்சியைக் குடித்தாள். அவளது குளிர் நடுக்கம் எனக்கு வியப்பை அளித்தது. வெளியில் மழை பெய்தாலும் எனக்கு கடுமையாக வியர்த்து வழிந்துகொண்டிருந்தது. மேலே மரத்தளத்தால் ஆன வீடு அது. குளிர் அதிகம் நுழையாது. அப்படியானால் பாருகுட்டியின் காய்ச்சல் மிக அதிகமாகதான் இருக்கவேண்டும்.

மாத்திரை சாப்பிட்டபிறகு சற்றே அவள் காய்ச்சல் தணிந்தது. "நீ கழிச்சோ?" என்றாள். "இல்லை இனிதான். நீ தூங்கு. பிறகு சாப்பிட்டுக் கொள்கிறேன்" என்றேன். பிறகு அவள் பக்கம் ஒரு நாற்காலியை இழுத்துப் போட்டுக்கொண்டு அமர்ந்து ஒரு புத்தகத்தை படிக்க ஆரம்பித்தேன் அவள் படுத்துக்கொண்டு என்னையே பார்த்துக்கொண்டிருந்தாள். பிறகு "நான் வேறொரு கார்யமாட்டு நின்னை விளிச்சது" என்றாள். "நான் இங்கு வந்து மூன்று கொல்லமாகிறது. ஆனால் இரண்டு நாளாகதான் இது நடக்கிறது."

நான் "என்ன நடக்கிறது?" என்றேன்.

"மேலே குச்சில் யாரோ நடக்கிறார்கள். கசேரியை இழுத்து உட்கார்கிறார்கள்" என்றாள். "அழுகிறார்கள்."

நான் படிப்பதை நிறுத்திவிட்டேன்.

"இதெல்லாம் உன்னோட தோணலா. காய்ச்சல் தோற்றங்கள்."

அவள் "சரி" என்றாள். புன்னகைத்தாள். "நீ சொன்னா சரி" சொல்லும்போதே அவள் கண்கள் செம்மின. உறங்கிவிட்டாள். அறையில் அவள் நீண்டுவிடும் மூச்சு மட்டும் பெரிதாகக் கேட்டது. எனக்கு பசிக்க ஆரம்பித்துவிட்டிருந்தது. மேலே சாலைக்குப்

போய் சாப்பிடலாம் என்று எழுந்தபோது பளிச்சென்று ஒரு மின்னலடித்தது. அதைத் தொடர்ந்து ஒரு பெரிய முழக்கம். மின்சாரம் போய்விட்டது. நான் கதவைத் திறந்து வெளியே பார்த்தேன். மழை பெரிதாகப் பெய்ய ஆரம்பித்திருக்க எங்கும் வெளிச்சமே இல்லை. கருப்புச் சுவர் போன்ற இருள்.

நான் கதவை அடைத்துவிட்டு தட்டுத் தடுமாறி உள்ளே வந்து நிலை விளக்கின் அருகில் தீப்பெட்டி வைத்திருப்பாள் அதைத் தேடி தீபத்தை ஏற்றும்போது மழைச் சத்தத்தையும் மீறி அதைக் கேட்டேன்.

மேலே யாரோ ஒரு நாற்காலியை இழுக்கும் சப்தம். நடக்கும் சப்தம். அழும் சப்தம்.

நான் ஒரு கணம் மயிர்க்கூச்செறிந்து அப்படியே நின்றுவிட்டேன். விளக்கு வெளிச்சத்தில் பாருகுட்டியைப் பார்த்தேன். ஆழ்ந்து உறங்கிக்கொண்டிருந்தாள். ஒரு கணம் அவள் மேல் மிகுந்த இரக்கம் ஏற்பட்டது. எப்படி இந்த வீட்டில் தனியாக இருக்கிறாள்! எவ்வளவு தனிமையான வாழ்வு அவளுடையது!

எனக்கு இப்போது சந்தேகம் வந்துவிட்டிருந்தது. நாற்காலியை யாரும் இழுக்கவில்லை. மேலே ஒரு கிளிவாசல் உண்டு. அது மழைக் காற்றில் திறந்திருக்கலாம். அது சாமான்களை உருட்டியிருக்கும். அழுகைக் குரல் பக்கத்து வீட்டிலிருந்து அவ்வப்போது வரும் பூனை.

இந்த எண்ணம் ஏற்பட்டதும் நான் சம நிலை அடைந்தேன். இன்னுமொரு சிறிய விளக்கை ஏற்றி மேசையில் வைத்துக்கொண்டு படிக்க ஆரம்பித்தேன்.

We look before and after
And pine for what is not
Our sincerest laughter
With some pain is fraught
Our sweetest songs are those that tell of saddest thought. .

படிக்கையிலேயே என் மனதின் ஒருபகுதி மேலே அந்த சத்தம் மறுபடி கேட்கிறதா என்று கவனித்துக்கொண்டே இருந்தது உணர்ந்தேன். ஆனால் அப்படி எதுவும் கேட்கவில்லை. நான் சற்று ஏமாற்றமாகக் கூட உணர்ந்தேன். அதற்குப் பிறகு ஷெல்லியில் மனம்

சேரவில்லை. எனக்கு என் மேலேயே சற்று இகழ்ச்சி தோன்றியது. அந்த இகழ்ச்சியின் காரணமாகவோ என்னவோ அதைச் செய்தேன். அந்த சிறிய விளக்கை எடுத்துக்கொண்டு மாடிக்கு ஏறினேன். ஏறும்போது மரப்படிகள் அதிர்ச்சியடைந்து முனகின. யாரும் அங்கே செல்வதே இல்லை போல. ஏறிப் போய் ஒரு கணம் தளத்தில் நின்று சுற்றிப் பார்த்தேன். நான் நினைத்தது சரிதான். கிளிவாசல் திறந்துகிடந்தது. மழைக்காற்றில் அதன் சிறகுகளை அடித்துக்கொண்டு. மேலே ஒரு மூச்சடைக்கும் மரத்தூள் மணம் இருந்தது. அறையின் மையத்தில் ஒரு இரண்டு கால் வட்ட மர மேசை கிடந்தது. அதன் முன்பு ஒரு உடைந்த நாற்காலி. ஓரங்களில் நிறைய பழைய சாமான்கள் குவிந்து கிடந்தன. அவற்றின் நிழல்கள். நான் விளக்கை அணையாமல் பொத்திப் பாதுகாத்துக்கொண்டே நடந்து போய் ஒற்றைக் கையால் கிளி சன்னலை அடைத்தேன். திரும்பினேன். அந்தக் காட்சியைக் கண்டேன்.

இப்போது அந்த மேசையின் முன்னால் யாரோ அமர்ந்திருந்தார்கள். நான் முதலில் அந்தக் காட்சியை நம்பவில்லை. ஏதோ நிழல் என்று நினைத்தேன் விளக்குத் திரியைத் தூண்டி உயர்த்திப் பிடித்தேன். ஆனால் சர்வ நிச்சயமாக

அங்கே ஒரு பெண் உட்கார்ந்திருந்தாள். முண்டும் சில தலைமுறைகள் முன்பு பழைய பேஷன் பாப்ளின் ஜாக்கட்டும் அணிந்திருந்தாள். வலதுபக்கமிருந்து பார்க்க இலை போன்ற அவள் வயிறு தெரிந்தது. அது பரிச்சயமானதாக இருந்தது.

அவள் ஒரு கத்தியால் மேசைமேல் வைத்து தன் கை நரம்பை அறுத்துக்கொண்டிருந்தாள். அவளது குருதி வளையை விட்டு இறங்கிப்போகும் ஒரு சர்ப்பம் போல மெதுவாக இறங்கி மேசையில் பரவிக்கொண்டிருந்தது.

நான் தன்னிச்சையாய் 'வேண்டாம்"என்று அவளை நோக்கிப் பாய்ந்தேன். அப்போது வினோதமாக ஒன்று நிகழ்ந்தது. அதே போல் எதிர்ப்புறமிருந்து பாய்ந்து வந்த இன்னொருவன் மீது மோதிக்கொண்டேன். அவன் என்னை ஊடுருவிக்கொண்டு அவளை நோக்கி ஓடினான். மேசையில் குப்புற விழுந்துகிடந்த பாருகுட்டியை கதறியபடியே உலுக்கினான். நான் அவ்வாறு உலுக்கிக்கொண்டிருந்தது நான்தான் என்று கண்டேன். சற்றே பழைய நான்.

2

நான் கீழே இறங்கியபோது பாருகுட்டி விழித்திருப்பதைப் பார்த்தேன். மெல்ல நடந்து அவள் அருகில் அமர்ந்தேன்

அவள் என் கண்களில் ஆழப்பார்த்து "நான் சொன்னதுதான் சரி. மேலே ஆட்கள் உண்டு. அல்லே?" என்றாள்.

நான் "ஆம்" என்றேன்.

அவள் சற்று நேரம் காத்திருந்து பார்த்துவிட்டு கேட்டாள்.

"யார்?"

நான் பெருமூச்சுடன் சொன்னேன்

"நாம்."

28
கல்விளக்கு

"உன்னைப்போல் காதலிப்பவனும் உன்னைப்போல் காதலிக்காமல் இருப்பவனும் இருக்க முடியாது" என்றாள் பாருகுட்டி.

நான் "இதென்ன விடுகதை?" என்றேன் புத்தகத்திலிருந்து நிமிர்ந்து.

"அதானு நீ ஒரு கடங்கதா."

"மனசிலாயில்லா பெண்குட்டியே."

"நீ இப்படி ஏதாவது ஒரு புஸ்தகத்தை எடுத்துக்கொண்டு உட்காரும்போதெல்லாம் எனக்கு எரிகிறது."

நான் திடுக்கிட்டேன்.

அம்மா இப்படி சில முறை சொல்லியிருக்கிறாள்.

"நீ இப்படி படிக்கிற ஒவ்வொரு புத்தகமும் நீ என்னை விட்டு விலகிப்போகிற ஒவ்வொரு காலடி என்று எனக்குத் தோணும்" என்றாள் பாருகுட்டி தொடர்ந்து.

நான் "ஏன்?" என்றேன்.

பாருகுட்டி பெருமூச்செறிந்து,

"அதில் என்னைக் காட்டிலும் நீ பிரேமிக்கிற ஜீவன்கள் ஸ்திரீகள் உண்டல்லோ?"

நான் உறைந்து அப்படியே அமர்ந்துவிட்டேன்.

அம்மாவுக்கு நான் சதா புத்தகம் படித்துக்கொண்டே இருப்பதில் கொஞ்சம் சலிப்பு இருந்தது. "இதைப் படிச்சே கிறுக்காயிட்ட நீ" என்பாள் "ஒரு நாள் இது எல்லாத்தியும் தீ வச்சு எரிக்கப் போறேன்."

அவள் இறப்பதற்கு முன்பான எங்கள் உரையாடல்களில் கூட எங்கள் வீட்டு பரணில் நான் குவித்து வைத்திருக்கும் புத்தகங்கள் பற்றிப் பேசினாள்.

இறுதிக் கட்டத்தில் அவளை மருத்துவமனையில் சேர்த்திருந்த சில நாட்கள் நான் அவளுடன் இருந்தேன். வழக்கம் போல் இரவில் உறக்கம் வராமல் கிண்டிலைத் திறந்து படித்துக் கொண்டிருந்தேன்.

ஏதோ ஒரு கணத்தில் உணர்ந்து பார்த்தேன். அவள் விழித்து என்னையே பார்த்துக்கொண்டிருந்தாள்.

29
சுருள்வில்

"ரூம்?" என்றார் அவர். நான் அந்தக் குரலைக் கேட்டு சற்று திடுக்கிட்டுவிட்டேன் என்றே சொல்லவேண்டும். அப்படியொரு மழையில் சுமார் நூறாண்டுகளாவது பழமையான, நல்ல வானிலையிலேயே அடைவதற்குச் சிரமமான அந்த மலை வாசஸ்தல விடுதிக்கு யாரும் வரக்கூடும் என்று நிச்சயமாக நான் எதிர்பார்த்திருக்கவில்லை. மெழுகுவர்த்தி ஒளியில் நான் படித்துக்கொண்டிருந்த புத்தகத்தை கவனமாக பக்கக்குறிப்பானால் அடையாளம் வைத்துவிட்டு நிமிர்ந்து "நிச்சயமாக சார்" என்றேன்.

"எல்லா அறைகளும் காலியாகவே இருக்கின்றன. நானும் சமையல்காரனும் மட்டும்தான் இருக்கிறோம். விடுதியின் சிறந்த அறையை உங்களுக்கு அளிக்கிறேன்"என்றேன். "உங்கள் பெயர் விலாசத்தை இதில் எழுதுங்கள். எங்கிருந்து வருகிறீர்கள்?"

அவர் "இங்கிலாந்திலிருந்து" என்றபடி அதை நிரப்பினார்.

"ஏதோ படித்துக்கொண்டிருந்தீர்கள் போலிருக்கிறது."

"ஆம். Taylor Caldwell எழுதிய The captains and the kings."

அவர் "ஓ அந்த அமெரிக்கப் பெண்மணி" என்றார். "மறுபிறவி, இல்லுமினாட்டி போன்றவற்றில் நம்பிக்கை உடையவர்."

நான் "உங்களுக்குக் கிடையாதா?" என்றேன். அவர் "இல்லை" என்றவர் "மன்னிக்கவும் எனக்கு நன்றாக பசிக்கிறது. குடிக்கவும் ஏதாவது வேண்டும்."

"ஓ சாரி" என்றவன் "சுப்பையா சுப்பையா" என்று கத்தினேன். பிறகுதான் அவர் உடைகள் நன்றாக நனைந்திருப்பது கவனித்து "ரொம்பவுமே நனைந்து விட்டிருக்கிறீர்களே. அது சரி நீங்கள் எதில் வந்தீர்கள்? உங்கள் லக்கேஜ் எங்கே?"

அவர் "அதுதான் வேடிக்கை. எனது லக்கேஜ் நாளைதான் வரும். அது வேறோரிடத்தில் சிக்கிவிட்டது."

நான் “அது வரை ஈர உடையுடனா இருப்பீர்கள்?” என்றபோது சுப்பையா வந்துவிட்டிருந்தான். தூக்கம் கலைந்த எரிச்சல் அவன் கண்களில். “சுப்பையா சாருக்கு 101 ஐக் கொடு. அவர் சாப்பிடவும் இல்லை. சப்பாத்தி குருமா செய்ய முடிகிறதா பார். ப்ரெட் இருக்கிறதா? அத்தோடு நமது ஸ்டோரைத் திறந்து அவர் கேட்கிற உடைகளையும் கொடு.”

சுப்பையா அதே எரிச்சலோடு அவரை அறைக்கு அழைத்துப் போனான்.

நான் மறுபடி என் புத்தகத்தில் ஆழ்ந்துவிட்டேன்.

“டெய்லர் கால்டுவெல் என்ன சொல்கிறாள்?” என்ற குரல் கேட்டுதான் நிமிர்ந்தேன். “அட்லாண்டிஸ் என்ற கண்டம் இருந்தது என்று சொல்கிறாளா?”

நான் புன்னகைத்தேன். “இதிலெல்லாம் தான் உங்களுக்கு நம்பிக்கை இல்லையே?”

அவர் “உண்மைதான் இவையெல்லாம் வெளியே இப்படி மழை பெய்யும்போது படிக்க நல்ல புத்தகங்கள் அவ்வளவுதான்” என்றார். “குடிக்க ஏதாவது கேட்டேனே?”

நான் என் முதுகுக்குப் பின்பிருந்த மர பாரை எட்டித் திறந்து “பேக் பைபர்?”

அவர் அங்கேயே அமர்ந்து மெதுவாக மதுவருந்த ஆரம்பித்தார். பிறகு கேட்டார் “அப்போதே கேட்கவேண்டும் என்று நினைத்தேன். இவை என்ன இரண்டு ஆளுயர கடிகாரங்கள்...? இங்கிலாந்தில் சில பழைய கோட்டைகளில்தான் பார்த்திருக்கிறேன்.”

நான் “சரிதான். இவை இரண்டும் இங்கிலாந்திலிருந்து கப்பலில் வரவழைக்கப்பட்டவை. இந்த விடுதி முன்பு இரண்டு வெள்ளைக்கார சகோதரர்களின் வேட்டை பங்களாவாக இருந்தது. அதாவது ஏறக்குறைய சுதந்திர காலகட்டத்துக்கு முன்பு. பிறகு கை மாறி கை மாறி இப்போது ஒரு விடுதியாக இருக்கிறது பெங்காலி முதலாளி கல்கத்தாவில் இருக்கிறார். யாரிடமாவது விற்றுவிட தேடிக்கொண்டிருக்கிறார்.”

அவர் “ஓ!” என்றார். “நீங்கள் சொன்ன வெள்ளைக்கார சகோதரர்கள் இந்தியாவுக்கு சுதந்திரம் கிடைத்ததும் இங்கிலாந்துக்குப் போய்விட்டார்களா?”

"இல்லை இங்கேயே ஒரு வார இடைவெளியில் மலேரியாவில் இறந்து போய்விட்டார்கள்."

"பிட்டி!" என்றவர் அந்தக் கடிகாரங்களை மீண்டும் பார்த்தார். "இரண்டு மனிதர்களை ஒளித்து வைக்கக் கூடிய அளவு பெரிய கடிகாரங்கள்" என்றார் "அல்லது பிணங்களை."

அந்த உவமை என்னை சற்றே துணுக்குறச் செய்தது.

"ஆனால் இரண்டுமே இப்போது ஓடவில்லை. இல்லையா? இரண்டுமே இறந்துவிட்டன. அந்த வெள்ளைக்காரர்கள் போல."

"இல்லைதான். ஆனால் இவை இப்போது ஓட வேண்டிய அவசியமில்லையே. அலங்காரத்துக்காக வைத்திருக்கிறோம்."

அவர் "இல்லை கடிகாரம் என்றால் ஓடவேண்டும். துப்பாக்கி என்றால் சுடவேண்டும். சும்மா காட்சிக்கு வைத்திருப்பது சரியில்லை" என்றார்.

என் மனதில் அப்போதுதான் அந்த எண்ணம் உதித்திருக்கவேண்டும் என்று தோன்றுகிறது. ஏதோ ஒரு விதத்தில் அவரைச் சற்று சீண்ட விரும்பினேன். நான் படித்த புத்தகத்தை என் நம்பிக்கைகளை அவர் சற்றே கேலி செய்ததால் இருக்கலாம்.

"இந்தக் கடிகாரங்கள் பற்றி ஒரு கதை உண்டு. வெள்ளைத் துரைமார்களில் முதலாமவர் இறந்துபோன அன்று இந்தக் கடிகாரம் நின்று போனது. ஒரு வாரம் கழித்து இரண்டாமவர் இறந்த அன்று இரண்டாவது கடிகாரம்" என்றேன். "ஆனால் இதெல்லாம் நீங்கள் நம்ப மாட்டீர்கள் அல்லவா?"

அவர் புன்னகைத்து "அப்கோர்ஸ் நிச்சயமாக நம்ப மாட்டேன்" என்றபடி மதுக்கிண்ணத்தைக் கவிழ்த்து வைத்தார். "உறங்கச் செல்கிறேன். மழைக்கால இரவிற்கு உகந்த கதை. குட் நைட்."

அவர் போய்விட்டார். நான் ஏனோ சற்று ஏமாற்றமாக உணர்ந்தேன். நான் என்னை முட்டாளாய்க் காண்பித்துக்கொண்டுவிட்டேனா? ஒரு மேஜிக் ஷோவில் தொப்பியிலிருந்து முயலை வரவழைக்கத் தவறிய மந்திரவாதி போல் உணர்ந்தேன். என்னையும் அறியாமல் ஒரு பெருமூச்சு எழுந்தது. அது அடங்கியது மறுநொடி அந்த ஒலியைக் கேட்டேன்.

கடிகாரங்களில் ஒன்று சட்டென்று மீண்டும் ஓடும் ஒலி.

கேட்ட அதிர்ச்சியில் என் கையிலிருந்த மதுக் கோப்பையைத் தவற விட்டுவிட்டேன். அது கீழே விழுந்து நொறுங்கியது. வேகமாக திரும்பிப் பார்த்தேன். நான் ஒரு கணம் என்னையே இழந்துவிட்டேன் என்றே சொல்லவேண்டும். ஆம். அந்த ஆளுயர அறுபது வருடங்களுக்கும் மேலாக ஓடாத பிரிட்டிஷ் கடிகாரம் மீண்டும் ஓடத் துவங்கியிருந்தது!

நான் "சார்! சார்!" என்று மேல்தளத்தை நோக்கிக் கத்தினேன்.

நான் அவ்வாறு வெறிபிடித்தவன் போல் கத்திக்கொண்டிருக்கும் போதே யாரோ என்னை அழைத்தார்கள். நான் திரும்பினேன்.

அங்கே என் முன்னால் இன்னொருவர் நீர் சொட்டும் உடையுடன் நின்றுகொண்டிருந்தார்

"ரூம் இருக்கா?" என்று கேட்டார். சற்று முன்பு வந்த மனிதரின் இளம்வயது பதிப்பைப் போல் இருந்தார்.

என் வாய் தானாகவே அசைந்து "இருக்கு" என்று சொன்ன நொடியில் ஒரு செருமலுடன் இரண்டாவது கடிகாரமும் ஓட ஆரம்பித்தது.

30
தொற்று

“ஷங்கர் அனுப்பி வச்ச கேஸா?” என்றபடி அவரைப் பார்த்தேன். ஊரடங்கு காலத்தில் நேராக அதிகம் நோயாளிகளைக் காண்பதில்லை. எல்லாம் போனில்தான். ஏற்கனவே பல்வேறு பயங்களுடன் போராடும் மன நோயாளிகள் பெருந்தொற்று நேரத்தில் இன்னும் கடுமையான மனப் பிரமைகளுக்கும் பயங்களுக்கும் ஆளாகிறார்கள். இது அறிவிக்கப்படாத ஒரு நேர குண்டாக நம்மிடையே துடித்துக்கொண்டிருக்கிறது. ஆனால் முதல் டயக்னோசிசை எப்போதும் நேரில் செய்வதே நல்லது. கொஞ்சம் ரிஸ்க்தான். ஆனாலும் காய்ச்சல் போன்ற கேஸ்கள் மன நோய் மருத்துவமனைக்கு வராது என்பதால் சற்றே குறைந்த ரிஸ்க். வருகிறவர்களையும் ரிசப்ஷனில் வனிதா நர்சை நன்றாக வடிகட்டிதான் அனுப்பச் சொல்லியிருக்கிறேன்.

“சொல்லுங்க” என்றேன்.

அவர் “பூமிக்கு வேற்றுக் கிரகங்களிலிருந்து ஆட்கள் வந்திருக்கிறார்கள்” என்றார்.

நான் “ஓ”, என்றேன்.

“எப்போதிருந்து இப்படி தோன்றுகிறது உங்களுக்கு?”

“சில நாட்களுக்கு முன்பாக அவர்கள் பூமியில் இறங்கினார்கள். ஒரு அவசர வருகை.”

“ஓக்கே. உங்களுக்கு தூக்கம் சரியாக வருகிறதா? காதில் யாரோ பேசுவது போல் கேட்கிறதா?”

“சில நாட்களாக அவர்கள் என்னிடம் பேசிக்கொண்டிருக்கிறார்கள். இப்போது பூமியில் ஏற்பட்டிருக்கிற கொள்ளை நோய் மானுட குலத்தையே அழித்துவிடக் கூடியது என்று அவர்கள் சொல்கிறார்கள்.”

"ஆம். இது ஒரு பயங்கரமான நோய்தான். ஆனாலும் நாம் இதை எதிர்கொண்டு மீள்வோம் என்ற நம்பிக்கை எனக்கு இருக்கிறது. சரித்திரத்தில் இதே போல் எத்தனையோ கொள்ளை நோய்களை நாம் எதிர்கொண்டிருக்கிறோம். ப்ளேக், ஸ்பானிஷ் ப்ளூ, மலேரியா, சிபிலிஸ், காச நோய், எயிட்ஸ்... ஒவ்வொரு முறையும் அழிவின் விளிம்பு வரை சென்று எப்படியோ காப்பாற்றப்பட்டிருக்கிறோம். ஏதோ ஒரு தீர்வு, மருந்து நமக்கு எப்படியோ கிடைத்திருக்கிறது. நீங்கள் அதிகம் பீதி அடையாதிருங்கள். நீங்கள் அமிதவ் கோஷின் கல்கத்தா குரோமோசோம்ஸ் படித்திருக்கிறீர்களா?"

"... ....."

"சரி. உங்கள் குடும்பத்தில் இது போன்ற தொந்தரவுகள் யாருக்காவது முன்பு இருந்திருக்கிறதா? இப்போது இருக்கிறதா?"

"சரியான மருந்து கொடுக்கப்படாவிடில் இன்னும் ஆறு மாதத்தில் பூமியில் மூன்றில் ஒரு குடும்பம் நிர்மூலமாகிவிடும் என்று அவர்கள் சொல்கிறார்கள்."

நான் சற்றே ஆயாசத்துடன் அவரைப் பார்த்தேன்.

"நான் சில மருந்துகள் எழுதித் தருகிறேன். பதினைந்து நாட்கள் கழித்து போனில் பேசுங்கள்" என்றேன்.

அவர் அந்த மருந்துச் சீட்டை எடுத்துக்கொள்ளவில்லை. மாறாக தன் சட்டைப் பையிலிருந்து இஞ்ச்கெஷன் வயல் போன்ற ஒரு குப்பியை எடுத்து மேசையின் மீது வைத்தார்.

"இதுதான் மருந்து" என்றார். எழுந்து வெளியே போய்விட்டார்.

நான் என் கையுறைகளைக் கழற்றி சலிப்புடன் எறிந்தேன். சற்று கடினமான கேஸ்தான். வீட்டில் உள்ளவர்கள் எப்படி சமாளிக்கிறார்கள் தெரியவில்லை. அவர்கள் ஏன் ஒருவர் கூட உடன் வரவில்லை?

ஷங்கருக்குப் போனடித்தேன். அவன் எடுத்த எடுப்பிலேயே "சாரிடா. அந்த பேஷண்டால இன்னிக்கு வர முடியலையாம். நீ வெய்ட் பண்ண வேண்டாம். கிளம்பு."

நான் "என்ன?" என்றேன்.

159

எழுந்து சன்னல் திரையை நீக்கி கீழே பார்த்தேன். அவர் இருளில் நின்றுகொண்டிருந்த தன் காரை நோக்கிப் போய்க்கொண்டிருப்பது தெரிந்தது. சற்று அளவுக்கு அதிகமான கூன் விழுந்த நடை.

அவர் அதில் பின்னால் ஏறிக்கொண்டார். ஏறிக்கொண்டதும் அவரது கார் அப்படியே செங்குத்தாக எழும்பி வானில் கலந்தது.

ૐ

கனவு மரம்

இப்படி அங்குமிங்குமாக உயிரோடிருந்தவர் இறந்து போனதற்கும் இறந்து போனவர் இறந்தே இருப்பதற்கும் செர்டிபிகேட் வாங்க அலைந்ததில் நாக்கு தள்ளிவிட்டது. களைப்பில் வழக்கமாக எங்கள் குடும்ப வீட்டில் பயப்படும் முன்னோர் ஆவிகளுக்குக் கூட பயப்படாமல் தூங்கிவிட்டேன். ஏதோ ஒரு கனவில் பேராசிரியர் அ. ராமசாமி ஏதோ பட்டி மன்றத்தில் பேசிக்கொண்டிருந்தார். நடுவர் "அதாம் சொல்றோம்ல?" என்று கையால் என் முகத்தின் மீது நொடித்தார். திடுக்கிட்டு விழித்தேன். அனு மோள் எல்லாம் வந்து போய்க்கொண்டு ஒரு மலையாளத் திரைப்படம் போல் இருந்த இடம். இப்பொழுது ஒரு தெலுங்குப் படமாக மாறிவிட்டது என்ற துக்கம் தோன்றி ஒரு துளி கண்ணீர் வழிந்தது. மறுபடி தூங்க மறுபடி ஒரு கனவு யாரோ ஒருவர் "இவர்தான் சிரிப்பானவன் தம்பி" என்று ஒருவரை அறிமுகப்படுத்தினார். நான் மரியாதையுடன் எழுந்து "ஸ்ரீ பத்ம நாபன் தம்பியா?" என்றேன். "இல்லீங்க சிரிப்பானவன் தம்பி. பிஞ்ச்ல பேய்க்கதை எழுதறார்." நான் "ஓ எப்படி தம்பி வருது!" என்றேன். "ஏதோ பிஞ்சி பிஞ்சி வருதுண்ணே!" என்று போகும்போது தன் ஒரு கையைப் பிய்த்து என் கையில் கொடுத்தார். நான் அலறிக்கொண்டு எழ என் கட்டிலின் கீழிருந்து ஒரு பூனைக்குட்டி அலறிக்கொண்டு ஓடியது. எனக்கு கடும் கோபம் வந்தது. நேற்றிலிருந்து இந்த பூனை மரத்தில் செங்குத்தாய் ஏறி இறங்குவது ப்ளாஸ்டிக் பந்தை உருட்டிக் காண்பிப்பது மணலில் பூனை பாஷையில் கவிதை எழுதிக் காண்பிப்பது என்று பல்வேறு வித்தைகளைச் செய்து என் மனதில் இடம்பிடிக்க முயற்சி செய்து வருகிறது. நான் "என் வாழ்க்கைல இனியொரு பூனைக்கு இடமில்லைன்னு நேத்திக்கே சொன்னேனே!" என்று கத்தி விரட்டிவிட்டு திரும்பவந்து படுத்தேன். கனவு. இப்போது ஒரு பாளை பஸ் ஸ்டாண்ட் பசுமாடு ஒன்று செங்குத்தாய் முருங்கை மரத்தில் ஏறிக்கொண்டிருந்தது. நான் "ஏய் சவமே! இறங்குட்டி கீழே! மரம் முறிஞ்சிரப் போவுது!" என்றேன். அது திரும்பி "சார் பால்!" என்றது. நான் "ங்கே?" என்றேன். மறுபடி

அது “சார் பால்!” என்றது. நான் வேஷ்டியை எடுத்து கோணல் மாணலாகச் சுற்றிக்கொண்டு கிட்டே போனேன். கேட் மேலே நல்ல பால் வெள்ளையில் முண்டாசு கட்டிக்கொண்டு ஒருவர் நின்றிருந்தார். நான் சிலிர்த்து “பாரதி அய்யாவா!” என்று கை கூப்பினேன். “இல்லீங்க பால்காரன் அய்யாத்துரை. நீங்க வந்திருக்கீங்கன்னு அம்மா பால் ஊத்தச் சொன்னாங்க. சொம்பு கொண்டாங்க” என்றான் அவன். நான் “அதுக்குள்ள பால் ஊத்தச் சொல்லிட்டாளா?” என்று சினந்தேன். பிறகு காட்சி மாற்றத்தை உணர்ந்து “அம்மாவா அய்யாவா அய்யாதுரை?” என்றேன். அவன் சலித்து “ஏதோ ஒன்னு. சீக்கிரம் கொண்டுவா சார். நாலு வீட்டுக்குப் போணும். ஞாயித்துக் கிழம ஆனா இதே இழவு எங்கியும். ராத்திரி முழுக்க க்ளப் ஹவுஸ்ல கூத்தடிச்சிட்டு என் உசிரை வாங்கறாங்க” நான் அவன் கோபத்தை உணர்ந்து “கோபப்படாதப்பா. உன்னைப் பார்த்தா கொஞ்சம் விவேக் சாயல்ல இருக்கே! அதனாலே இந்த அட்வைஸ் சொல்றேன் சரியா. இந்த மனுஷ வாழ்க்கை இன்னிக்கு செத்தா நாளைக்குப் பூனை! அவ்வளவுதான். சரியா?”

❖❖❖

32
The wisdom card

இது நடந்தது. எங்கோ நடந்துகொண்டிருக்கிறது. நண்பர் ஒருவர் சிறுவயதிலேயே ஆன்மீக நாட்டம் உடையவர். போதாக்குறைக்கு என் சகவாசத்தில் autobiography of a yogi, Living with Himalayan masters என்றெல்லாம் படித்து இமயமலைக்குச் சென்று ஞானம் அடைவதையே குறிக்கோளாக இருந்தார். ஆனால் வீட்டில் சம்மதமில்லை. பெரிய வியாபாரக் குடும்பம். அவர்கள் 'ஞானமாவது கானமாவது. காசிருந்தா ஆயிரம் சாமியார் நம்மைத் தேடிவந்து ஞானம் கொடுப்பாண்டா. வேணும்னா ஞானம்னு ஒரு பொண்ணைக் கட்டிக்கோ' என்று கட்டாயப்படுத்தி ஒரு பெண்ணைக் கட்டி வைத்துவிட்டார்கள். வந்த பெண் இவர்களை விட மோசம். இவன் பிரம்ம முகூர்த்தத்தில் எழுந்து தியானம் செய்தால் படார் என்று கதவைத் திறந்துகொண்டு வந்து "சரக்கு வந்து இறங்கியிருக்கு. கடைக்குப் போகாம இங்கே என்ன உறங்கிட்டு கிடக்கீகோ?" என்பது. சரி கடைக்குப் போய்விட்டு இரவில் தியானம் செய்யலாம் என்றால் சரியாக அவன் தியானம் செய்யும்போது அங்கு வந்து "இங்க பாருங்க. நேத்திலிருந்து இந்த இடத்தில அரிச்சிக்கிட்டே இருக்கு. டாக்டர்கிட்ட காண்பிக்கணுமா?" என்று நைட்டியை உயர்த்தித் தொடையைக் காண்பிப்பது என்று கடும் சல்லியம். இந்த 'அரிப்பின்' விளைவாக இரண்டு குழந்தைகள் வேறு வந்துவிட்டன. அவற்றின் அரிப்பு வேறு விதம். "அப்பா எனக்கு ஐபேட் வேணும். அப்பா எனக்கு ப்ளே ஸ்டேஷன் வேணும். அப்பா எனக்கு பல்சார் வேணும்."

ஒரு கட்டத்தில் நொந்து சட்டென்று வீட்டிலிருந்து மறைந்து விட்டான். அவனது ஞான பூமியான இமாலயத்துக்குப் போனான். முதலில் ரிஷிகேஷ். சிவானந்த ஆசிரம். அவர்கள் வருகிறவர் வசதிக்கு ஏற்ப நிறைய சூட்டுகள் வைத்திருந்தார்கள். க்ரெடிட் கார்ட் கேட்டார்கள். அவன் "நான் ஞானம் அடைய சூட்டுகளை கிரெடிட் கார்டுகளை எல்லாம் துறந்து வந்திருக்கிறேன் ஸ்வாமி. எனக்கு சாதாரண அறை போதும்" என்றிருக்கிறான். அவர்கள் மேலும் கீழும் பார்த்து "சரி டார்மிட்டரி இருக்கிறது. ரொம்ப

குளிரும். க்ரெடிட் கார்ட் வேணாம். ஆதார் கார்டு கொடுங்க" என்றிருக்கிறார்கள். அவன் நான் "நான் சன்னியாசிங்க. எனக்கு ஆதார் கார்டு வேண்டுமா?" என்றிருக்கிறான் அவர்கள் "தீவிரவாதிக்கே ஆதார் கார்டு வேண்டும். சாரி" என்றிருக்கிறார்கள்.

இதே நிலைதான் ரிஷிகேஷ், ஹரித்துவார், காசி எல்லா இடத்திலும். சரி எங்காவது தங்கினால்தானே பிரச்சினை என்று ஹிமாலய மலைகளுக்குள் போக முயற்சித்தால் வழியெங்கும் செக் போஸ்டுகளில் ராணுவ வீரர்கள் ஆதார் கேட்டார்கள்.

ஒரு கட்டத்தில் சலித்து நினைவிலிருக்கும் தனது போன் நம்பர் மூலமாக சில தகிடு தத்தங்கள் பண்ணி தனது ஆதார் கார்டு காப்பியை எடுத்து கயாவில் ஒரு ஆசிரமத்தில் சேர்ந்து தனது ஞானப் பயிற்சியை ஆரம்பித்தான். மூன்று நாட்கள். நாலாவது நாள் அந்த ஆசிரமத்தின் வரவேற்பறையில் அவன் குடும்பம் முழுக்க அமர்ந்திருந்தது.

இந்த இமாலய தேடலில் என்ன கற்றுக்கொண்டாய் என்று இப்போது அவனிடம் கேட்டால் "ஆதார் கார்டு இல்லாமல் ஞானம் சித்திக்காது" என்று சொல்வான். "இருந்தாலும் சித்திக்காது."

"சரி. போட்டு. இந்த சம்பவத்துக்குப் பிறகாவது உன் பொண்டாட்டி உன்னை தியானம் பண்ண விடறாளா?"

"எங்கே. இப்பவும் அவளுக்கு அந்த தொடை அரிப்பு போகலை."

33
கனி

நான் கொஞ்ச நாள் ஒரு சாமியாருடன் இருந்தேன். திரிந்தேன். அவர் எதையும் எனக்குக் கற்றுக்கொடுக்கவில்லை. "நான் சொல்வதைச் செய். நான் செய்வதைச் செய். அவ்வளவுதான்" என்றார். அவர் சில நாட்கள் ஊருக்குள் இருப்பார். பல நாட்கள் காடுகளுக்குள் திரிவார். சில நாட்கள் களைப்படைந்து கீழே விழும்வரை நடந்துகொண்டே இருப்பார். சில நாட்கள் படுத்தே கிடப்பார். ஒரு அசைவும் இல்லாமல் கூரையைப் பார்த்துக்கொண்டே இருப்பார். சில நாட்கள் குளித்துக்கொண்டே இருப்பார். சில நாட்கள் தொடர்ந்து முகத்தைக் கூட கழுவ மாட்டார். அவருடன் இருந்த கொஞ்ச காலத்திலேயே என் முகம் ஒட்டி சடை விழுந்து சருமம் உலர்ந்து ஒரு பிச்சைக்காரன் போலாகிவிட்டேன் 'காரைக்கால் அம்மையாரின் தம்பி போல் இருக்கிறாய்' என்று அவரே சொன்னார். ஒரு நாள் ஒரு மலைக்குகைக்கு போய் இருந்தோம். அந்த மலையில் அந்தக் குகை தவிர எதுவுமே இல்லை. இரண்டு நாட்கள் சாப்பிடவே இல்லை. நான் துவண்டு போய்விட்டேன். செத்துப் போய்விடுவேன் என்று நினைத்தேன். நான் ஒரு சாப்பாட்டு பிரியன் அல்லன். ஆனால் சரியான நேரத்தில் சாப்பிடாவிட்டால் தளர்ந்துவிடுவேன். என்னுடைய சுகர் லெவல் எப்போதும் லோ என்பதால் அப்படி என்று அவரிடம் சொன்னேன். அவர் 'லோ லோ சுகர் கான்பிடன்ஸ் பெய்த் எல்லாவற்றிலும் நீ லோ லோ" என்று கேலி செய்தார். மூன்றாவது நாள் காலை நான் அவரைவிட்டு கிளம்பிவிடுவது என்று தீர்மானித்துவிட்டேன். ஆனால் மலையிறங்கும் சக்தி எனக்கு உள்ளதா என்று சந்தேகமாக இருந்தது. அப்போது அவர் வந்தார்.

"கிரிவலம் வந்தேன். ஒரு சாமி இங்க தனியா இருக்குதுன்னு ஒரு இடைப் பையன் சொன்னான்" என்று எங்கள் முன்பு அவர் கொண்டு வந்ததை எல்லாம் பரப்பினார். பழங்கள். தின் பண்டங்கள்.

சாமியார் அவரையே பார்த்துக்கொண்டிருந்தார்.

"ஆசீர்வாதம் பண்ணுங்க ஸ்வாமி."

சாமியார் "ஆசீர்வாதம்" என்றார் இயந்திரம் போல்.

நான் மகிழ்ச்சி அடைந்தேன். ஆனால் அது ரொம்ப நேரம் நீடிக்கவில்லை. அவர் தலை மறைந்ததும்தான் தாமதம் சாமியார் "சீக்கிரம்! இவை எல்லாவற்றையும் தூக்கி வெளியே எறிந்துவிடு!" என்று பரபரத்தார். நான் திகைத்தேன். "முட்டாளே! சொந்த மருமகளை பாலியல் தொந்திரவு செய்து அவள் தூக்கில் தொங்கிவிட்டாள். அவளது ஆவி இவனைத் துன்புறுத்துகிறது. அதிலிருந்து தப்பிக்க இப்படி சாமியார்களைத் தேடி அலைகிறான்."

நான் தளர்ந்து அப்படியே அமர்ந்துவிட்டேன்.

"நாம் இங்கிருப்பது யாருக்கும் தெரியாது. கடவுளே ஏதோ ஒரு காரணத்துக்காக இவரை இந்த உணவை அனுப்பி வைத்திருக்கிறார் என்று நினைத்துக் கொள்ளக் கூடாதா?" என்றேன்.

"கடவுள்! கடவுளைப் பற்றி உனக்கு ரொம்பத் தெரியும்! அந்தக் கடவுள்தான் இப்போது இதைத் தூர எறியும்படியும் சொல்கிறார் என்றும் நினைத்துக்கொள். நீ இதை எடுத்து வீசப்போகிறாயா இல்லையா?"

நான் வெறுப்புடன் அவற்றை வாரி மலைச்சரிவில் எறிந்தேன். ஆனால் தீர்மானித்துவிட்டேன்.

"நான் போகிறேன்" என்று அவரிடம் சொன்னேன்.

அவர் "போ! போ! லோ! லோ!" என்றார்.

நான் மிகுந்த சிரமத்துடன் மலை இறங்கி ஊருக்குள் வந்து பேருந்து நிலையத்தில் அமர்ந்திருந்தேன். என் உடைகள் எல்லாம் கிழிந்து சடையும் பேனும் கொண்டு என் உருவம் எனக்கே அருவருக்கத் தக்கதாக இருந்தது. ஊருக்குப் போக கையில் ஒரு பைசா இல்லை. பசி வேறு. பக்கத்தில் கொய்யாப்பழம் விற்றுக்கொண்டிருந்த பெண்மணி "ஏய் தம்பி தள்ளிப் போய் இரு. நாறுது. உன்னைப் பார்த்து எனக்கு வியாவாரம் ஆக மாட்டேங்குது."

நான் எழுந்து போய் கக்கூசுக்குப் பக்கத்தில் சுவரை ஒட்டி அமர்ந்தேன். கண்களிலிருந்து கண்ணீர் தானே வழிந்தது. அப்படியே சரிந்து தூங்கிவிட்டேன். விழித்தபோது என் முன்னால்

ஒரு போலீஸ் காரர் ஒரு குச்சியுடன் நின்றிருந்தார். "கஞ்சாவா? இங்கெல்லாம் இருக்கக்கூடாது போ போ!"

நான் சிரமப்பட்டு எழும்போதுதான் அதைக் கவனித்தேன்.

என்னருகில் ஒரு பெரிய கொய்யாப்பழமும் அதனடியில் ஒரு ஐம்பது ரூபாய் நோட்டும் வைக்கப்பட்டிருந்தது. நான் ஊர் திரும்புவதற்குச் சரியான பணம்.

34

அசனம்

“பதினேழு ரூபாவும் சில்லரையும்” என்றார் அவர்.

மூத்தவர் மடக்கு கட்டிலிலிருந்தபடியே “உனக்கு நாணமில்லையாடா” என்றார். “எதுவானாலும் எனக்கு என்னோட மருந்து வேணும்” மருந்து என்று சொல்வது அவருக்கு மது.

இளையவர் “இதில் நாணம் என்ன இப்போது யாரிந்த வித்தையைக் காண வருகிறார்கள்” என்றபடி சாட்டையை வீசி எறிந்தார். “இது கூட கயிற்றில் நடக்கும்போது காற்றில் தூக்கும் இவள் பாவாடையைக் கண்டு போட்டது.”

அம்பிலி உள்ளிருந்து உடை மாற்றிக்கொண்டு வந்து “பிள்ளை அழுது. பாலே வரலை” என்றாள். குட்டியிடம் “டேய் நீ போய் ஒரு கால் லிட்டர் பால் வாங்கிட்டு வா.”

மூத்தவர் “இதை எங்காவது வீசிட்டு வான்னு சொன்னா கேக்கறதில்லை. இதுவே மூணு ஆளு சாப்பாடு திங்குது” என்று கத்தினார்.

இளையவர் பத்து ரூபாயை எடுத்து அவனிடம் கொடுத்தார்.

“அப்படியே கோயில்ல இன்னிக்கி சமபோசனம் உண்டான்னு கேட்டுட்டு வா” குட்டி எழுந்து கூடாரத்தை விட்டு வெளியே வந்தான். கடற்கரை எங்கும் திருவிழாக் கோலமாக இருந்தது. எங்கும் வண்ண விளக்குகள். சிரிப்பொலிகள், தின்பண்டங்கள், சர்பத்துகள். தொலைவில் கோயில் ஒரு பெரிய நகை போல ஜொலித்தது. அங்கிருந்து தொடர்ச்சியாக வரும் அறிவிப்புகள். கடும் கூட்டத்துக்கு நடுவே குட்டி ஒரு பெட்டிக்கடைக்குப் போய் கால் லிட்டர் பால் கேட்டான். “அரை லிட்டர்தான் இருக்கு” என்றான் கடைக்காரன். கடையில் அத்துணை நெரிசல். சனங்கள் பீடி, வெற்றிலை, வாழைப்பழம் என்று எதையாவது வாங்கியபடியே இருந்தார்கள். அத்தனையும் வாங்க அவர்களுக்குக் காசு இருந்தது குட்டிக்கு வியப்பை உண்டுபண்ணியது... “அரை லிட்டர் எவ்வளவு?” என்று கேட்டது யார் காதிலும் விழவே இல்லை.

அடுத்த கடையிலும் அதே காட்சிதான். மூன்றாவது கடைக்காரன் "பத்து ரூபா போதாது" என்றான். குட்டி அப்படியே நகர்ந்து கோவில் பக்கம் போனான். பந்தலின் கீழ் பிளாஸ்டிக்சேரில் அமர்ந்திருந்த ஒரு பெண் போலீசிடம் "இன்னிக்கு அசனம் உண்டா" என்று கேட்டான். அவள் அவனை மேலிருந்து கீழாக பார்த்து "போடா போடா" என்றாள். அவளருகில் அமர்ந்திருந்த இன்னொரு போலிஸ்காரன் சிரித்தான். "அவன் முடியைப் பாரு" குட்டி தனது முடியைக் கோதியபடியே திரும்ப கூடாரத்தை நோக்கி வந்தான். வெளியே அம்பிலி குழந்தையைத் தோளில் போட்டுத் தேற்றியபடியே நடந்து கொண்டிருந்தாள். இரண்டு மூன்று பேர் சற்று தொலைவிலிருந்தபடியே அவளைப் பார்த்துக் கொண்டிருந்தார்கள்.

"அம்பிலி கால் லிட்டர் பால் கிடைக்கலை" என்றான். அவனுக்குப் பசித்தது. சற்று எரிச்சலாகக் கூட வந்தது. மூத்தவர் அடிக்கடி சொல்வது போல இந்தக் குழந்தையைக் கடலில் தாழ்த்திவிட்டால் என்ன என்று தோன்றியது. அம்பிலி "இந்தா இதைப் பிடி" என்று அவன் கையில் அதைக் கொடுத்தாள். பிறகு தள்ளி நின்றிருந்த மூன்று பேரிடமும் போனாள். "ஒருவர்தான் ஒருமுறைதான்" என்ற சொற்கள் காதில் கேட்டன. பிறகு அவர்களுடன் நடந்து தென்னை மரங்களிடையே மறைந்தாள். கூடாரத்துக்குள் இளையவர் தனது திருக்கைமீன்வால் சாட்டையின் கூரைக் கையில் தடவிப் பார்த்துக்கொண்டிருந்தார். இவனைப் பார்த்ததும் "அவளை எங்கடா" என்றார். குட்டி "அவ தோப்புக்குள்ள போயிருக்கா' என்றபடி குழந்தையை தொட்டிலில் போட்டான், அது துள்ளிக் குதித்து அழுதது. வெளியே வந்தான். கடல் ஓவென்று கதறியபடி கரைக்கு வருவதும் திரும்பிப் போவதுமாக இருந்தது. கிளி ஜோசியம் சொல்கிற பெண்மணி "ஏலய் இன்னிக்கு கோவில்ல அசனம் உண்டாம். சீக்கிரம் போங்க. தீர்ந்துடப் போவுது" என்றாள்.

குட்டி வெறி பிடித்தது போல தென்னந்தோப்புக்குள் ஓடினான்.

❖❖❖

35
ஒளிவலை

“ஒரு நாள் சட்டென்று என்னால் இசை அமைக்க முடியாமல் போய்விட்டது” என்றார் அவர்.

“அதாவது எவ்வளவோ முயன்றும் ஒரு புதிய இசைக்கோவையை நோட்டைக் கூட எழுத முடியவில்லை. ஏதோ அறுந்துவிட்டாற்போல... அதுவரை பூசித்துக்கொண்டிருந்த தெய்வம் எழுந்து விலகிப் போய்விட்டதைப் போல... அதன் பிறகு நான் செய்தது எல்லாம் என் பழைய பாடல்களை கொஞ்சம் மாற்றிக் கொடுத்ததுதான். பலருக்கு எந்த வித்தியாசமும் தெரியவில்லை. ஆனால் என் குருவுக்குத் தெரிந்துவிட்டது. “என்னடா கிளிப்பிள்ளை மாதிரி ஆயிட்டே! பாடினதையே பாடிக்கிட்டு!” என்று சொல்லிவிட்டார்! அவர் கைகள் நடுங்க மீண்டுமொரு கண்ணாடி தம்ளரில் மதுவை ஊற்றிக்கொண்டு குடித்துக்கொண்டார். அதன்பிறகு எல்லோருக்கும் கொஞ்சம் கொஞ்சமாக தெரிந்துவிட்டது. பிறகு புதியவர்கள் வந்துவிட்டார்கள். இன்னொரு பக்கம் பெரியவர். வாய்ப்பே இல்லாமல் போய்விட்டது. இண்டஸ்ட்ரியோட தொடர்பே கூட இல்லாமல் போய்விட்டது. வீட்டை விட்டு வெளியே வருவதே இல்லை. இந்த டைரக்டர் போல சிலர் மட்டும் என்னை நினைவில் வைத்துக் கொண்டிருக்கிறார்கள். இவன் அவுட் டோர் எங்காவது போகும்போது கூப்பிடுவான் “அண்ணே வீட்லேயே அடைஞ்சி கிடக்காதீங்க. வந்து பேசிக்கிட்டு இருங்க. அப்பதானே ஒரு துடிப்பு வரும்பான்.” “எங்கே? குடிச்சிக் குடிச்சித் தலை நோவு தான் வருது” என்றார். “இதோட வாழப் பழகிக்க வேண்டியதுதான். இது எல்லோருக்கும் நிகழக் கூடியதுதான் இல்லையா? ஒரு நடிகருக்கு, கிரிக்கெட் வீரருக்கு... உங்களைப் போன்ற எழுத்தாளருக்கு... அதை உணர்கிற தருணம் கடும் வேதனையாக இருக்கும் அல்லவா?”

என்னை ‘ஒரு தெய்வம் எழுந்து போய்விட்டது போல’ என்று அவர் சொன்னது தாக்கியது. நானும் சில நாட்கள் அவ்விதமான ஒரு வேதனையின் தெரு வழியாகதான் போய்க்கொண்டிருந்தேன். என் தெய்வமும் எழுந்து போய்விட்டது! என் மனம் விம்மி

கன்னத்தில் ஒரு துளி சொட்டியது. இதோ என் மனதில் உள்ளதை இவர் சொல்லிவிட்டார் வார்த்தையாய். இவ்வளவுக்கும் இவர் மொழியில் வல்லுனர் அல்ல. மொழி எனது கருவி. ஆனால் என் துயரத்தை விளக்கும் சொல் என்ன என்று தெரியாமலே நான் சுற்றிக்கொண்டிருந்திருக்கிறேன். நான் என்னுடைய மூத்த எழுத்தாளர்கள் பலரை நினைத்துப் பார்த்தேன். அவர்கள் எல்லோருமே இந்த வேதனை தாங்காதுதான் அதீதமாக குடிப்பவர்களாக கடும் கசப்பு கொண்டவர்களாக மாறிவிட்டதாகத் தோன்றியது. அணைந்த எதுவுமே கரியாகிவிடுகிறது. தன் மேலிருந்து வருகின்ற கரிந்த நாற்றத்தை மறக்கடிக்க ஒருவர் குடிக்கவோ வேறு எதையெதையோ செய்யவோ வேண்டியிருக்கிறது. எந்த ஒரு கலையும் கைகூடி வருகிற தருணத்தை ஜெர்மன் மொழியில் ‘ஒரு பித்தான் திறப்பது போல’ என்று சொல்வார்கள். திறந்த பித்தான் கூம்பி மறுபடி மூடுவதைப் பற்றி எங்காவது சொல்லியிருக்கிறார்களா?அதை எப்படிக் கையாள்வது? யோகிகள் சொல்லும் *dark night of the soul* என்பது இதுதானா? உபாசனா தெய்வம் பளிச்சிட மின்னி ஒருமுறை தன்னைக் காட்டிவிட்டு ஓரேடியாக இருளில் மறைந்துவிடும் துயரம்...

எனக்கு நெஞ்சு படபடப்பது போல் இருந்தது. எழுந்து வெளியே வந்தேன். வராண்டாவில் கடற்காற்று பட்டதும் கொஞ்சம் ஆசுவாசம் ஏற்பட்டது. அப்படியே கடல் வரைக்கும் போய்வரலாம் என்று தோன்றியது. போய் ஏன் திரும்பி வரவேண்டும்? அப்படியே சாடிவிடலாம். இனி நான் திரும்பி வருவதற்கு என்ன உள்ளது? வந்தால் நான் அந்த இசை அமைப்பாளரைப் போல ஆவேன். நான் ஒரு தீர்மானமெடுத்தபோது அவளைப் பார்த்தேன். அறைக்கு வெளியே நின்று மொபைலில் யாருடனோ குழைந்து பேசிக்கொண்டிருந்தாள். அந்த இரவிலும் அவள் அணிந்திருந்த மேக்கப் வெறுப்பை அளித்தது. என்னைப் பார்த்ததும் போனைப் பொத்திக்கொண்டு “... ...” என்று ஒரு பிரபல இளம் நடிகர் பேரைச் சொன்னாள். எனக்கு அது பொய் என்று தெரிந்தது. அது அனேகமாக இதே விடுதியில் ஏதோ ஒரு அறையில் குடித்துவிட்டு அவளைப் புணர்வதற்காக அழைக்கும் ஏதோ ஒரு அசிஸ்டண்ட் டைரக்டர் அல்லது டெக்னீஷியன் அல்லது புரடக்‌ஷன் மானேஜர். “சார் தூங்கலியா?” அவள் போன் பேசுவதை நிறுத்திவிட்டு அருகில் வந்தாள். அழைத்தவனை ஏதோ சொல்லி சமாளித்து விட்டாள் போல. அவள் வேண்டுமென்றே

இடுப்புச் சேலையால் தொப்புளை மூடிக் கவனத்தை ஈர்ப்பதைப் பார்த்தேன். அதை அவள் யோசித்துக் கூடச் செய்யவில்லை. இயல்பாக வந்தது. எனக்கு அருவருப்பு கூடி வந்தது. நான் "இல்லை" என்றேன். "கடற்கரையில் நடக்கப் போகிறேன்" என்று சொல்லிவிட்டு சட்டென விலகி நடந்தேன். சற்று நேரம் கழித்துதான் அவளும் என் பின்னால் வருவதை உணர்ந்தேன் அவளது கனத்த சென்ட். நான் வேகமாக நடந்து போய் ஒரு படகின் நிழலில் அமர்ந்தேன். அந்த ஹோட்டலின் முகப்புவிளக்கு வீசிய ஒளிவலையிலிருந்து விலகி. அவள் முதலில் தயங்கி பிறகு மெல்ல நடந்து வந்து சற்று தள்ளி அமர்ந்துகொண்டாள். நான் அலைகளை இரவில் வளைகளிலிருந்து வெளியே வந்து அங்குமிங்கும் ஓடிக்கொண்டிருக்கும் நண்டுக்குஞ்சுகளைப் பார்த்துக்கொண்டிருந்தேன். அவள் அங்கு இருப்பதே தெரியாது என்பது போன்ற பாவனையில் இருந்தேன்.

அவள் "நான் சாரோட புத்தகங்களைப் படிச்சிட்டதுண்டு" என்றாள். "கடைசியா எழுதினது கூட."

நான் "நீ பொய் சொல்கிறாய்!" என்றேன் "உனக்கு தமிழே வாசிக்க வராது!"

அவள் லேசாகத் திடுக்கிட்டாள்.

"இல்லை சார் நான் தமிழ் நன்றாகவே வாசிப்பேன். நிறையவே வாசிப்பேன். கடைசியாக ஒரு நாட்டியக் கலைஞர் பற்றி நீங்கள் எழுதிய புத்தகம்."

"குப்பை" என்றேன். "நான் ஒரு காலத்தில் சில நல்ல புத்தகங்களை கவிதைகளை எழுதினேன். இப்போது நான் எழுதுவது எல்லாமே குப்பை."

அவள் பேசாமல் இருந்தாள்.

"சார் ஏதோ மன வருத்தத்தில இருக்கறீங்க."

நான் அதற்குப் பதில் சொல்லாமல் "நீ எப்படி சந்தோஷமாக இருக்கிறாய்?" என்றேன். "சினிமாவில் உன் காலம் முடிந்துவிட்டது என்பதை நீ நன்றாக அறிவாய். இனி இங்கு உன் எதிர்காலம் என்ன? எதற்காக இப்படி யார் யாரிடமோ குழைந்து பேசிக்கொண்டிருக்கிறாய்?"

அவள் அதை எதிர்பார்க்கவில்லை போலத் தெரிந்தது. விசும்பி அழ ஆரம்பித்தாள்.

நான் சற்றே குற்ற உணர்வாக உணர்ந்தேன். "ஏதோ குழப்பத்தில் தவறாகப் பேசிவிட்டேன். நீ போ."

அவள் "இல்லை நீங்கள் சரியாகத்தான் சொன்னீர்கள்" என்றாள் அழுகையூடே.

"ஆனால் எனக்கு இதைத் தவிர வேறு எதுவும் தெரியாது" என்றாள். பிறகு என் முகத்தைப் பார்த்து "உங்களுக்குத் தெரியுமா?"

நான் பெருமூச்சுடன் இல்லை என்று தலையசைத்தேன்.

"உங்களாலாவது இந்த சினிமாவை விட்டு வெளியே போய் எழுதிக்கொண்டிருக்க முடியும். நான் என்ன செய்வேன்?"

"இல்லை. சினிமா பிரச்சினை இல்லை. எம் டி வாசுதேவன் நாயர் ஒரே நேரத்தில் சினிமாவுக்கும் இலக்கியத்திலும் எழுதிக் கொண்டிருந்தார். இது வேறு. என்னுள் ஏதோ அணைந்து போய்விட்டது. கலையை அணுக ஒரு சின்னதாய் ஒரு களங்கமின்மை தேவைப்படுகிறது. அது போய்விட்டது" என்றவன் "எனக்கு சில பெண்கள் செய்வது போல தொடைக்குழியைக் காட்டி எப்படி ஏமாற்றுவது என்று தெரிந்துவிட்டது. அது தெரிந்ததும் என் கலை அழிந்துவிட்டது."

அவள் சற்று நேரம் மவுனமாக இருந்தாள்.

"நான் இதே போன்ற கேள்வியை என் அம்மாவிடம் கேட்டிருக்கிறேன். நம் முறை வந்துவிட்டு போய்விட்டது என்று தெரிந்தும் எல்லா அவமானங்களையும் பொறுத்துக்கொண்டு நாம் ஏன் இதில் இருக்கவேண்டும் என்று?"

நான் "உங்கள் அம்மாவை எனக்குத் தெரியும். மிக நல்ல நடிகை. அவர் என்ன சொன்னார்?"

"அவள் சொன்னாள் நாம் கலைஞர்கள். நாம் மீனவர்கள் போல. பல நேரங்களில் ஒரு மீன் கூட கிடைக்காது என்று தெரிந்தும் கடலுக்குப் போய்க்கொண்டே இருக்கும் மீனவர்கள். அவர்கள் கடலுக்குள் போக முடியாத நிலை வந்த பிறகும் கூட கடற்கரையில் கிடந்து கடலைப் பார்த்துக்கொண்டே இருப்பார்கள் என்றாள்" இதை சொல்லிவிட்டு அவள் நெருங்கி வந்து என் கையைப்

பற்றிக்கொண்டாள். "நாமும் அப்படித்தான் இருக்க வேண்டும். மீன் கிடைத்தாலும் கிடைக்காவிட்டாலும் இந்தக் கடல் அருகிலேயே கிடக்க வேண்டும். சில நேரங்களில் போன தெய்வம் நம் வருத்தம் கண்டு திரும்பிவரும். அப்படி இரண்டாம் தரிசனம் கிடைத்தவர்கள் இருக்கிறார்கள்."

நான் நிமிர்ந்து அவளைப் பார்த்தேன். இப்போது அவளது ஒப்பனை அத்துனை ஆபாசமானதாகத் தோன்றவில்லை. அவள் இப்போது களங்கம் எதுவும் தொடாத ஒரு சிறுமியைப் போலவே இருந்தாள்.

சிறுமிதான்.

நான் அவள் கையை முத்தமிட்டு "வா உறங்கப் போகலாம்" என்றேன்.

அவளை அறையில் விட்டுவிட்டு என் அறைக்கு வந்தேன்.

வழியில் எட்டிப் பார்த்தேன்.

இசை அமைப்பாளர் அரை இருளில் எழுந்து அமர்ந்து அவரது கிடாரில் எதையோ கண்மூடி வாசிக்க முயன்றுகொண்டிருந்தார்.

36
வாடாமல்லி

இது போன சிவ ராத்திரியன்று நிகழ்ந்தது.

நானும் ஒரு நண்பரும் வாடகைக் கார் ஒன்றை எடுத்துக்கொண்டு திருநெல்வேலி பக்கம் உள்ள சிவாலயங்களுக்கு எல்லாம் புறப்பட்டோம். பணகுடி, களக்காடு, சேரன்மகாதேவி, பாப நாசம், திருப்புடை மருதூர்... பாப நாசத்தில் நள்ளிரவில் சில்லெனக் குளிரும் தாமிரபரணியில் குளித்தது பரவசமாக இருந்தது. திறந்து கிடக்கும் குபேர மாளிகை போல நட்சத்திரங்கள் மலிந்து கிடந்த வானத்தைப் பார்த்தபடியே குளித்தோம். அங்கே நிசிபூஜை பார்த்துவிட்டு அம்பாசமுத்திரம் வந்தோம். திறந்திருந்த ஒரு ஹோட்டலில் சாப்பிட்டோம். அருகே பிரம்மதேசம் என்று ஒரு கோயில் பற்றிச் சொன்னார்கள். வழி கேட்டோம். ஹோட்டலில் கல்லாவில் இருந்தவரே "எனக்கு அந்த ஊர்தான். இருங்க நானும் வாரேன்" என்றார். நாங்கள் சாப்பிட்டு முடித்துவிட்டு காத்திருந்தோம். அவர் பிறகு "இல்லீங்க. நீங்க போங்க. எனக்கு கொஞ்சம் வேலை இருக்கு" என்றவர் வழி சொன்னார். பிறகு தயங்கி "வழில யாராவது கை காட்டினா நிக்காதீங்க. போய்ட்டே இருங்க" என்றார். நாங்கள் அவர் ஏனப்படிச் சொன்னார் என்று காரில் பேசிக்கொண்டே போனோம். "யாராவது குடிச்சிட்டு வழி மறிப்பானோ?" என்றார் டிரைவர். எனக்கு அப்படித் தோன்றவில்லை. ஆனால் யாரும் அப்படி வழிமறிக்கவில்லை. பிரம்மதேசம் மிகவும் அழகிய சிற்பங்கள் கொண்ட சோழர் காலக் கோயில் ஆகும். அங்கே மர்மதேசம் என்ற டெலிவிஷன் சீரியல் எடுத்திருக்கிறார்கள். அதில் கொஞ்சம் பிரபலம். நானும் என் தம்பி தங்கையும் அந்த சீரியலை விழுந்து விழுந்து பார்ப்போம். நான் அந்த சூழலால் தூண்டப்பட்டு சில பேய்க்கதைகளைச் சொன்னேன். கரூர் பக்கம் காவிரிக் கரையில் உள்ள கோவில் ஒன்றுக்கு செல்லும்போது இதே போல் ஒருவர் எச்சரித்தது நினைவுக்கு வந்தது. அப்போது எச்சரித்தவர் அது காவிரி ஆற்றில் விழுந்து இறந்த ஒரு பெண் வழி மறிப்பாள் என்றார்.

திருக்குறுங்குடி பக்கம் வருகையில் மணி ஒன்றுக்கு மேல் ஆகிவிட்டது. லேசாக மழை தூற ஆரம்பித்துவிட்டது. லேசாகத் தூக்கமும் வர ஆரம்பித்துவிட்டது. நான் டிரைவரைச் சற்றுக் கவனமாகப் போகச் சொன்னேன். அது வனச் சரகப் பகுதி. திடீரென்று சாலை நடுவில் ஒரு மிளா நிற்கும். விபத்துகள் நடந்திருக்கின்றன என்று சொல்லிக்கொண்டிருக்கும்போதே அந்த உருவத்தை நாங்கள் பார்த்தோம். ஒரு பெண். சுற்றிலும் சில கிலோமீட்டர்கள் எந்த வீடும் கட்டிடமும் இல்லாத வனப்பகுதியில் நடந்து வந்துகொண்டிருந்தாள். ரோஸ் நிற சாரி உடுத்தியிருந்தாள். கார் வேகமாக அவளைக் கடந்து விட்டாலும் அவள் நல்ல நிறமானவள் அழகானவள் என்று தெரிந்தது. அவளிடம் எந்த பதட்டமும் இல்லை. எங்களை அவள் பார்க்கவும் இல்லை. காரின் வெளிச்சத்தில் கண் கூசவோ மழைக்குக் குனிந்துகொள்ளவோ கூட இல்லை. நாங்கள் மயிர்க் கூச்சறிந்துவிட்டோம் என்று சொல்லத் தேவையில்லை. நாங்கள் மூவருமே அவளைப் பார்த்தோம். அவள் யக்ஷி என்றோ பேய் பிடித்தவள் என்றோ மன நிலை பாதிக்கப்பட்டவள் என்றோ மீதிப் பிரயாணம் முழுக்க யூகித்துக் கொண்டிருந்தோம். பேய்கள் ரோஸ் கலர் சேலை உடுத்துமா?

ஆனால் எனக்கு மட்டும் லேசாக உறுத்திக் கொண்டே இருந்தது. அப்பாவின் தங்கை ஒருத்தி இதுபோல் சில முறைகள் நள்ளிரவில் புருஷனோடு கோபித்துக்கொண்டு எங்கள் வீட்டுக்கு நடந்தே வந்துவிடுவாள். அவள் அப்போதே படித்து ஆலங்குளத்தில் டீச்சர் வேலை பார்த்தாள். அப்போது உடன் பணிபுரிந்த ஆசிரியர் ஒருவரைக் காதலித்திருக்கிறாள். பெரியவர்கள் மறுத்து வேலையிலிருந்தும் நிப்பாட்டி வேறு ஒருவருக்கு கல்யாணம் செய்துவிட்டார்கள். அவள் புருஷன் ஒரு போலீஸ். அவனுக்கு அவள் மேல் தீராத சந்தேகம். சந்தேகம் முற்றி அடிதடி ஆகும்போது எங்கள் வீட்டுக்கு இப்படி வந்துவிடுவாள். அவள் வந்து இருக்கிற சில நாட்களிலேயே அம்மாவுக்கும் அவளுக்கும் சண்டை வந்து அப்பா அவளை புருஷன் வீட்டில் கொண்டுவிட்டு விடுவார். இப்படி கொண்டுவிட்ட ஒருமுறை மறு நாள் அவள் தன்னை கெரசின் ஊற்றி எரித்துக்கொண்டாள். அப்போது அவள் கர்ப்பமாக வேறு இருந்தாள் என்று அப்பா சொல்வதுண்டு. எங்கள் வீட்டில் பின்னால் நிகழ்ந்த பல துயரங்களுக்கு அதுதான் காரணம் என்று அம்மாவுடன் சண்டை போடும்போதெல்லாம்

அப்பா சொல்வார். "இப்போ என்னவே சொல்தீரு? உம்ம தங்கச்சி அப்படி செத்துப் போய்ட்டா நானும் அது போல் சாவணுமா?" என்று அம்மா மண் எண்ணைக் கேனை எடுத்துக்கொண்டு நின்றவுடன் அடங்கிவிடுவார். எங்கள் சிறுவயதில் ஏற்பட்ட இந்த நிகழ்ச்சிகள் குழந்தைகள் எங்களை ரொம்பப் பாதித்தது. இம்முறை அம்மா இறந்ததும் விஷேசத்துக்காக வீட்டையெல்லாம் ஒதுங்க வைத்து வெள்ளையடித்தோம். பரணில் சில படங்கள் கிடந்தன. அத்தையின் படமும் ஒன்று. அத்தை அதில் பெரிய கண்களுடன் இரட்டைச் சடையுடன் காமிராவை நிமிர்ந்து பார்த்துச் சிரித்துக்கொண்டிருந்தாள். ஏதோ குரூப் போட்டோவிலிருந்து பிரித்து எடுத்து பெரிதாக்கப்பட்ட படம். கருப்பு வெள்ளைப்படம். ஆனால் அவள் கட்டியிருந்த சேலை ரோஸ் கலராக இருந்திருக்கவே வாய்ப்பு அதிகம் என்று தோன்றியது. அதுதான் அவளுக்குப் பிடித்த கலர் என்று சொல்லியிருக்கிறாள். அதை அவள் வாடாமல்லி கலர் என்று சொல்வாள்.

❖❖❖

37
கன்னி

1

நள்ளிரவில் அந்தோணியம்மாள் வந்து விளித்தபோது நான் இத்தனை விரிவாக சிந்தித்திருக்கவில்லை. வழக்கம் போல காட்சன் ஏதோ குடித்துவிட்டு சலம்புகிறான் என்றே நினைத்தேன். ஆனால் அவன் வீட்டுக்குள் போய் பார்த்ததும் திகைத்துவிட்டேன். வீட்டின் சுவர் முழுவதும் அவன் கரித்துண்டால் படங்களாய் வரைந்து தள்ளியிருந்தான். எல்லாமே கன்னி மேரியின் படங்கள். நான் போகும்போதும் தரையில் வெறிபிடித்தது போல் வரைந்துகொண்டிருந்தான். எல்லாமே கன்னி மேரியின் படங்கள் தான். கன்னி மேரி தனித்தும் ஏசுவுடனும் ஜோசப்புடனும் மரிய மக்தலேனாவுடனும் என்று அவரது வாழ்க்கையின் பல நிலைகளில். அந்த எளிய தீற்றல்களிடமிருந்து அவன் எழுப்பிக் கொண்டுவந்த கன்னி மேரி உயிருள்ளவளாக இருந்தாள். அவள் முகத்திலிருக்கும் சோகம் நம் கண்களில் நீர் வரவழைப்பதாக இருந்தது. எனக்கு ஓவியங்களில் சற்று பரிச்சயம் உண்டு. நம்பூதிரி போன்ற புகழ்பெற்ற ஓவியர்களிடம் பழக்கமும் உண்டு. அவர்களுக்கு இணையான லாவகத்துடன் அவன் கோடுகள் எழும்பி வந்துகொண்டிருந்தன. குறிப்பாக குழந்தை ஏசுவுக்கு மரியாள் முலையூட்டும் ஓவியம். முலையூட்டும்போது அவள் கண்களில் தெரியும் வாத்சல்யம்.

"இவன் முந்தியே வரைவானா?" என்று அந்தோணியம்மாளிடம் கேட்டேன். "அதெல்லாம் ஒரு சுக்கும் இதுக்குத் தெரியாது. குடிக்க கூத்தியா கிட்ட போக என்னை காசு கேட்டு அடிக்க இதுதான் இதுக்குத் தெரியும்" என்றவள் "இப்போ தலைக்கு வட்டும் ஆயாச்சு. எண்ட மாதாவே" என்றவள் "ஏய் இங்க பாரு. ஏய். சார் வந்திருக்காரு" என்று அதட்டினாள். அவனுக்கு அது கேட்டதாகவே தெரியவில்லை. அவன் வரைந்துகொண்டே இருந்தான்.

2

டாக்டர் வந்து கையைத் துடைத்துக்கொண்டே என் முன்னால் அமர்ந்தார்.

“இது சாதாரண மெண்டல் பிரேக்டவுன் போலத் தெரியலை. அவன் உடம்பில சின்ன சின்னதா சீழ்ப் பருக்கள் இருக்கு.”

“யூ மீன்?”

“சிபிலிஸ். செகண்ட் ஸ்டேஜ். மருந்து எடுத்துக்காம மூளைக்குப் பரவ ஆரம்பிச்சிருக்கு. அதோட பாதிப்புதான் இது.”

நான் “ஆனா அந்த ஓவியங்கள்?” என்றேன். அவர் தோளைக் குலுக்கினார்.

“நீங்கதான் சொல்லணும். எனக்கு ஓவியம், கலை, இலக்கியம் பத்தில்லாம் அவ்வளவு தெரியாது. ஒரு வாரம் தங்க வச்சி பெனிசிலின் போட்டா சரியாயிடும். அதான் தெரியும்.”

நான் வீடு திரும்புகையில் அவன் வீட்டுக்குப் போய் அந்த ஓவியங்களை திரும்பவும் பார்த்தேன். பிரமிப்பாக இருந்தது. வீட்டில் கண் தெரியாத அவன் அம்மா மட்டும் இருந்தாள். “யாரு?” என்றாள். நான் “நான்தான்” என்றேன். “சாரா? வாங்க. எம் மவனுக்கு என்னய்யா ஆச்சு? குணமாகிடுவானா?” என்று அழ ஆரம்பித்தாள்.

நான் “அதெல்லாம். ஒன்னுமில்லம்மா. சரியாயிடுவான்” என்றவன் “அம்மா சின்ன வயசுல உங்க புள்ள வரைவானா?”

அவள் “அய்யோ அவன் எந்த வம்பு தும்புக்கும் போக மாட்டானய்யா. எல்லாம் இந்த தேவிடிச்சியைக் கட்டி வச்சப்புறம்தான்” என்று புலம்ப ஆரம்பிக்க வெளியே வந்துவிட்டேன்.

அப்படியே கடல்பக்கம் போய் நின்றேன். நான் சிறுவயதிலிருந்தே ஓவியங்கள் வரைவேன். என்னுடைய ஆசை ஒரு ஓவியன் ஆவதாகதான் இருந்தது. ஆனால் என் சூழலில் அப்படியொரு ஆசையை வெளியே சொல்லவே முடியாது. படித்து இந்த வேலைக்கு வந்த பிறகு தேடிப் போய் சில ஓவியர்களுடன் நட்பு பூண முடிந்தது அவ்வளவுதான்.

ஒரு காலத்தில் சிபிலிஸ் கலைஞர்களிடையே பரவலான வியாதியாய் இருந்திருக்கிறது. பலர் அதனால் செத்துப் போயிருக்கிறார்கள். டால்ஸ்டாய்,மாப்பசான் போன்ற எழுத்தாளர்கள், பால் காகின் போன்ற ஓவியர்கள். மாப்பசானின் எழுத்திலும் காகினும் ஓவியத்திலும் சிபிலிஸின் தாக்கம் உண்டு என்ற தியரி உண்டு. உண்மையில் அவர்கள் கலையின் பாதி அது அளித்ததே. ஆனால் அவர்கள் இந்த நோய் தாக்கும் முன்பே கலைஞர்கள்தான். இவன்...

3

இரண்டாவது வாரம் அவனை டிஸ்சார்ஜ் செய்துவிட்டார்கள். அவன் வீட்டுக்கு வந்து யார் சுவரிலெல்லாம் இப்படி கரி பூசி வைத்தது என்று திட்டி அடித்ததாக அந்தோணியம்மாள் சொன்னாள். அவன் அந்த ஓவியங்களை தண்ணீர் ஊற்றி அழித்துவிட்டானாம்.

4

ஒரு மாதம் கழித்து அந்தோணியம்மாள் மீண்டும் நள்ளிரவில் கதவைத் தட்டினாள். "சார் தயவு பண்ணி வரணும்."

நான் சட்டையைப் போட்டுக்கொண்டே ஓடிப்போனேன்.

அவன் அன்று போலவே வெறிபிடித்தது போல் சுவர்களில் வரைந்துகொண்டிருந்தான். ஆனால் அன்றைய மேதமை அந்த கோடுகளில் இல்லை. அவன் சத்தம் கேட்டு என்னைத் திருப்பிப் பார்த்து கண்ணீருடன் "என்னோட கன்னி மரியாளை எனக்குத் திருப்பிக் கொடு சாரே. இல்லாட்டி நான் கழுத்தறுத்து செத்துப் போவேன்" என்றான். பேசிக்கொண்டிருக்கையிலேயே அவனுக்கு வெட்டு வர அவனை ஆஸ்பத்திரிக்கு தூக்கிக்கொண்டு ஓடினோம். டாக்டர் "இன்பெக்‌ஷன் இன்னும் இருக்குன்னு நினைக்கிறேன்" என்று வலிப்புக்கு ஒரு ஊசியும் மீண்டும் ஒரு டோஸ் பெனிசிலினும் போட்டார். அது பலனளிக்கவில்லை. அன்றிரவு காட்சன் இறந்துபோனான்.

38
சாமீபம்

“தனக்குத்தானே பேசிக்கிறியே?” என்றாள் அவள்.

“எனக்குத் தெரிஞ்சு நிறைய பெரிய ஆளுங்கல்லாம் தனக்குத்தானே பேசிப்பாங்க. பாடுவாங்க.”

“நான் உன்னைத்தானே கேட்டேன்?”

“தனியா இருக்கும்போது தான் பெரும்பாலும் பண்ணுவேன். இன்னிக்கி என்னமோ...”

எனக்கு சற்று பீதி ஏற்பட்டது.

“நீ தனியா இருக்கும்போது என்ன பண்ணுவே?”

“ஒண்ணும் பண்ண மாட்டேன். தனியா இருப்பேன். அவ்வளவுதான்.”

நான் சற்று தயங்கி “ட்ரெஸ் இல்லாம இருப்பியா?”

அவள் “ஒரு ஆம்பிளைக்கு மட்டுமே தோணக்கூடிய கேள்வி” என்றாள்.

“நான் இருப்பேன்” என்றேன். “எங்காவது வெளியூர்ல ஹோட்டல் ரூம்ல பெரிய கண்ணாடி இருந்தா...”

அவள் “ம்ம்ம்” என்றாள். “நீங்க முக்காவாசி நேரம் அரை டிரஸ்ஸோடதான இருக்கீங்க?” என்றாள்.

எனக்கு தொடர்பே இல்லாமல் மதுரை மீனாக்ஷி அம்மன் கோவிலில் நடந்த ஒரு சம்பவம் நினைவுக்கு வந்தது. அங்கிருக்கும் சித்தர் சன்னிதி அருகில் அமர்ந்து போக வருகிறவர்களைப் பார்த்துக்கொண்டிருந்தேன். அல்பினோ நோயால் பாதிக்கப்பட்ட ஒரு பெண் கண்களை இடுக்கியவாறே சுற்றிக்கொண்டிருந்தாள். செயற்கைக் கால்கள் பொருத்தியிருந்த ஒருவருக்குப் பின்னால் அவன் மனைவியும் குழந்தையும் தயங்கித் தயங்கிவந்துகொண்டிருந்தார்கள். அவர்களுக்கு பின்னால் மூச்சடைக்கும்படி ஒரு அழகான பெண். நான் அவளையே

என்னையும் அறியாமல் பார்த்துக்கொண்டே அமர்ந்திருந்தேன். அழகான முகம் மட்டுமல்ல உடல், நடை, சிரிப்பு எல்லாம் சேர்ந்து பூரண அழகு அவள். கோவில் என்பதையும் மறந்து என் கண்கள் அவளது ஒவ்வொரு அங்கமாய்த் தடவித் தடவிப் பார்த்தது.

சட்டென்று என் கையில் யாரோ எதையோ திணித்த போதுதான் நினைவுக்கு வந்தேன். யாரோ என் கையில் ஒரு இலையில் ஆவி பறக்கும் சர்க்கரைப் பொங்கலைக் கொடுத்திருந்தார்கள். பக்கத்தில் ஒரு சிரிப்பொலி கேட்டது. "சைவ சித்தாந்தத்தில் ஒரு தத்துவம் உண்டு. ஆன்மா எதை அடுத்திருக்கிறதோ அதன் நிறத்தை குணத்தை அடைகிறது." ஒரு சாமியார். "என் பக்கத்தில இருந்ததால அந்தம்மா உன்னையும் ஒரு சாமியார்னு நினைச்சுக்கிச்சு."

"அவரை ஏன் ஒரு காமாந்தகனாய் அவர்கள் நினைக்கவில்லை?" என்றேன் நான்.

"மறுபடியும் தானே பேசறியே?" என்றாள் பாருகுட்டி. பிறகு கருணையுடன் என்னைப் பார்த்து "சாரமில்லை. பேசிக்கோ போ."

39

ரகசியமும் பரஸ்யமும்

ஒரு நாள் ஒரு மழை நாள் கூடலுக்குப் பிறகு பாருகுட்டியிடம் நான் கேட்டேன். அவளுடைய கவனமின்மைதான் அந்தக் கேள்விக்கும் அதைத் தொடர்ந்த பிணக்குக்கும் இட்டுச் சென்றது. அந்த வீட்டில் சமையலறை பின்னால் இருந்தது. ஓடு சாத்திய பழைய கேரள பாணி வீடு. அவள்தான் ஒழுகிக்கொண்டிருந்த இடத்தின் கீழ் ஏதாவது பாத்திரத்தை வைத்துவிட்டு வரும்படி என்னை ஏவினாள். சுவரெல்லாம் கரி பிடித்து இங்கு ஆட்கள் சமைக்கிறார்கள் என்று விளம்பரப்படுத்திக்கொண்டிருந்த அறை. மழை இருட்டில் அந்த அறையில் பாத்திரங்களைத் தேடுவது சுலபமாக இல்லை. என்னுடைய அரவம் கேட்டு அவள் படுக்கையிலிருந்தே "எடா அவிட ஆனை ஏதும் புகுந்துட்டுதா?" என்று கூவினாள். கூடலுக்குப் பிறகு அப்படியே கொஞ்ச நேரம் படுத்திருப்பதை அவள் விரும்புவாள். என்னிடம் "இப்போ நீ எதுவும் கொலை பாதகம் பண்ணிட்டாயா? இவ்வளவு அவசரமா எழுந்து போறே?" என்பாள். ஒருவகையில் அது உண்மைதான், என்னுடைய கிறித்துவ பள்ளி வளர்ப்பின் காரணமாக நான் கூடலை ஒரு பண்ணக்கூடாத ஆனால் பண்ணிக்கொண்டே இருக்கவேண்டிய பாவம் பட்டியலில்தான் வைத்திருந்தேன். கிழிந்த ஜாக்கெட் போல் உடைந்து தொங்கிக் கொண்டிருந்த மர ஜன்னல்களைச் சாத்தும்போதுதான் அந்த காகிதத்தைக் கவனித்தேன். நாலாய் மடித்து வைக்கப்பட்டிருந்தது. மழையில் நனைந்து கொண்டிருந்தது. பொதுமி அதன் எழுத்துகள் வியர்வையில் குங்குமம் போல் அவசரமாகக் கரைந்துகொண்டிருந்தாலும் அது பாருகுட்டியின் கையெழுத்து என்பதில் ஐயமில்லை. மலையாளத்தில் உருட்டி உருட்டி எழுதிவைத்திருந்தாள். அது கடிதமோ யாருக்கோ கொடுக்கவேண்டிய பற்றுச் சீட்டோ இல்லை. நானொரு தடவை அவளிடம் கேட்டிருக்கிறேன். "நீ ஏன் கவிதை எழுதுவதில்லை?" அவள் "அய்யே" என்றாள். பிறகு "ஒரு கூட்டத்தில் எல்லோரும் குடித்துக்கொண்டிருந்தால் குடித்துக்கொண்டிருப்பவர்களின் பக்ஷணக் கணக்கை எழுத யாராவது வேண்டாமா?"

நான் அந்தக் காகிதத்தை எடுத்துக்கொண்டு போய் திரும்பவும் அந்தக் கேள்வியை கேட்டேன். அவள் "அய்யே இது எங்கு கிடைத்தது உனக்கு? அது சும்மா ஒரு நாள் கிறுக்கியது" என்று அதை வாங்கி தூர எறிந்தாள். எனக்கு லேசாக அவள் ஏதோ கள்ளத் தனம் பண்ணுகிறாள் என்று பட்டது. ஆனால் அது என்ன? நான் அதன்பிறகு அவள் இல்லாத சமயங்களில் அவள் வீட்டுக்குப் போய் அவள் எழுதிய காகிதங்களைத் தேட ஆரம்பித்தேன். ஒரு மாதத்துக்குப் பிறகு அவளது புடவைகளுக்கு நடுவில் இருந்த 2005 டயரி ஒன்றில் அவள் கவிதைகள் போலும் நிறைய எழுதி வைத்திருப்பது பார்த்தேன். நான் அவளைச் சந்தித்தது 2001இல். ஆகவே ஆவலுடன் படிக்க ஆரம்பித்தேன். என்னெல்லாமோ எழுதியிருந்தாள். சிறுவயதில் மலபாரில் கட்சித் தகராறில் வெட்டிக் கொல்லப்பட்ட அவளது அச்சன் பற்றி. சிக்கில் செல் அனீமியா நோய் வந்து இறந்து போன அம்மா பற்றி. அவளது சினேகிதி பற்றி. நாய்க்குட்டி பற்றி. தமிழ் நாட்டுக்கு வந்தது பற்றி. தமிழ் புரியாமல் கஷ்டப்பட்டது பற்றி...

என்னைப் பற்றி ஒன்றுமே இல்லை.

நான் தளர்ந்து அந்த டயரியோடு அப்படியே ஈசிசேரில் அமர்ந்திருக்கும்போதே அவள் வந்துவிட்டாள். என்னை அதனுடன் கண்டதுமே அவள் முகம் மாறுபாடு அடைந்தது. "தோண்டி எடுத்திட்டியா?" என்றாள். "என்ன கண்டுபிடிச்சே?"

நான் "ஆமாம்" என்றேன். "நான் உனக்கு ஒருவருமே இல்லை" என்று கண்டுபிடித்தேன் என்றேன்.

அவள் "அன்வேஷணம் பூர்த்தியாயல்லோ?" என்றாள் சீற்றத்துடன். நான் அந்த டயரியை வைத்துவிட்டு எழுந்து சட்டையைப் போட ஆரம்பித்தேன்.

அவள் "நீ வருமுன்னு குறைச்சு பிரதமன் செஞ்சிட்டுண்டு ஞான்" என்றாள்.

நான் "வேஷதாரிகள் கொடுக்கிற இனிப்பை விட கடும் கசப்புடையது எதுவுமில்லை" என்றேன். அவள் ஏதோ சொல்ல ஆரம்பிக்க அதைப் பார்க்காமல் சட்டென்று வெளியேறிவிட்டேன். ஒரு மூன்று மாதம். நான் அவளைப் பார்க்கவே இல்லை. அவள் என்னுடன் பேசவும் பார்க்கவும் அனுமதிக்கவுமில்லை.

வெறுப்பைப் போல் அல்லாது பிரியத்திடமிருந்து ஒளிந்துகொள்வது அத்தனை சிரமமாக இல்லை.

ஆனால் ஒரு நாள் வேறொரு எண்ணிலிருந்து அலைபேசியில் என்னைப் பிடித்துவிட்டாள்.

"எடா நான் சொல்கிற இந்த ஒன்றை மட்டும் கேள்" என்றாள். அவள் குரல் நடுங்கிக்கொண்டிருந்தது. "இத்தனை வருடம் ஆனாலும் நீ எனக்கு நானே சொல்லிக்கொள்ள அஞ்சும் ஒரு ரகசியம். சொல்லிவிட்டால் மறந்து போய்விடுமோ என்று நான் அஞ்சும் ஒரு கனவு. அதை ஒரு உயிரற்ற காகிதத்திடம் கூட சொல்லிவிட்டால் நான் சுக்கு நூறாய்ச் சிதறிப்போவேன்."

40

இருவேறியற்கை

“எப்படி திடீர்னு?” என்று கேட்டான். “இரண்டு நாளா அப்பனும் மகனும் போட்டி போட்டுக்கிட்டு ஒரே குடி. முழிச்சிருக்கிற நேரம்லாம் குடி” என்றார் அவர். அவன் காம்பவுண்டுக்குள் வரிசையாக வரத் துவங்கி இருக்கும் படகு போன்ற வெளி நாட்டுக் கார்களைப் பார்க்க ஆரம்பித்தான். இரண்டு மூன்று வி.வி.ஐ.பிக்கள் அதற்குள் தகவல் தெரிந்து வர ஆரம்பித்திருந்தார்கள்.

ஒரு பிரபல நடிகை கூட உண்டு.

செத்துப் போனவரின் மகள் கல்யாணத்துக்கு ஐதராபாத் போயிருக்கிறான். மூன்று நாட்கள் விதம் விதமாய் சாப்பாடு போட்டுக்கொண்டே இருந்தார்கள். சைவம், அசைவம் இரண்டிலும் அவ்வளவு வகைகள். இனிப்பு வகைகள், ஐஸ் க்ரீம்கள். இறைச்சியிலும் என்னென்னவோ இறைச்சி. வேட்டையாடத் தடை செய்யப்பட்டவை கூட. இன்னொரு புறம் மது வகைகள் ஆறாய் ஓடின. மூன்றாவது நாள் யாராவது உணவைப் பற்றிப் பேசினாலே பாய்ந்து அடிக்க வேண்டும் போல் இருந்தது.

“இவங்க எல்லாத்திலயும் இப்படித்தான்” என்றார் அவர். “சில சமயம் எங்க எல்லோரையும் கூட்டிட்டு ஆந்திரா ராஜமுந்திரி பக்கம் போயிடுவாரு. அங்கே ஒரு கிராமம் முழுக்க அந்த மாதிரி பொண்ணுங்கதான். எல்லா தரத்திலயும் விலையிலும் இருப்பாங்க. சாதாரண ஆளுங்களுக்கு அஞ்சாவது நாள் சன்னியாசியாப் போயிடலாம்னு தோணிடும். என்னதான் தேன்னாலும் எவ்வளவு நேரம் நக்கிட்டே இருக்கிறது? ஆனா இதெல்லாம் நமக்குத்தான். இவங்களுக்கு சலிக்காது. ராட்சசங்க.” என்றார். “அதனாலதான் இவ்வளவு பெரிய ஆளாவும் சமூகத்தில இருக்காங்க. அடங்காப் பேய்ப்பசி உண்டு இவங்களுக்கு. எல்லாத்திலயும். இன்னிக்கு கணக்குக்கு லீகலா இருக்கும் சொத்து மதிப்பே ஆயிரக்கணக்கான கோடி தேறும்.”

அவனுக்கு வியப்பாக இருந்தது. முப்பது வயது வரை மூணு வேளை சாப்பாடு அவனுக்கு நிச்சயமில்லாமல்தான் இருந்தது. முதல் பெண் அனுபவத்துக்கு இன்னும் ஏழு வருடம் காக்கவேண்டி இருந்தது. இவரிடம் மறுவருடம் வேலைக்கு சேரந்தான். அவருக்குப் பேச்சுகள் எழுதிக்கொடுக்கும் பணி. இவர் தயாரிக்கும் சினிமாக்களின் டைரக்டர்கள் கதையை முதலில் இவனிடம்தான் சொல்வார்கள். யார் யாரோ சொல்லி எப்படியோ கிடைத்த வேலை. அவன் வாழ்க்கையில் நடந்த ஒரே நல்ல சம்பவம். அவர் இவனைப் பார்க்கும்போதெல்லாம் "நல்லாச் சாப்பிடணும் ரைட்டரே" என்பார். "இப்படி உணங்கிக் கிடந்தா? செழிப்பு செழிப்பு பார்த்துதான் வரும். எது கிடைச்சாலும் சாப்பிட்டுடணும் சாப்பிட்டுக்கிட்டே இருக்கணும். அப்பதான் அது கிடைச்சிக்கிட்டே இருக்கும்."

ஆனால் இவனுக்கு முடியவில்லை. சாப்பாடு பற்றி ஏங்கி ஏங்கிக் கிடந்தவனால் சாப்பாடு கிடைத்தும் சாப்பிட முடியவில்லை. சாப்பாடு மாத்திரம் இல்லை. மகாபலிபுரத்தில் ஒரு துணை நடிகை சொன்னது போல. "நீர் பூமில சந்தோஷப்பட பொறந்த ஆளு இல்லவோய்... உம்ம வேலை சந்தோஷமா இருக்கிறவங்களுக்கு விளக்கு பிடிச்சுக் கணக்கு எழுதற வேலைதான்!"

இவனுக்கு அவள் சிரிப்பு இப்போதும் நினைவிலிருக்கிறது. தரித்திரம் வெளியில் இருந்தால் புரட்டி அகற்றிவிடலாம். இது ஆன்மாவில் அல்லவா இருக்கிறது?

திடீரென்று ஓலத்துடன் இரண்டு மூன்று பெண்கள் உள்ளே ஓடுவதைப் பார்த்தான். "எல்லாம் அவர் வைப்பாட்டிங்க. இனி ஒவ்வொருத்தரா வருவாங்க" என்றார் அவர். "ஒரு நாள் கூட இருந்தவங்க. ஒரு பொழுது இருந்தவங்க. சும்மா இடுப்பைக் கிள்ளினவ கூட என் புருஷன் இதுன்னு வந்து நிப்பா. ஆனை இறந்தாலும் ஆயிரம் பொன்."

அவன் கசப்பாய் உணர்ந்தான். "சரி அண்ணாச்சி. நாளை காலைல வரேன். அவ தனியா இருப்பா" என்றான். "எப்படியும் நாளை சாயாங்காலம் வரை ஆயிடும்லா?"

உண்மையில் வீட்டுக்குப் போக விருப்பமில்லை. ஆனால் எங்கு போவது? குடி இன்னும் பழகவில்லை. அந்த மகாபலிபுரம் நடிகை வீட்டுக்குப் போகலாமா? எழும்பாத சாமானை வைத்துக்கொண்டு

அங்கு போய் என்ன செய்வது? அவளிடம் அவமானப்படுவதா? அந்த அளவுக்கு காசும் இல்லை.

பசியும் இல்லை என்று நினைத்தான் அவன். எப்பாடு பட்டேனும் இன்பமாய் இருக்கவேண்டும் என்ற பசியும் இல்லை. சாகாமல் இருந்தால் போதும் என்ற மனப்பான்மையிலிருந்து நகரமுடியவில்லை.

கடைசியில் வீட்டுக்குத்தான் போனான். சாவி போட்டுத் திறந்து உள்ளே போனபோது சந்திரா இன்னும் விழித்திருப்பது அவளது அறையில் கட்டில் கிறீச்சிடுவதிலிருந்து தெரிந்தது. "வந்துட்டீங்களா?" என்று அவளது பலவீனமான குரல் கேட்டது.

"ம்ம்ம்" என்றான். ஏன் தூங்காமல் இருக்கிறாள்? காந்திமதி அம்மாள் மாத்திரை கொடுக்காமல் போய்விட்டாளா?

"சாப்பிட்டீங்களா?" மறுபடி அந்தக் குரல். அடிபட்டு கீழே விழுந்து திரும்பவும் எழ முயலும் ஒரு பறவை போன்ற குரல்.

அவன் சற்று எரிச்சலாக உணர்ந்தான். "ஆமா" என்றான் சட்டையைக் கழற்றியபடி. பிறகு சட்டென்று சொன்னான் "ஏன் சாப்பிடலைன்னா எந்திரிச்சி விதம் விதமா விருந்து சமைச்சிக் கொடுக்கப் போறியா?"

பதில் வரவில்லை. மவுனம். கட்டில் கிறீச்சுகள் கூட இல்லை.

கல்யாணம் ஆகும்போதே கச்சலாய் பொம்மை போல்தான் இருந்தாள். ஆனாலும் பெயருக்கு அடைந்துகொள்ள ஒரு குழி போலவாவது இருந்தாள். ஒரு வருடம் கழித்து இந்த நோய் வந்த பிறகு... அவன் பாத் ரூமுக்குப் போய் குளித்தான். குளித்துவிட்டு வெளியே வரும்போதுதான் கொஞ்சம் மனம் அடங்கி சற்று அதிகமாகப் பேசிவிட்டோமோ என்று தோன்றியது.

வேஷ்டியைத் தளர்வாகக் கட்டிக்கொண்டு விபூதியைப் பூசிக்கொண்டு மேலே ஒரு துண்டைப் போர்த்திக்கொண்டு மெல்ல அவள் அறைக்குள் எட்டிப்பார்த்தான். அவள் எப்போதும் படுத்திருப்பது போல் கூரையை வெறித்துக்கொண்டு படுத்திருந்தாள்.

"என்ன தூங்காம இருக்கே? அந்தம்மா மாத்திரை கொடுக்க மறந்துடுச்சா?" அருகிலுள்ள ஸ்டூலிலிருந்த மாத்திரைப் பட்டைகளை

ஆராய்வது போல் அவளை ஓரக்கண்ணால் பார்த்தான். "சாப்டியா என்ன?" என்றான். சாப்பாடு கூட அப்படியே இருந்தது. அவள் கண்களைக் கஷ்டப்பட்டு திருப்பி "சாப்பிடுதேன்" என்றாள். "உங்க கூட சாப்பிடலாம்னு..."

"என் கூடயா?" என்றான். பிறகுதான் காலையிலேயே ராத்திரி வெளியே சாப்பிட வேண்டாம் என்று சொல்லி அனுப்பியிருந்தது நினைவுக்கு வந்தது. "ஏன் என்ன விஷயம்?"அவள் பதில் சொல்லாது இவனையே பார்த்துக்கொண்டிருந்தாள். அப்போதுதான் கவனித்தான். காந்திமதி அம்மாளிடம் சொல்லி இரவு வேறுபுடவை மாற்றி முகத்தையெல்லாம் கழுவி திரு நீறு பூசி வழக்கத்தை விட தெளிவாக இருக்க முயன்றிருந்தாள். இப்போ என்னத்துக்கு இப்படி சிங்காரிச்சிக்கிட்டுப் படுத்துக்கிடக்கா? என்று கசப்புடன் நினைத்தான்.

அவனுக்கு நினைவு வந்தது. அன்று அவர்கள் திருமண நாள்.

அவன் புருவத்தில் லேசாக ஒரு சுளிப்பு. அவள் கண்களில் ஏறும் பளபளப்பைப் பார்க்காதது போல் எழுந்தான்.

விளக்கை அணைத்துவிட்டு "தூங்கு போ" என்று அறையைவிட்டு வெளியேறினான்.

❖❖❖

41
பிரார்த்தனையும் பலனும்

ஸ்கூபிக்கு சில வாரங்களாக ஒரே ஒரு பிரார்த்தனை தான். அதற்கு எப்படியோ ஒரு நீலப்பந்து கிடைத்திருந்தது. ஆனால் நீலம் அதற்குப் பிடிக்காது. மஞ்சள் தான் பிடிக்கும். நாய்கள் நிறக்குருடுகள் என்பது பற்றி மனிதர்களிடையே ஒரு சர்ச்சை இருப்பது அதற்குத் தெரியாது. தெரிந்தாலும் அதற்குக் கவலை இல்லை. நீலம், மஞ்சள் போன்ற நிறங்களைச் சுட்டிக்காட்டச் சொல்லி ஒரு டிரைவிங் லைசன்ஸுக்காக அதற்கு கண் பரிசோதனை பண்ணப்போனால் அது ஒருவேளை பெயிலாகிவிடக் கூடச் செய்யலாம். அது பற்றியும் அதற்கு சிந்தை இல்லை. நாளாக நாளாக மஞ்சள் பந்திற்கான ஏக்கம் அதற்குக் கூடிக்கொண்டே போனது. அடுத்தவீட்டு சீனியர் நாய் "நீலமோ மஞ்சளோ உனக்கு பந்தென்று ஒன்று உள்ளது. அது கூட கிடைக்காத கோடிக்கணக்கான நாய்களைக் குறித்து யோசித்துப் பார்" என்றது. ஸ்கூபி தன்னால் அத்தனை நாய்கள் பற்றியும் யோசிக்க முடியாது, தான் கணிதத்தில் கொஞ்சம் வீக் என்று சொல்லிவிட்டது. ஒரு ஜூனியர் நாய் "உனக்குப் பிடிக்கலைன்னா அந்தப் பந்தை எனக்குக் கொடுத்துடுண்ணே" என்று அதை லவட்டப் பார்த்தது. ஸ்கூபியின் உரிமையாளர்கள் கடும் தெய்வபக்தி உடையவர்கள். அவர்களைப் பார்த்து அதுவும் பிரார்த்தனை செய்ய ஆரம்பித்ததில் வியப்பு எதுவும் இல்லை. மிக விரைவிலேயே ஸ்கூபியின் பிரார்த்தனைகள் ஸ்வான லோகத்தில் சுக நித்திரை புரிந்துகொண்டிருந்த ஸ்வானமானவரை அடைந்தன. அவர் நித்திரையைக் குலைத்தன. அவர் ஏதாவது செய்யவேண்டிய கட்டாயம் ஏற்பட்டது. ஸ்கூபியின் பிரார்த்தனையின் பலம் அப்படி. இரவு முழுக்க சரிக்கும் ஊளை. அவர் தனது உதவியாளரை அழைத்து ஆலோசனை கேட்டார். அவர் தனது ஸ்வான திருஷ்டியை ஆன் பண்ணி "அடுத்த தெருவில் ஒரு குழந்தை மஞ்சள் பந்து வைத்து தெருவில் விளையாடிக்கொண்டிருக்கிறது" என்றார். *"Let's switch the balls"*

அதுவரை சாந்தமாக குழந்தை விளையாடுவதைப் பார்த்துக்கொண்டு தெருப்புழுதியில் மூக்கைப் புரட்டிக்கொண்டிருந்த மூக்கன்

நாய்க்கு திடீரென்று என்ன ஆனது? ஏன் குழந்தையை விரட்ட ஆரம்பித்தது என்று அதற்கே தெரியவில்லை. அந்த தெருவில் உள்ளவர்கள் எல்லோரும் சேர்ந்து அதனை அடித்து துவைத்துவிட்டார்கள். அது பலத்த காயங்களுடன் அடுத்த தெருவுக்கு ஓடிப்போய்விட்டது. அங்கு பெரிய இரும்பு கேட்டில் முகத்தை தூக்கிவைத்துக்கொண்டு சோகமாக மஞ்சள் பந்திற்காக ஏங்கிக்கொண்டிருந்த ஸ்கூபியைக் கண்டது. இருவர் கண்ணிலும் கண்ணீர். "வாழ்க்கையே சோகம்ணே!" என்றது மூக்கன். ஸ்கூபி "ஆமாம்பா!" என்று மூக்கைச் சிந்தியது.

42

அலையும் கரையும்

“இங்கே பத்து நாள் தேவடியாவா இருந்தா மீதி வருஷம் முழுக்க கற்போட இருக்கலாம்” என்றார் அவர் “உங்க வேலைல தினம் தினம் யாரோடயவாது படுத்து எந்திரிக்கணும் போல இருக்கே!”அவர் ஒரு சினிமாப் பிரமுகர். என்னுடைய அதிகரித்துக்கொண்டே வரும் வேலைப்பளு பற்றி அதிகாரிகளின் பாரபட்சம் பற்றி பிறர் போல் வேலையை அடுத்த மேசைக்குத் தள்ளிவிடும் சாமர்த்தியம் எனக்கு இல்லாதது பற்றி எல்லாம் நான் எங்கோ எழுதியிருந்ததைப் படித்துவிட்டு அவர் இப்படிச் சொன்னார். “சினிமாவுக்கு வாங்க.”

நான் ஒரு எழுத்தாளன் சினிமாவில் செய்யவேண்டிய சமரசங்கள் குறித்து தயங்கியபோதுதான் முதல் வரியைச் சொன்னார்.

ஆனால் வெளியூரில் வேசியாய் இருப்பது வேறு. உள்ளூரில் இருப்பது வேறு. சினிமா எப்படிப் பார்த்தாலும் ஒரு கலை. என் அகம், என் வீடு இருக்கும் உள்ளூர். இப்போது நான் பார்த்துக்கொண்டிருக்கும் அடிமை வேலையில் என் அகம் இல்லை.

பாருகுட்டி, இப்படி வெளியூரில் வேறு ஏதோ வேலை செய்வது போல் காட்டிக்கொண்டு உள்ளூரில் தன் குழந்தைகளை வளர்த்துக்கொண்டிருந்த ஒரு தோழி பற்றிச் சொன்னாள். ஒரு நாள் அந்த ஊர் வாடிக்கையாளன் ஒருவன் அவள் ஊருக்கு வந்துவிட அன்றிரவு அவள் தற்கொலை செய்து கொண்டாள்.

எனக்கு அதைவிட திடீரென்று தன்னை விட இளையவன் ஒருவனுடன் காதலில் விழுந்த பாலியல் தொழில் பெண் ஒருத்தி பற்றி அவள் சொன்ன ஒரு கதைதான் வருத்தியது.

முகத்துத் தசைகளும் யோனித் தசைகளும் தளரும் வயதில் அவள் தன்னில் பாதி வயதேயான ஒருவனுடன் காதலில் விழுந்தாள். அவனுடனான திருமண வாழ்க்கைக்காக பணம் சேர்ப்பதற்காக இதுவே கடைசி என்று சொல்லிக்கொண்டு இரண்டு பணக்கார வயோதிகர்களோடு கோவா போனாள். அவர்கள் அவளைக் குரூரமாகப் பயன்படுத்திய விதத்தில் கடும் ரத்தப்போக்கு ஏற்பட்டு இறந்து போனாள்.

❖❖❖

43

ஈடு

“படிச்சிக்கிட்டிருக்கும்போது அப்படியே பின்னால இருந்து ஆவி சேர்த்துக்கட்டிக்கிடும்” என்றார் அவர். “கண்ணன் யசோதையை அப்படித்தான் கட்டிக்கிடுவானாம்மே?” என்றார். “ஆனா இது சரஸ்வதி. பச்சைப் பட்டுச் சட்டையும் பச்சைப் பட்டுப் பாவாடையும் கட்டிக் கண்மையும் இட்டுக்கிட்டா சாட்சாத் மீனாக்ஷி.”

ஏதேதோ பேசிக்கொண்டிருந்தவர் திடீரென்று அந்த எண்ணத்துக்குள் எப்படிப் போனார் தெரியவில்லை.

நான் அறை மெல்ல மெதுவாக அமைதி அடைவதைக் கவனித்தேன். ஒரு கடல் மெல்ல தணிவது போல் அன்றைய கொண்டாட்டங்கள் எல்லாம் தணிவதைக் கவனித்தேன். அறை முழுக்க உயர்ரக மதுக்கோப்பைகள் வெவ்வேறு கோணங்களில் குப்புறக்கிடந்தன. அவற்றைக் குடித்தவர்கள் குப்புறக் கிடந்தார்கள் அன்றைக்கு அவருக்கு அளிக்கப்பட்ட இலக்கியத்தின் மிக உயரிய விருதுப் பட்டயம் பாத் ரூம் அருகே் கிடந்தது. சால்வைகள் படுக்கையில் குப்பை போல் குவிந்து கிடந்தன. ஒருவர் “அண்ணாச்சி படுப்பமா?” என்றார் நிலையை உணர்ந்து.

அண்ணாச்சி அதைக் கவனிக்கவில்லை.

“என்ன ஒரு தேஜஸ்! புத்திக் கூர்மை! முதல்லேயே எனக்குத் தோணிருக்கணும். ஒரு மனுஷக்குழந்தை இப்படி இருக்கமுடியுமா? என் குழந்தைன்னு கூட்டிச் சொல்லலடே. பார்த்தவங்க எல்லாம் அப்படித்தான் சொன்னாங்க. எந்தக் கண்ணு பட்டதோ?”

“அண்ணாச்சி படுப்போம். காலைல சி எம் வராரு உங்களைப் பார்க்க.”

“யாரு வந்து என்ன?” என்றார் அவர் வெடுக்கென்று... “ஏழு நாள். ஏழே நாள். என்ன சுரம்னே தெரியலை. அப்போ எனக்கு பெரிய டாக்டர்கள் கிட்ட போக வசதியும் இல்லை. புஸ்தகம் வாங்கக்

கூட காசு இருந்ததில்லை. ஆனா அவ இருந்தா என் கூட பெரிய நிதியா. இப்போ சி எம் வராராம் என்னைப் பார்க்க சி எம். இப்போ என்ன மயிருக்கா வராரு?”

அறையில் மற்றவர்கள் ஒருவரை ஒருவர் பார்த்துக்கொண்டார்கள். மறுநாள் சி எம்மிடம் இந்த மாதிரி பேசிவிடுவாரோ என்று சிலர் முகத்தில் கவலை தெரிந்தது.

“கடைசி நாள். கடைசி நாள் அதுக்கு தெரிஞ்சிருச்சி. அப்பா எங்கியும் போகாதன்னு கையைப் பிடிச்சிப் பிடிச்சிப் பக்கத்தில வச்சிக்கிச்சி. நான்தான் பைத்தியக்காரன் மாதிரி அந்த டாக்டர்கிட்டே போவோம் இந்த மருந்தைக் கொடுப்போம்னு கிடந்து சாடுதேன். சொன்னா நம்ப மாட்டே. நேரம் கிட்ட வர வர அதுக்கு எங்க அம்மை மூஞ்சி, பார்வை எல்லாம் வந்திரிச்சி. ஒரு நிமிஷம் என் குழந்தையா கண்ல காட்டும். மறு நிமிஷம் எனக்க அம்மையா நிக்கும்.”

“ஏய் எல்லோரும் படுக்கப் போங்கடே. அண்ணாச்சி தள்ளுங்க. உங்களுக்கு பெட் போடறேன்.”

அவர் தள்ளாடியபடியே எழுந்தார் வேஷ்டியை இறுகப் பிடித்தபடியே என்னை ஒருமுறை திரும்பிப் பார்த்தார். நான் அவர் பார்வையைத் தாள முடியாமல் திரும்பிக்கொண்டேன்.

“போகன் அவ படத்தை ஒரு நாள் உனக்குக் காமிக்கிறேன் அது பார்த்தா. உனக்குப் புரியும்டே” என்றார். “அது... அது என் சூட்கேஸ்ல இருக்கு. அவளோட ஆறாவது பொறந்த நாளைக்கு எடுத்தது. என் சூட்கேஸ் எங்கேடே?”என்று அதைத் தேட ஆரம்பித்தார். “ஏய் என் சூட்கேஸ் எங்கேப்பா?”

யாரோ ஒருவர் சலிப்பாக “அண்ணாச்சி இதெல்லாம் எப்போ நடந்தது இப்போ போட்டு மனசை உழப்பிக்கிறீகளே! இன்னிக்கு உங்களுக்கு எவ்ளோ சந்தோஷமான நாளு! இப்போ உங்களுக்கு என்னன்னெ மரியாதை கிடைச்சிருக்கு! சி எம் உங்களைப் பார்க்க விரும்பி நிக்காரு! முப்பது வருஷம் பழய கதையை எடுத்துப் போட்டுப் புலம்புறீகளே!”

அவர் சட்டென்று சொன்னவரைப் பாய்ந்து அடிக்கப்போனார். “எதுலே பழசு? என் மீனாக்ஷியைப் பறிச்சிக்கிட்டதா பழசு? இன்னமும் கடேசில அவ என் கையைப் பிடிச்சிக்கிட்டு பெருமூச்சு

விட்டது என் சருமத்திலே வெப்பமா இருக்குலே. அந்த துக்கம் தாம்லே நான். அவளை எடுத்துக்கிட்டு தப்பு பண்ணிட்டோம்னு அதை சரிக்கட்டத்தான் இந்த மாலை, மரியாதை எல்லாம் இந்த உலகம் எனக்குக் கொடுத்துக்கிட்டு இருக்கு. அவர் பாய்ந்துபோய் அவருக்குக் கொடுக்கப்பட்ட பட்டயத்தை எடுத்துக் காலில் போட்டு மிதித்தார். "மரியாதையாம் மரியாதை! எனக்கு மரியாதையும் வேணாம் மயிரும் வேணாம். எது கொடுத்தாலும் ஈடாகாத ஒன்னை எடுத்துக்கிட்டு இவனுங்க சொல்றாங்க எனக்கு என்னன்னெமோ இப்போ கிடைச்சிருக்காம்!"

அறைக்கு நடுவில் அவர் தனக்கு கொடுக்கப்பட்ட விருதின் மேல் நின்று வெறிகொண்ட சிவன் போல் ஆடுவதை எல்லோரும் அச்சத்துடன் பார்த்தார்கள்.

"போகன்! ஏதாவது பண்ணுங்க!அவருக்கு ஏற்கனவே இரண்டு ஸ்டெண்ட் வச்சிருக்கு" என்று கிசுகிசுத்தார் ஒருவர்.

நான் "இந்த மரியாதைல்லாம் இவங்க கொடுத்து உங்களுக்குக் கிடைக்கிறதுண்ணா நினைக்கீங்க அண்ணாச்சி" என்றேன்.

அவர் மெல்ல திரும்பிப் பார்த்தார். "என்ன சொல்லுதே?" கண்கள் வெறி விலகிக் கூர்மையடைந்தன.

"இதெல்லாம் அவ அனுப்புற மரியாதையில்லையா அண்ணாச்சி? நீங்க அவளை நினைச்சி ஏங்கிப் போயிரக்கூடாதுன்னு அவ அனுப்புற பரிசுப் பொருட்கள் இல்லையா" என்றேன்.

அவர் மெல்லத் தளர்ந்தார். "அட! ஆமா" என்றார். படுக்கையில் பொத்தென்று அமர்ந்தார். "அவளுக்கு அந்தக் குணம் உண்டு. எனக்கு ஏதாவது கொடுத்துக்கிட்டே இருப்பா. பூ, புளியங்கொட்டை, தின் பண்டம், அவ என்னை வரைஞ்ச படம், நல்லா வழவழன்னு இருக்கிற கூழாங்கல்லு, கோழி இறகு... அவளுக்கு பெருசுன்னு தோணின பொருளையெல்லாம் எனக்குன்னு கொண்டுவந்து தருவா. அப்பனுக்கு பரிசு தர்ற புள்ளையை நீ எங்கியாவது பார்த்திருக்கியா?" என்றவர் என்னை ஆச்சர்யத்துடன் பார்த்து "இது உனக்கு எப்படி தெரியும்?" என்றார் குழந்தை போல்.

நான் "தெரியும் அண்ணாச்சி" என்றேன்.

"இப்போவும் அவ அதான் பண்றா. இல்லியா? என் மவ! என் அம்மை!" கேவினார்.

நான் "ஆமா அண்ணாச்சி" என்றேன். பிறகு "தூங்குங்க."

அவர் சட்டென்று "சரி" என்றார். "ஆமாம்பா. தூங்கணும். நாளைக்கு சி எம் வேற வராரு."

சொல்லும்போதே அவர் கண்கள் தூக்கத்தில் அமிழ்வதைப் பார்த்தேன் அப்படியே படுக்கையில் சரிந்து உறங்கிப் போவதைப் பார்த்தபடியே நான் அறையைவிட்டு வெளியே வந்தேன்.

பின்னாலேயே வந்த அவரது நண்பர் "நல்ல காரியம் பண்ணீங்க" என்று சிகரெட்டைப் பற்றவைத்துக்கொண்டார். "இந்த மாதிரி ஏதாவது சமாதானமா சொல்ல ஒரு ஆளு வேணும். இல்லாட்டி கஷ்டமாப் போயிடும்."

"நான் சமாதானமா அதைச் சொல்லலை" என்றேன் சற்றுக் கடுமையாக. "நான் சொன்னது உண்மைதான்."

அவர் புகைப்பதை நிறுத்திவிட்டு என்னைப் பார்த்தார். நான் அவரை அப்படியே விட்டுவிட்டு இறங்கிக் கடற்கரையில் நடக்க ஆரம்பித்தேன்.

44

சூடு

விருந்தினர்களிடம் பிக் பாக்கட் அடிக்கும் ஒரு எழுத்தாளனின் மனைவி பற்றி பஷீர் எழுதியிருக்கிறார். அந்த நிலையில் மனைவியை வைத்திருப்பது எழுத்தாளனின் குற்றமே என்றும் சிலர் சொல்லலாம்தான். அப்படியெல்லாம் சொல்லாவிட்டால் கருத்து சுதந்திரத்துக்குத்தான் என்ன மரியாதை? கருத்து இருந்தாலும் இல்லாவிட்டாலும் எல்லோரும் கருத்துச் சுதந்திரத்தைப் பயன்படுத்தவேண்டும். இல்லாவிட்டால் அது துருப்பிடித்துவிடும். ஒரு முறை இப்படித்தான் ஒரு ஊரில் பேசப் போகும்போது எனது கருத்துச் சுதந்திரத்தைப் பயன்படுத்தினேன். நான் சொன்னேன் "இந்த ஊரில் நாய்த் தொந்திரவு அதிகமாக இருக்கிறது." அவர்கள் அவர்களது கருத்துச் சுதந்திரத்தைப் பயன்படுத்திச் சொன்னார்கள் "இந்த ஊரில் வெளியூர் நாய்களின் வரத்து அதிகமாக இருக்கிறது." நாங்கள் மாறி மாறிக் கடித்து கொண்டோம். அது சாரமில்லை. நாம் ஒரு சந்தைக்குப் போனால் எதையாவது வாங்க வேண்டும். அல்லது விற்கவேண்டும். மொத்தத்தில் கச்சோடம் நடக்கவேண்டும். இதைத்தான் கீதையில் கிருஷ்ணனுமே சொல்கிறார்.

அது போகட்டும். இது என் வாழ்வில் நடந்தது.

நான் ஒருமுறை ஒரு சக எழுத்தாளனின் வீட்டுக்குப் போனேன். அவனுக்கு சமீபத்தில்தான் கல்யாணம் ஆகியிருந்தது. அவன் என்னை மகிழ்வுடன் வரவேற்று மனைவிக்கு அறிமுகப்படுத்தினான். அவளைப் பார்த்தால் நல்ல மாதிரியாகத் தெரிந்தாள்.

கொஞ்ச நேரம் நாங்கள் பழைய கதைகளைப் பேசிக் கொண்டிருந்தோம். அதாவது அவனுடைய பழைய கதைகளை நானும் என்னுடைய பழைய கதைகளை அவனும் ஏசிக்கொண்டிருந்தோம். ஒரு வழியாக மற்றவர்கள் எழுதும் கதைகள் எல்லாமே கலைக்குறைபாடு உடைய முட்டாள்ப்பிறவிகள் என்கிற ஒத்த கருத்தை நாங்கள் அடைந்தபோது மதியமாகியிருந்தது. திடீரென்று போனதால் சோறும் நீர் மோரும்தான் கிடைத்தது.

இரவு விருந்து சாப்பிடலாம் என்றான் அவன். "உனக்கு நாட்டுக்கோழி பிடிக்குமா?"

"நான் சைவம்" என்று அவனுக்கு நினைவுபடுத்தினேன். அவனுக்கு அது துக்கத்தை ஏற்படுத்தியது. நான் அவன் வருத்தத்தை அறிந்து "பரவாயில்லை. உனக்காக இன்றொரு நாள் சைவத்தைக் கைவிடுகிறேன்" என்றேன். "நான் இன்னும் அதை ஒரு சித்தாந்தமாக ஆக்கிக்கொள்ளவில்லை."

அவன் அதை வாங்க வெளியில் போனான். நான் கொஞ்ச நேரம் தூங்கினேன். ஏதோ சத்தம் கேட்டு எழுந்தேன். துணி துவைக்கும் சப்தம். புழக்கடையில் அவன் மனைவிதான். என்னைப் பார்த்ததும் காத்திருந்தாற்போல் "உங்களுக்குக் காப்பி வேண்டுமா?" என்றாள். நான் மகிழ்வுடன் "சரி" என்றேன். நான் ஒரு சைவனும் காபி வெறியனும் கூட.

"காபி போட காப்பிப்பொடி வேண்டும். பஜார் பக்கத்தில்தான்" என்றாள் அவள்.

நான் சரி என்று சட்டையை மாட்டிக்கொண்டு பஜாருக்குக் கிளம்பினேன்"உங்களுக்கு பால் காபி வேண்டுமானால் பாலும் வாங்கிக் கொள்ளுங்கள்."

"சரி."

"உங்களுக்குச் சர்க்கரை வியாதி இல்லையே?"

எனக்குப் புரிந்தது. அவளுக்குச் சர்க்கரையும் வேண்டும். நான் உள்ளே போய் என் பையை எடுத்துக்கொண்டேன்.

"பஜாருக்கு பையை எடுத்துக்கொண்டு போகிறீர்களே!"

"சாமான் வாஙகவேண்டும் அல்லவா?"

அவள் நம்ப முடியாதது போல் பார்த்தாள்.

"அவர் வந்து கேட்டால் என்ன சொல்வது?"

"ஊரிலிருந்து திடீர் என்று என் கதை ஒன்று பிரசுரமாகிவிட்டதாகத் தகவல் வந்தது என்று சொல்லிவிடுங்கள்."

"நாட்டுக்கோழி? இப்போதெல்லாம் அதன் விலை மிக அதிகமாகிவிட்டது."

"சுமாராய் எவ்வளவு விலை ஏறி இருக்கும்?"

"உங்களிடம் எவ்வளவு இருக்கிறது?"

நான் என் பையிலிருந்ததைக் கொடுத்தேன். அவள் அதை வாங்கிக்கொண்டாள்.

"ஊருக்குப் போக கையில் இருக்கிறதல்லவா?" அவள் மிக நல்ல மனதுடையவள் என்று முன்பே உங்களிடம் சொல்லியிருக்கிறேன் அல்லவா?

"இருக்கிறது."

"உங்கள் மனைவியை கேட்டதாய்ச் சொல்லுங்கள்."

"சரி."

"பஜாரில் கண்ணன் காப்பி கடை என்று ஒன்று இருக்கிறது. பண்ணைப் பால் உபயோகிக்கிறார்கள்."

"கட்டாயம் குடிக்கிறேன்."

"நமஸ்காரம்."

"நமஸ்காரம்."

பிறகு அவள் யோசித்தது போல் சொன்னாள்.

"நீங்கள் செய்வது சரிதான். நாட்டுக்கோழி ரொம்பச் சூடு."

45

ஹோ

1

“தொலைஞ்சு போன உங்க பெரியப்பா வந்திருக்கார்” என்றாள் நுழைந்ததும் என் வீட்டுக்காரி.

“என்னது என் பெரியப்பா தொலைஞ்சு போயிட்டாரா?”

நான் என் மனக்கண்ணின் போகஸ்ஸைத் திருகி அப்படியொரு பெரியப்பாவை என் நினைவுகளில் தேட முயன்றேன். இருந்த மாதிரியும் இருந்தார். இல்லாதது போலவும் இருந்தார்.

நான் அவரிடம் “தொலைஞ்சு போன என்னோட எந்தப் பெரியப்பா நீங்க?” என்றேன் அபத்தமாக.

அவர் “உனக்கு எத்தனை பெரியப்பாடா தொலைஞ்சு போயிருக்கார்? மண்டூ. ஐ யம் த ஒன்லி ஒன் தி கிரேட் லாஸ்ட் பெரியப்பா!” என்று என் முதுகில் அறைந்தார்.

நான் “பெரியப்பா!” என்றேன் பலவீனமாக. அந்த அறை பரிச்சயமாக இருந்தது. “பெரியப்பாவுக்கு காப்பி கொடுத்தியாடீ?”என்றவன் அவள் போனதும் “இவ்வளவு நாள் எங்கே போயிட்டீங்க பெரியப்பா?”

அவர் “ஷங் ரி லா” என்றார். “உன்னையும் கூட்டிப் போறதுக்குதான் வந்திருக்கேன். அதுக்கான நேரம் வந்திடிச்சி.”

நான் “எங்கே?” என்றேன். “ஷங் ரி லா. ஜேம்ஸ் ஹில்டன் போன இடம். ஞானம் தேடுகிறவர்களுக்கான ரகசிய மடாலயம். அங்கே போகணும்னு நீ சின்ன வயசில ரொம்ப ஆசைப்பட்டே. ஞாபகம் இருக்கா?”

நான் “இல்லை” என்றேன். “மேல, அது திபெத்லன்னா இருக்கு?”

“இல்ல. லடாக்ல. நீ கிளம்பு. உனக்கு ஞானம் அடையற நேரம் வந்தாச்சு.”

"எனக்கு அப்படித் தோணலை பெரியப்பா" என்றேன். "தவிர எனக்கு முதுகுவலி வேற இருக்கு. மலைல்லாம் ஏறமுடியாது."

"உனக்கு என்னடா ஞானத்தைப் பத்தியெல்லாம் தெரியும். அங்கே பெரிய பெரிய பிக்குகள் எல்லாம் கூட்டம் போட்டு இவங்கல்லாம் ஞானம் பெற தயாராயிட்டான்னு லிஸ்ட் போட்டு அனுப்பிருக்கா. இவன் நான் தயாராகலை தயாராகலைங்கான். வாடா."

இதற்கு நடுவில் என் மனைவி வந்து "பெரியப்பா காலைக்கு உங்களுக்கு இடியாப்பம் பண்ணட்டுமா?"

பெரியப்பா "பண்ணேன்" என்றுவிட்டு என் காதில் மெதுவாக "இவ கையால உனக்கு கடைசி இடியாப்பம்" என்றார்.

2

ஷங் ரி லா.

ரொம்பக் குளிர். குகைக்குள் ஹீட்டர் வசதி கூட இல்லை. அதற்கெல்லாம் குறைந்தது ஒரு பிரதமராகவாவது இருந்திருக்க வேண்டும்.

சாப்பாடும் சரியில்லை.

நான் என் விதியை நொந்தபடி "ஹோ" என்று பெருமூச்சு விட்டேன்.

"ஹோ" என்று பக்கத்துக் குகையிலிருந்து சத்தம் கேட்டது.

"ஹோ. இது எதிரொலி இல்லையே?"

"ஹோ. இல்லை."

"எந்த ஊரு?"

"நாகர்கோவில்."

"நான் திருவனந்தபுரம்" என்ற குரல் "எதுக்கும் ஆசையே படக் கூடாது. கேட்டியா? அத்தை பொண்ணுக்கானாலும் சரி. ஞானத்துக்கானாலும் சரி."

"ஹோ."

"ஹோ."

❖❖❖

46

வெளி

தியானத்திலிருந்து எழும்போது வீடு முழுக்க வேண்டாத சாமான்களாக இருப்பது போல் பட்டது. தியானத்துக்கு முன்பு வரை ஏன் அப்படி தோன்றவில்லை என்பது ஆச்சரியம். மனதில் வேண்டாத குப்பைகளை ஒழிக்கும்போது புறத்தில் கிடக்கும் வேண்டாத குப்பைகள் கண்ணில் படுகின்றன என்று நினைக்கிறேன். ஆக, குப்பை குப்பையை மறைக்கிறது.

வீடொழித்தல் பணி தொடங்கியது. எவ்வளவு வேண்டாத பொருட்களை வாங்கிக் குவித்திருக்கிறோம் என்று பார்க்க மலைப்பாக இருந்தது. நான் கண்ட கண்ட காட்ஜட்டுகளை வாங்கிக் குவித்திருந்தேன். மனைவி விதம் விதமாக ப்ளாஸ்டிக் டப்பாக்கள் வாங்கி அடுக்கி இருந்தாள். பையன் எலக்ட்ரானிக் சாதனங்கள். இயர்போன்கள் மட்டுமே ஏழு இருந்தது. ஆக்கர் ஆசாமி “இதென்ன சார்?” என்று கேட்டான். “நான் காலமுக்குகிற மெஷின்” என்றேன். அவன் “காலமுக்க மெஷினா?” என்றான். வாங்கி ஒருவாரம் எல்லோர் காலையும் அமுக்கிவிட்டு அது ரிட்டயர்ட் ஆகிவிட்டது. ரொம்ப சொகுசு எதிர்பார்க்கிற நபராக மாறிவிட்டோம் என்று தோன்றியது. ஏசி இல்லாமல் தூங்க முடிவதில்லை. வெயிலில் அரை மணி நேரம் நின்றால் தலை சுற்றுகிறது. ஏன் எவ்வளவு பொருட்களை வாங்கிக் குவித்திருக்கிறேன் என்றே தெரியவில்லை. புத்தகங்களிலேயே மினிமலிஸ்ட் லிவிங் பற்றி நாலு புத்தகம் இருந்தது. நல்லவேளை கார் வாங்கவில்லை. இல்லாவிட்டால் அதனுடைய உபய குசேலபகாரிகளையும் வாங்கிக் குவித்திருப்பேன். வீடு ஓரளவு பெரிய வீடுதான். ஆனால் வாங்கிக் குவித்திருக்கிற தேவையற்ற பொருட்களினால் கண்ணிமை வரை சுமை ஏற்றப்பட்ட ஒட்டகம் போல் மூச்சு திணறிக்கொண்டிருந்தது. இவ்வளவு பொருட்கள் இருந்தாலும் மறுபுறம் அது வெறுமையாக இருப்பது போலவும் பட்டது. “இந்த ஏர் பியூரிபயரையும் போட்டுடவா?” மனைவி கேட்டாள். “இதை இப்பல்லாம் யூஸ் பண்றதே இல்லியே?”

நான் முடிவெடுக்கமுடியாமல் அதைப் பார்த்தேன். அது "தயவு செய்து என்னை வீட்டைவிட்டுத் துரத்திவிடாதே!" என்பது போல் நின்றுகொண்டிருந்தது.

எனக்கு சித்தப்பா நினைவு வந்தது. சித்தப்பா தன் வீட்டுக்குள் ஒரு பொருளை மிக சுலபமாக நுழைய விட மாட்டார் . அதை மீறி வந்த பொருள் ஒரு விருந்தாளி போல்தான். அவ்வளவு சீக்கிரம் வெளியே அனுப்பிவிட மாட்டார். எல்லா அறைகளிலும் ஃபேன் இருக்கும். ஆனால் அவர் வெளியேதான் தூங்குவார். "இயற்கைக் காத்தோட சுகம் இதில் வருமாடா?" என்பார். நாங்கள் விடுமுறைக்குப் போகும்போதுதான் அந்த ஃபேன்கள் சோம்பலை முறித்துக் கொண்டு "வந்துட்டானே!" என்பது போல் ஓட ஆரம்பிக்கும்.

கடைசிக் காலத்தில் சித்தப்பாவுக்கு நிறைய உடல்கோளாறுகள் வந்துவிட்டன. நான் அவர் எதிர்ப்பைப் பொருட்டு செய்யாமல் ஒவ்வொன்றுக்கும் ஒரு டாக்டரிடம் கூட்டிப்போய் டஜன் கணக்கில் மாத்திரைகளை வாங்கி அவர் உடலுக்குள் திணித்தேன். அப்படியும் அவர் உடல் சரியாகவில்லை. ஐ சி யூவில் பத்து நாட்கள் இருந்தார். அங்கே எப்போதும் விளக்கு எரிந்துகொண்டே இருப்பது, ஏசியின் குளிர் எதையும் அவர் விரும்பவில்லை. "என்னைக்கொண்டு கிணத்தில தாழ்த்திக் கொன்னுடுலே இதுக்கு" என்றார். அங்கிருந்த நர்ஸிடம் "கொஞ்சம் இந்தச் சன்னலைத் திறந்து போட்டா என்னம்மா?" என்று பேசியதுதான் அவர் கடைசியாகப் பேசியது.

நான் ஆக்கர் கடை வரைக் கூடவே போய் அவன் கொடுத்த சொற்ப விலையை வாங்கிவந்தேன்.

வழியில் ஒரு பைத்தியக்காரன் நடுரோட்டில் யாரோ வாங்கிக்கொடுத்த சோற்றைக் கொட்டிச் சாப்பிட்டுக்கொண்டிருந்தான். நான் அவனையே பார்த்தபடி நின்றேன். சாப்பிட்டு விட்டு அருகில் ஓடிக்கொண்டிருந்த சாக்கடையிலேயே கை கழுவி வாயும் துடைத்துக்கொண்டான். என்னைப் பார்த்து ஒருகணம் கோணக்கண்ணால் சிரித்தான்.

பிறகு அங்கேயே படுத்துக்கொண்டு அட்டனக்கால் போட்டபடி வானத்தைப் பார்க்க ஆரம்பித்தான்.

❖❖❖

47
சந்தியை

“சார் நான் இதை ஒரு பொழுதுபோக்குக்காகதான் கத்துக்கிட்டேன்” என்றேன். “இது உண்மையா பொய்யான்னு கூட எனக்குத் தெரியாது.”

“பரவால்லே சார். ஒரு முயற்சிதானே? மத்த எல்லாத்தியும் முயற்சி பண்ணிப்பார்த்துட்டோம். அந்த அட்டாக்ஸ் வரும்போது அவளைப் பார்க்க முடியலை.”

நான் கண்ணாடி ஜன்னல் வழியே ஹாலில் உட்கார்ந்து கொண்டிருந்தவரின் மடியில் அமர்ந்திருந்த சிறுமியைப் பார்த்தேன். “கூட இருக்கிறது யாரு?”

“பக்கத்துவீட்டுப் பெரியவர். எங்களது லவ் மேரேஜ். அதனால பேமிலி சப்போர்ட் இல்லே. இவர்தான் உதவியா இருக்கார்.”

நான் “சரி. அவளை மட்டும் கூட்டிட்டு வாங்க” என்றேன்.

அவர் போய் அந்தப் பெரியவரிடம் ஏதோ சொல்லிவிட்டு அவளை அழைத்து வந்தார்.

வயது பதினொன்று என்று எழுதியிருந்தார். ஏறக்குறைய இரண்டு வருடங்களாக இந்தப் பிரச்சினை. அவர் பயன்படுத்திய வார்த்தை ‘அட்டாக்’ தாக்குதல். அது வரும்போது அவர் எடுத்திருந்த வீடியோவைப் பார்த்தால் அது ஒரு தாக்குதல் போலதான் இருந்தது. அது வரும்போது அந்தச் சிறுமியின் உடல் வில்லாக வளைந்துவிடுகிறது. கண்கள் மேலே சொருகி தலை அப்படியே திருகி முதுகை நோக்கித் திரும்பிவிடுகிறது. எக்ஸார்ஸிஸ்ட் படம் போலவேதான். நிறைய நியூராலஜிஸ்டுகள், மன நோய் மருத்துவர்கள் மருந்து கொடுத்திருக்கிறார்கள். ஆனால் அவை மற்ற நேரங்களில் அவளைத் தூங்கவைத்ததே தவிர அது வரும்போது தடுக்கவில்லை. வாரத்துக்கு ஒரு முறையாவது வந்துவிடுகிறது. எப்போது வரும் என்றும் தெரியாது. ஆகவே பள்ளிக்கும் அனுப்பமுடியவில்லை. மற்ற பிள்ளைகள் பயந்துவிடுகிறார்கள்.

ஏதாவது சக்தி வாய்ந்த அம்மன் கோவிலுக்குப் போனால் வருவது சற்று குறைகிறது என்றார். ஆனால் வந்துவிடுகிறது.

நான் அந்தப் பெண்ணின் கண்களை உற்று நோக்கினேன்.

"உன் பெயர் என்ன பாப்பா?"

அவள் பயத்துடன் தந்தையைப் பார்க்க "அவள் சொல்லு மக்களே நம்ம அங்கிள்தான்" என்றார்.

அவள் "சந்தியா" என்றாள்.

நான் மறுபடியும் "உன் பெயர் என்னம்மா?" என்றேன்.

அவள் குழப்பத்துடன் "சந்தியா" என்றாள்.

நான் புன்னகையுடன் மறுபடியும் "உன் பெயர் என்ன?" என்றேன்.

இப்போது அந்தப் பெண்ணின் தந்தை குழப்பத்துடன் என்னைப் பார்க்க நான் கையால் அமர்த்திவிட்டு,

"உன் பெயர் என்ன?" என்றேன்.

அவள் பதில் பேசாது மவுனமாக இருந்தாள்.

"உன் பெயர் என்ன சொல்லுப்பா நேரமாச்சில்ல?"

ஒரு குருவி ஜன்னல் வழியே உள்ளே நுழைந்து அறைக்குள் சுற்ற ஆரம்பித்தது. நான் எழுந்து மின்விசிறியை அணைத்தேன். "குருவி போகட்டும்."

என்றேன். "சரி சொல்லு உன் பெயர் என்ன?"

அவள் தந்தை ஏதோ சொல்ல வாயெடுக்கும்போது அவள் சட்டென்று சொன்னாள். "அதான் சொல்றால்ல?"

முதிர்ந்த வேறொரு குரலில். அவர் அதிர்ச்சியுடன் பார்த்தார்.

"என்ன சொன்னா?"

"சந்தியான்னு சொன்னால்ல?" குரலில் கரகரப்பும் கோபமும் ஏறியிருந்தது.

"அது அவ பேரு. உங்க பேரு?"

" என் பேரும் அதான்."

"அதெப்படி இரண்டு பேருக்கு ஒரே பேர் இருக்கும்?"

"இருக்கும்" என்றது குரல். "இரண்டுபேரும் ஒரே ஆளா இருந்தா இருக்கும்."

நான் அந்தப்பெண்ணின் உடல் விரைப்படைவதைப் பார்த்தேன். கண்கள் மெல்லச் சொருகுவதை கழுத்து மெல்ல திருகத் தொடங்குவதை. அதன் எலும்புகள் படபடவென்ற சப்தத்தோடு நெகிழ்வதைக் கேட்டேன்.

"சந்தியா" என்றேன். "பெரிய சந்தியா!" என்றேன்.

அவள் கண்கள் சொருகுவது நின்றது.

"ஏனிந்தக் கஷ்டம்?" என்றேன். "இந்த சின்னச் சந்தியாவுக்கு ஏனிந்த கஷ்டம் கொடுக்கறீங்க?"

"நான் கொடுக்கலை" என்றந்த குரல் சீறியது. "எனக்கு நானே எப்படிக் கஷ்டம் கொடுப்பேன்?" சொல்லிவிட்டு விசிக்க ஆரம்பித்தது.

"பிறகு யார் கொடுக்கறா?"

பதில் இல்லை.

"சின்ன சந்தியா ஏன் இப்படிக் கஷ்டப்படுறா?"

"அவ சின்ன சந்தியாவா இருக்கிறதால" என்றது குரல். "அவளை யாரும் காப்பாத்தமுடியாது. நான்தான் காப்பாத்த முடியும். பெரிய சந்தியா."

"சரி. நீங்க உதவி பண்ணா அவளைக் காப்பாத்தலாம். யார்கிட்ட இருந்து அவளைக் காப்பத்தணும்?"

பதில் இல்லை.

"சந்தியா! யார்கிட்ட இருந்து அவளைக் காப்பாத்தணும்?"

பதில் இல்லை.

"பெரிய சந்தியா! யார்கிட்ட இருந்து அவளைக் காப்பாத்தணும்?"

பதில் இல்லை.

நான் அந்தச் சிறுமியின் உடல் தளர்வதையும் கண்களில் வந்து சேர்ந்திருந்த பளபளப்பு மறைவதையும் பார்த்தேன். அவள் சோர்ந்து முன்னாலிருந்த மேசையில் சரிந்தாள். நாங்கள் அவள் முகத்தில் தண்ணீர் தெளித்து எழுப்பினோம்.

நான் "சாரி" என்றேன் "எனக்குத் தெரிந்ததை முயன்றேன்" என்றேன். அவளது தந்தை கண்களைத் துடைத்துக்கொண்டு "பரவாயில்லை சார்" என்றார்.

நான் ஜன்னல் வழியாக மூவரும் இறங்கித் தெருவில் நடந்துபோவதைப் பார்த்தேன். அவளை அந்தப் பெரியவர் கையைப் பிடித்து அழைத்து ஏதோ பேசியபடியே போய்க்கொண்டிருந்தார்.

என் மனைவி உள்ளிருந்து வந்து "ச்சே பாவம். முதல்ல இந்த லூசுத்தனமான வேலையெல்லாம் பண்ணிக்கிட்டிருக்கிறதை விடுங்க. உங்களால நானும் தினம் இதுமாதிரி எதையாவது பார்த்துத் தொலைக்கவேண்டி இருக்கு. என்னமோ பெரிய மணிச்சித்திரத்தாழ் மோகன்லால்னு நினைப்பு. உங்க விவகாரம் எல்லாம் எனக்குல்லா தெரியும்" என்று சீறினாள். நான் பதில் பேசவில்லை. எனக்கே எனது இந்தத் திறமைகள் மேல் சந்தேகம் இருந்தது. அவை திறமைகள்தானா? என்றும். நான் பண்ணுவது என்ன? நான் அதற்கு சும்மா psycho analysis என்று பெயர் வைத்திருக்கிறேன். உண்மையில் டெக்ஸ்ட்புக் சைக்கோ அனலிசிசுக்கும் இதற்கும் ஒரு தொடர்பும் கிடையாது. இல்லை, இருக்கிறதா என்று கூட தெரியாது.

எனக்குத் தலை வலிப்பது போல் இருந்தது. "சந்தியா ஏன் கஷ்டப்படறா?" என்ற கேள்விக்கு அந்தப் பெரிய சந்தியா சொன்ன பதில் கொஞ்சம் நிம்மதியைக் குலைத்தது. "ஏன்னா அவ சின்ன சந்தியாவா இருக்கறதால."

நான் தலையைப் பிடித்துக்கொண்டு அப்படியே குனிந்து அமர்ந்திருந்தேன். அப்போதுதான் அதைக் கவனித்தேன்.

என் முன்னாலிருந்த லெட்டர்பேடில் ஒரு கிறுக்கல்.

'ரங்கசாமி.'

நான் போனை எடுத்து சந்தியாவின் தந்தைக்குப் போன் செய்தேன்.

"சார். ஒரு தகவல் வேணும். ரங்கசாமின்னு பேர்ல யாரும் உங்களுக்குத் தெரியுமா?"

அவர் "தெரியுமே, ஏன்?" என்றார். "எங்களுக்கு உதவியா வந்திருந்தாரே அந்தப் பெரியவர் பெயர்தான் அது."

48
அலை

முதலில் கேட்டபோது என்னால் நம்ப முடியவில்லை. துறவுக்கான எந்த அறிகுறியையும் அவன் முன்பு காட்டியிருக்கவில்லை. அவன் ஓரளவு வெற்றிகரமான வியாபாரி. நகரத்தின் மையமான பகுதியில் தலைமுறைகளாக நடத்திவரும் ஒரு கடையின் மூன்றாம் தலை வாரிசு. வாரிசுகளுக்கே உரிய இன்ப வேட்கையும் புதுப்பிக்கும் துடிப்பும் கொண்டவன். வார இறுதிகளில் நானும் அவனும் சேர்ந்து பணம் வாங்கக்கூடிய எல்லாவற்றையும் வாங்கியிருக்கிறோம். பணத்தால் எல்லாவற்றையும் வாங்க முடியும் என்று நம்பியிருக்கிறோம். எங்கள் அனுபவங்கள் அப்படித்தான் அமைந்தன. நான் முதலில் அவனுக்கு வேறு ஏதோ இக்கட்டு என்று நினைத்தேன். வியாபாரிகளுக்கே வரக்கூடிய இக்கட்டுகள். கொடுக்கல் வாங்கல் அல்லது பெண் விவகாரம். அவற்றிலிருந்து தற்காலிமாக தப்பிக்கவே இந்த வேஷத்தை அவன் எடுத்திருக்கிறான். வார இறுதிகளில் நாங்கள் கோவாவுக்குச் சென்றது போல இப்போது அவன் இமாலயத்துக்குச் சென்றிருக்கிறான். அவ்வளவுதான் என்று நினைத்தேன். ஆனால் நிஜமாகவே அவன் சன்னியாசி ஆகிவிட்டான் என்று சொன்னார்கள். நான் அவனைத் தொடர்பு கொள்ள முயற்சித்தேன். முடியவில்லை. இமாலயத்துக்கே போய் அவனைச் சந்திக்கலாம் என்று நினைத்தேன். சந்தித்து எங்கள் பழைய களியாட்டாங்கள் பற்றிப் பேசலாம். எங்கள் பயணங்கள். மலை ஏற்றங்கள். கூட்டாக அனுபவித்த பெண்கள். அவன் திடிரென்று இந்த சாகசத்தில் என்னை மட்டும் கழற்றிவிட்டுப் போனது சினம் அளித்தது. நான் அதை அப்படித்தான் பார்த்தேன். இன்னொரு சாகசம்.

எனது பணி நெருக்கடியில் உடனடியாக அது முடியவில்லை. எனது ‘உடனடி’ என்ற வார்த்தைக்கு இரண்டு வருடங்களாகிவிட்டன. ஒரு நாள் அவன் சில சட்ட ஆவணங்களில் கையொப்பமிட்டு ஒப்படைப்பதற்காக ஊருக்கு வந்திருக்கிறான் என்று கேள்விப்பட்டுப் போனேன்.

அவன் எதிர்பார்த்தது போலவே காவியில் இருந்தான். மற்றபடி எந்த மாற்றமும் தெரியவில்லை. இல்லை கண்களில் அவற்றை அவன் நகர்த்தும் விதத்தில் ஏதோ மாற்றம் வந்திருந்தது. அவன் என்னைக்கண்டதும் புன்னகைத்து "வா" என்றான். அவன் வீடு பரபரப்பாய் இருந்தது. நான் அது அடங்கக் காத்திருந்தேன். அவன் அன்று முழுவதும் பத்திரங்களில் கையொப்பமிட்டுக்கொண்டே இருந்தான்.

மாலையில் ஒரு இடைவெளியில் அவன் சட்டென்று பேச ஆரம்பித்தான். "நான் ஒரு விளக்கம் தரவேண்டும் என நீ நினைக்கிறாய் இல்லையா?" என்று தொடங்கினான்.

'சொன்னால் உனக்கு ஆச்சரியமாக இருக்கும். எல்லாம் ஒரு நாள் காலைக்குள் மாறியது. நான் வழக்கம்போல் காலையிலேயே கடைக்கு வந்து கல்லாவில் உட்கார்ந்திருந்தேன். அன்றைய நாளுக்குரிய சில பிரச்சினைகள், அவற்றைச் சரி பண்ணவேண்டிய வழிகள் பற்றி யோசித்துக்கொண்டு. சாலையில் ஜனங்கள் நிறைவதைப் பார்த்துக்கொண்டு... அந்த சாலையை தொடர்ந்து பார்த்துக்கொண்டிருந்தால் வியப்பாக இருக்கும். எட்டு மணி வரைக்கு ஹோவென்று இருக்கும். பத்து நிமிஷத்தில் ஆபீஸ் போகிறவர்கள், பள்ளி போகிறவர்கள் என்று நிரம்பிவிடும். முக்கால் மணி நேரத்தில் வடிந்துவிடும். அதன் பிறகு மாலை ஒரு முறை எதிர்த் திசையில் நடக்கும். இது என் கண் முன்னால் நடந்துகொண்டேதான் இருந்திருக்கிறது. தெரியும். ஆனால் அன்றுதான் முதல் முறையாகப் பார்த்தேன். நான் அன்றைய காலை செய்தித் தாள்களைப் பார்த்தேன். எல்லா செய்திகளும் புதியவையாகவும் பரிச்சயமாகவும் ஒரே நேரத்தில் தோன்றின. கடை மேலாளர் வந்து உடனே வாங்க வேண்டிய பொருட்களின் ஜாபிதாவைக் கொடுத்தார். கல்யாண சீசன் வருது சார் என்றார். கடைக்குள் அன்றைய முதல் வாடிக்கையாளர் வந்தார். வீட்டிலிருந்து இவள் போனடித்துக்கொண்டெ இருந்தாள். ஏதோ சண்டை. அது அவள் மாதாந்திர சமயம். அடுத்த வாடிக்கையாளர் வந்தார். இதன்பிறகு ஒரு இரண்டு மணி நேரம் வந்துகொண்டே இருப்பார்கள். பிறகொரு ஓய்வு. மறுபடியும் மாலையில் வரத் துவங்குவார்கள்.

எனக்கு மெல்ல எல்லாம் விளங்கத் துவங்கியது. இது ஒரு அலை. எல்லா வியாபாரிகளுக்கும் இந்த அலைகளின் போக்கும் நீங்கலும்

தெரியும். இதே போல்தான் எல்லாம். எல்லாவற்றிலும். கடையில், வீட்டில், உலகில். என் உடலில், என் மனைவியின் உடலில் எல்லாம்... என் வெற்றி, தோல்வி, காமம், வெறுப்பு எல்லாமே இந்த அலைகளின் போக்குவரத்துதான்.

முன்பே சொன்னது போல் இது என் கண் முன்னால் நடந்துகொண்டேதான் இருந்திருக்கிறது. தெரியும். ஆனால் அன்றுதான் முதல் முறையாகப் பார்த்தேன்

எனக்கு வியர்க்கத் தொடங்கியது. நான் ஒரு போஞ்ச் வாங்கச் சொல்லிக் குடித்தேன். வெளியே போய்ட்டு வரேன். கடையைப் பார்த்துக்கோங்க. அப்பா தாத்தா படத்தில எல்லாம் சரம் மாத்துங்க என்று சொல்லிவிட்டு வந்தேன். அப்போது கூட நினைக்கவில்லை. ஒரு சிகரெட்டுக்காக வெளியே வந்திருக்கிறேன் என்றே நினைத்தேன். பஸ் ஸ்டாண்டில் உறுமிக்கொண்டிருந்த ஒரு பஸ்சில் பையன் "சாமிமலை! வாங்க வாங்க! சீக்கிரம்! சாமிமலை!' என்று கத்திக்கொண்டிருந்தான். என்னை ஏதோ ஒன்று வந்து மூடியது போல் இருந்தது ஏறிவிட்டேன்."

நான் மவுனமாக அவன் கண்களையே பார்த்துக்கொண்டிருந்தேன்.

"எது வந்து மூடியது உன்னை?" என்றேன் பலவீனமாக. கேட்கும்போதே எனக்குப் பதில் தெரிந்தே தான் இருந்தது. அவன் சொல்லிக் கேட்கநினைத்தேன் போல...

அவன் சொன்னான்.

"அதைத்தான் சொல்லிக்கொண்டிருந்தேன். ஒரு அலை" என்றான். "ஆனால் இம்முறை ஒரு பேரலை."

❖❖❖

49
பதினெட்டு பேய்க்கதைகள்

"ஆயிரத்தெட்டு பேய்க்கதைகளை எழுதிவிட வேண்டுமென்று ஒரு இலக்கு" என்றார் அவர்.

"அதென்ன சஹஸ்ரநாமம் போல ஆயிரத்தெட்டு?" என்றேன் நான்.

"தெரியவில்லை" என்று புன்னகைத்தார் அவர். "ஆயிரத்தெட்டு பேய்க்கதைகள் எழுதிவிட்டால் எனக்குத் தெளிவாகிவிடும் என்று ஒரு நம்பிக்கை."

"என்ன தெளிவு?"

"பேய் இருக்கிறதா இல்லையா? என்கிற தெளிவு"

"அப்படியானால் அது பற்றிய நம்பிக்கை இல்லாமலா இவ்வளவு பேய்க் கதைகள் எழுதினீர்கள்?"

அவர் முகம் இருண்டது. "உனக்கு சரியாக இந்த உணர்வை என்னால் விளக்க முடியவில்லை. நான் ஏன் பேய்க் கதைகளை எழுதுகிறேன்? ஆயிரத்தெட்டு கதைகள் எழுதிவிடவேண்டும்?என்று நினைத்துக்கொள்கிறேன்?அவ்வாறு எழுதிவிட்டால் என்னாகும்? என்று எனக்கு நானே விளக்கிக் கொள்ள முடியாதது போல!"

அவர் பெருமூச்சு விட்டார். "சிறிதும் பெரிதுமாய் எழுதியது போக இன்னும் பதினெட்டு பேய்க்கதைகளே எழுதவேண்டும். ஆனால் என் உடல் நிலை..."

நான் "உங்களால் எழுத முடியும். முடியாமல் போய்விட்டால் கூட உங்களுக்குப் பேய் இருக்கிறதா இல்லையா என்று தெரிந்துவிடத்தானே போகிறது?" என்று ஜோக் அடித்து அவரை இலகுவாக்க முயன்றேன்.

அவர் "இல்லாவிட்டால் இல்லை என்று எப்படி தெரியும்?" என்றார். "இல்லை. எனக்கு நான் இருக்கும்போதே தெரியவேண்டும்." அவர் முகத்திலிருந்த தீவிரம் எனக்கு வியப்பளித்தது. அவர் அந்த விஷயத்தை மிகத் தீவிரமாக எடுத்துக்கொண்டிருக்கிறார்

என்று தெரிந்தது. எழுத்தாளர்கள் இப்படித்தான். அவர்கள் ஒவ்வொருவரிடமும் ஒவ்வொரு விதமான பைத்தியக்காரத்தனம் இருக்கும். அதனால்தான் அவர்கள் எழுத்தாளர்களாக இருக்கிறார்கள். நான் வந்துவிட்டேன். அடுத்த வாரமே அவர் இறந்துபோய்விட்ட செய்தி வந்தது.

நான் அவர் எழுதாமல் போய்விட்ட பதினெட்டுப் பேய்க்கதைகளை நினைத்துக்கொண்டேன். அவர் வீட்டுக்குப் போனேன். அவர் மனைவி உணர்ச்சியே இல்லாமல் வரவேற்றார். அவர் எப்போதுமே அப்படித்தான். கல் போன்று ஒரு முகம். எனக்கு எழுத்தாளர் பேய்க்கதைகளுக்கான தூண்டுதலை தன் மனைவியின் இறுகிய முகத்திலிருந்துதான் பெற்றுக்கொள்கிறாரோ என்று கூடத் தோன்றியிருக்கிறது.

அவர் அறையைப் பார்க்கலாமா என்று கேட்டேன். சரி என்றார். அறையில் ஒன்றுமில்லை. அவர் புதிய பேய்க்கதைகள் எதுவும் எழுதியிருக்கவில்லை. அப்போதுதான் அந்த அறையில் வைத்துதான் எனக்கு அந்த எண்ணம் வந்தது. நான் அந்த மிச்சம் பதினெட்டுக் கதைகளையும் எழுதினால் என்ன? அவர் பெயரிலேயே? எனக்கு அவரது புனைவுலகம், நடை எல்லாமே அத்துப்படி. அவருடைய இரண்டாவது புத்தகத்திலிருந்து நான்தான் அவரது பதிப்பாளராக இருக்கிறேன். நாட்கள் செல்லச் செல்ல அந்த எண்ணம் வலுப்பட்டு ஒருகட்டத்தில் ஒரு உளவியல் நிர்ப்பந்தம் போலவே எனக்கு ஆகிவிட்டது. நான் என் மாடியறையில் பூட்டிக்கொண்டு எழுத ஆரம்பித்தேன். என் மனைவி, குழந்தைகள் பார்த்த பார்வையில் ஒரு அச்சத்தை நான் உணர்ந்தாலும் அதைப் பொருட்படுத்தவில்லை. இவ்வளவு நாள் இந்தத் துறையில் இருந்தாலும் நான் இதுவரை ஒரு பத்தியைக் கூட எழுதியதில்லை. எழுதத் தோன்றியதில்லை. ஆனாலும் நான் எழுதினேன். எனக்கு அவருடன் ஒரு கடப்பாடோ வேறு என்னவோ இருக்கிறது. நான் இந்தப் பதினெட்டுக் கதைகளை எழுதியாகவேண்டும்.

கடைசிக் கதையை எழுதுவதற்குள் நான் ஐந்து கிலோ குறைந்திருந்தேன். மிகச் சரியாக உலகே தீபாவளி கொண்டாடிக் கொண்டிருந்த அன்று இரவு அதை எழுதி முடித்தேன்.

அதை எழுதிமுடித்தபோது ஒரு காய்ச்சல் விட்டாற்போல் உடல் வியர்த்துவிட்டிருந்தது. நான் கதவைத் திறந்து மொட்டை

213

மாடிக்குப் போனேன். பனிக்காற்று உடலின் மேல் இதமாக மோதியது. வானில் ஒரு வாணவெடி ஒரு நீண்ட மலைப்பாம்பு போல் ஏறிப்போய் அதன் தலை ஆயிரம் நிறத் துண்டுகளாய் வெடித்துச் சிதறுவதைப் பார்த்தேன். அது சிதறிய காட்சியை நான் கண்ட சில கணங்களுக்குப் பிறகே அதன் ஒலி என்னை வந்தடைந்தது. அதன் பின்னால் உள்ளது நான் அறிந்த ஒரு அறிவியல் உண்மைதான். ஆனாலும் காண வினோதமாக இருந்தது. பேய் என்பது இதுபோன்ற நாம் இன்னும் அறியாத ஒரு அறிதல் இடைவெளியில் நிகழ்கின்ற ஒன்றுதான் என்று நான் நினைத்தேன். 'அவரிடம்' சொல்ல நினைத்தேன். ஆனால் அவர் இப்போது எங்கிருக்கிறார்!

என்க்குப் பசித்தது. குழந்தைகள் நினைவு வந்தது. அவர்களிடம் பேசி எத்தனை நாளாயிற்று! பேய்க்கதைகள்! அதுவும் நான் எழுதுவது! ச்சே! என்ன ஒரு மடத்தனம்! நேர விரயம்!

நான் கீழே போகத் திரும்பியபோது அவரைப் பார்த்தேன். என் நாற்காலியில் அமர்ந்து நான் எழுதிய கதைகளைப் படித்துக்கொண்டிருந்தார்.

அவர் எழுதிய கதைகளை...

❖❖❖

50
உயிர் ஸ்னேகம்

"உடம்பு குளிர்ந்து கொண்டே வருகிறதே" என்றார் அவர். பிறகு துவண்டு போய்க் கிடந்த அவளது உள்ளங்கைகளையும் கால்களையும் தேய்த்துச் சூடு கொண்டுவர முயற்சித்தார். பெற்றவர்கள் நம்பிக்கை அற்ற கண்களால் அவரை வெறித்துப் பார்த்துக்கொண்டிருந்தார்கள். 'எங்களால் முடியாது' என்று நகர டாக்டர்கள் எல்லாம் கைவிட்ட கேஸ். நாட்டு வைத்தியர் என்ன செய்ய முடியும்? அவர்கள் முகத்தில் களைப்பு தெரிந்தது. வைத்தியர் என்னமோ ஒரு கஷாயத்தைக் கொடுத்துவிட்டுப் போனார் 'வென்னீரில் கலந்து கொடுக்கவேண்டும்'

மாலுக்குட்டி என்கிற மாலதி கண்மூடி பொம்மை போல் அந்தச் சிறிய கட்டிலில் கிடந்தாள். தகப்பன் எங்கோ அவசரமாகப் போனான். கள்ளு குடிக்கவோ கடன் வாங்கவோ இருக்கும். அம்மாக்காரி அவள் அருகிலேயே சேலைத் தலைப்பை விரித்துப் படுத்துவிட்டாள். அவ்வப்போது எழுந்து மாலுக்குட்டியின் நெஞ்சு ஏறி இறங்குகிறதா என்று பார்த்துவிட்டு மறுபடியும் படுத்துக் கொள்வாள். பதினைந்து நாட்களில் எல்லாம் மாறிவிட்டது. ஒளியுடன் திகழ்ந்த வீடு இருண்டு கரிப்பிடித்தாற் போலாகி விட்டது. நோய் எனும் கரி. வறுமை எனும் கரி. மாமியார்க்காரி மட்டும் முனகியபடியே அடுப்படியில் எதையோ செய்து கொண்டிருந்தாள்.

மற்றபடி ஒரு அசாதாரணமான அமைதி அங்கு நிலவியது. அழக்கூடச் சக்தியற்றவர்கள் வீட்டில் நிலவும் அமைதி. மணி ஆறாகிற்று. இன்னும் யாருக்கும் விளக்கேற்றும் எண்ணம் கூட அந்த வீட்டில் வரவில்லை. ஒரு கரிய நிழல் வீடு முழுவதின் மீதும் படர்ந்திருந்தது.

ஆனால் வீதி அப்படி இல்லை. அன்று கார்த்திகை. எல்லா வீடுகளிலும் வெளியே வந்து தீபங்களை ஏற்ற ஆரம்பித்தார்கள். ஓரத்திலிருந்த வேதக்காரர்கள் வீட்டு காம்பவுண்ட் சுவரில் கூட ஒரு விளக்கு ஏற்றிவைக்கப்பட்டது. குழந்தைகள் அதில் உற்சாகமாக

ஈடுபட்டார்கள். இரண்டு மூன்று புத்திசாலிப் பையன்கள் தீபாவளி மத்தாப்பை மிச்சம் வைத்திருந்து அன்றைய இரவை ஒளியூட்டினார்கள். தீபங்களோடு அவலும் பொரியும் கார்த்திகைக் கொழுக்கட்டைகளும் கூட அங்குமிங்கும் பாத்திரங்களில் நடந்தன. வீதி முழுவதும் ஏலம் மணத்தது.

மாலுவின் அறைக்குள் ஜன்னல் வழியே இந்த வெளிச்சமெல்லாம் ஒரு பொம்மலாட்டம் போல் தெரிந்தது. மாமியார்க்காரி ஏதோ ஏசிக்கொண்டே வந்து ஜன்னலை அடைத்தாள். அவள் யாரை ஏசுகிறாள்?

மறுபடி அந்த அறைக்குள் அந்த அசாதாரண அமைதி திரும்ப வந்தது.

"ஒரு அகல் விளக்கையாவது ஏத்தி வையி. ஏற்கனவே மூதேவி ஏறி நிக்கா" மீண்டும் போய் நின்றுகொண்ட அடுக்களையிலிருந்தே மாமியார்க்காரி கத்தினாள்.

யாரும் அதற்குப் பதிலளிக்கவில்லை. ஆனால் வாசலில் ஏதோ அசைவு தெரிந்தது.

சில குழந்தைகள். தயங்கித் தயங்கி உள்ளே எட்டிப் பார்த்தபடி. இவர்களுடன் பாண்டியும் நொண்டியும் கோக்கோவும் தாயமும் விளையாடிக்கொண்டிருந்தவள்தானே மாலுவும்? இப்படி எந்தச் சூசகமும் காட்டாமலா ஒரு நோய் இருக்கும்?

"மாலு தூங்கறாளா?"

"மாலுவுக்குச் சரியாயிடுச்சா?"

"மாலு விளையாட வர மாட்டாளா?"

"மாலு கடவுள் கிட்ட போகப் போறாளா?"

ஒரே நேரத்தில் பல கேள்விகளைக் கேட்டன குழந்தைகள்.

கடைசிக் கேள்வியைக் கேட்ட குழந்தை கையில் ஏதோ வைத்திருந்தது.

"என்னோட கலர் பென்சில். மாலு கேட்டா."

இப்படி எல்லா குழந்தையும் கையில் ஏதோ வைத்திருந்தது மாலுவுக்காக.

மாலுவின் அம்மா எழுந்து உட்கார்ந்து தலையை முடிந்து கொண்டாள்.

"வாங்க பிள்ளைங்களா. மாலு யாரு வந்திருக்கா பாரு."

குழந்தைகள் அவளைச் சூழ்ந்து கொண்டன. அவள் 'டவுனுக்குப் போயிருந்த' நாட்களில் வீதியில் பள்ளியில் நடந்த எல்லா விஷயங்களைப் பற்றியும் கூச்சலாகச் சொல்ல ஆரம்பித்தன.

அந்த ஒலி கூடக்கூட அறையில் ஒளியும் கூடுவது போல் ஒரு பிரமை தட்டியது. அடுக்களையிலிருந்து ஓடிவந்த மாமியார்க்காரி கூட அந்தக் காட்சியைக் கண்டு ஒன்றும் சொல்லாது பிரமித்து நின்றுவிட்டாள்

மாலுவின் உடலில் மெல்லிய அசைவு தென்பட்டது. அவள் கண்கள் ஒரே பூவில் அமர்ந்திருக்கும். இரண்டு கரிய பட்டாம்பூச்சிகள் போலக் கொஞ்ச நேரம் துடித்தபின்பு திறந்துகொண்டன.

விஷயத்தை வளர்த்துவானேன். மாலுக்குட்டி பிழைத்துக் கொண்டாள்.

சில நாட்கள் கழித்து அதே நகர டாக்டர்களிடம் காண்பித்தபோது அவர்கள் "இப்போது பிழைத்துக்கொண்டிருக்கலாம். ஆனால் எப்போது வேண்டுமானாலும் நோய் மீண்டும் தாக்கலாம். தயாராக இருக்கவேண்டும்" என்றார்கள்.

அடுத்தடுத்த சில வருடங்களிலும் இப்படியே சொன்னார்கள். அதன்பிறகு மாலுவின் பெற்றோர்கள் அவளை டாக்டர்களிடம் காண்பிப்பதையே நிறுத்திவிட்டார்கள். டாக்டர்களுக்கு உடலைப் பற்றி வேண்டுமானால் ஏதாவது கொஞ்சம் தெரிந்திருக்கலாம். உயிரைப் பற்றி என்ன தெரியும்?

மாலு அதன்பிறகும் எழுபதாண்டுகள் வாழ்ந்து பேரக்குட்டிகள் எல்லாம் பார்த்தபிறகே செத்துப்போனாள்.

உங்கள் தலைக்கு மேல் தொங்குகிறதே ஒரு படம். அந்தப் படத்தில் உள்ளவள்தான் அது. மாலு என்கிற மாலதி. எனது தந்தைவழிப் பாட்டி. உடன் நிற்பவர்கள் எல்லாம் அவளது உயிர் ஸ்னேகிதர்கள்.

கடைசிவரை அவர்களுடன் அவருக்குத் தொடர்பு இருந்தது.

❖❖❖

51
வேலையும் விடுமுறையும்

"வேலை அதிகமாக இருக்கிறது. என்னைக் கொல்கிறது" என்றேன்.

"லீவ் எடு சேட்டா" என்றாள் பாருகுட்டி. "ஈ ரீதியில் சென்னால் நீ ஆபீசிலிருந்து ஒரு திவசம் சட்டையைக் கீறிட்டு வரும்" என்றாள். இதைச் சொல்கையில் அவள் நிஜமாகவே எனது சட்டைக் கிழிசல் ஒன்றைத் தைத்துக்கொண்டிருந்தாள்.

"லீவ் கேட்டா கோயில் அன்னதான சீட்டு கேட்ட மாதிரி மூஞ்சியை வச்சுக்கறாங்க. லீவ் யார் தர்றா? வேலையை விட்டுடலாம்னா சேமிப்பும் இல்லே. இரண்டு குழந்தைகள். ஒரு பொண்டாட்டி."

"ஒரு பாருகுட்டி" என்று சிரித்தாள் அவள். ஆனா "நீ எனக்காக எதுவும் சம்பாதிக்க வேண்டாம். உனக்கு வேணும்னா நான் மூணு பைசா வட்டில கடன் தாரேன்."

எனக்கு அந்த ஜோக் ரசிக்கவில்லை. அவள் "இந்தா சட்டையை இட்டு நோக்கு" என்று சட்டையைத் தந்தாள். லேசாக இடுப்பில் பிடிப்பது போல் இருந்தது.

நான் பாருகுட்டியைப் பார்த்தேன். அவளையும் அவளது புதிய உஷா தையல் மஷினையும் சுற்றித் துணிகள் அம்பாரமாய்க் குவிந்துகிடந்தன.

சமீப காலமாக அவளுக்கு இந்த தையல் வட்டு பிடித்திருக்கிறது. ஏதோ ஒரு க்ளாசுக்குப் போய்வந்தாள். அதிலிருந்து பார்க்கிற எல்லாவற்றையும் பிரித்துத் தைத்துக்கொண்டிருக்கிறாள். பார்க்கிற எல்லாம் பிரித்து மீண்டும் சரியாகத் தைக்கவேண்டிய வஸ்திரங்களாக அவளுக்குத் தெரிந்தன.

"நேற்று ஒரு குழந்தை காணப் போயிருந்தேன். அதன் தலையை வருடும்போது அதன் சிரசு தையல் எனக்குத் தட்டுப்பட்டது"

என்றாள் திடீரென்று. "லேசாக அதில் ஒரு கோணல் இருந்தது. பாவம். பெண் குழந்தை. சட்டென்று வைத்துவிட்டு வந்துவிட்டேன்."

நான் அவள் இந்த மாதிரி குழப்பமாய்ப் பேசும்போது எப்போதும் இருப்பது போல் அளவுக்கதிகமாக வைக்கோலைத் தின்றுவிட்ட ஒரு மாடு போல் முகத்தை வைத்துக்கொண்டு இருந்தேன்.

அவள் "அச்சனும் இங்கனதன்னே" என்றாள். "அச்சனுக்கும் அன்றே முடிக்கவேண்டிய வேலை ஏதாவது இருந்து கொண்டே இருக்கும். அச்சனையும் யாராவது தேடி வந்துகொண்டே இருப்பார்கள். பார்ட்டிக் காரர்கள், தொழிலாளர்கள், போலீஸ், முதலாளிகள்... நாங்கள் விழித்துப் பார்க்கும்போதெல்லாம் அச்சன் எங்கோ போயிருப்பார். அல்லது போய்விட்டு வந்து உறங்கிக்கொண்டிருப்பார்."

என்றாள். "அச்சனை நாங்கள் நிதானமாய்க் கண்டது அவர் கொல்லப்பட்ட திவசம்தன்னே. அச்சன் எங்கும் போகாமல் ஒரு நாள் பகல் முழுக்க எங்கள் வீட்டு முற்றத்தில் கிடந்தார். எதுவும் தெரியாத என் குட்டித் தங்கை வழக்கம்போல் லேட்டாய் எழுந்து அதைப் பார்த்துக் கேட்டாள், அச்சனுக்கு இன்னிக்கு ஸ்கூல் லீவா?"

52

வலம்

என்னுடைய இருபத்தியைந்து வயதில் நடைபெற்றது இது. அப்போதுதான் அரசுப் பணியில் சேர்ந்திருந்தேன். சேர்ந்த மூன்றாவது மாதம் எனது வலது மணிக்கட்டில் ஒரு வலி மாதிரி ஏற்பட்டு அதை சுளுக்கு எடுக்கிறேன் என்று ஒரு வைத்தியரிடம் காட்டியதில் அவர் கையில் ஒரு எலும்பை உடைத்துவிட்டார் என்று பின்பு சொன்னார்கள். ஸ்லிங் மாதிரி ஒன்றை போட்டுவிட்டு அது ஒரு சிக்கலான இடம் என்றும் ஆறு மாதம் வரை அதிகம் அசைக்காமல் இருக்கவேண்டும் என்றும் சிலவேளை எலும்பு சேராமல் நிரந்தர ஊனமாகக் கூட ஆகிவிடலாம் என்றார்கள். நான் அப்போதுதான் வேலைக்குச் சேர்ந்திருந்தேன். ரொம்ப நாள் லீவும் போடமுடியவில்லை. ஒரு சாதிக் காழ்ப்புள்ள அதிகாரி என்னை வேலை செய்யத் தகுதியில்லாதவன் என்று ரிப்போர்ட் செய்துவிடுவதாக மிரட்டினார். நான் இடது கையால் என் வேலைகளைச் செய்ய குறிப்பாக எழுத முயன்றேன். எவ்வளவு பயிற்சி செய்தும் சுத்தமாக வரவில்லை. நான் ஏதோ ஒரு கணத்தில் தற்கொலை செய்துகொள்வது என்று முடிவெடுத்தேன். ஏதோ ஒரு கணத்தில் அல்ல இடது கையால் பிடித்து பேருந்து ஏற முயன்று தவறி விழுந்த அன்று இரவுதான். தவறி விழுந்தது கூட அதிர்ச்சியாக இல்லை. அந்தப் பேருந்து கீழே விழுந்த என்னைப் பற்றிக் கவலைப்படாமல் விரைந்து சென்றதுதான் எனக்கு அதிர்ச்சி அளித்தது. நெல்லைக்கு அடுத்த பேருந்து இன்னும் இரண்டு மணி நேரம் கழித்துதான். அது கடைசிப் பேருந்து. இதைவிட கூட்டமாக வரும். அதில் எப்படி ஏறப்போகிறேன் என்று மலைப்பாக இருந்தது. நான் அங்கேயே ஒரு சுமைதாங்கிக் கல்லில் சோர்ந்து அமர்ந்திருந்தேன். சற்று நேரம் கழித்து எனது அதிகாரியின் கார் என்னை மெதுவாகக் கடந்து சென்றது. அதில் பின் சீட்டில் அமர்ந்திருந்தார். அவர் என்னைப் பார்த்ததும் முகத்தைத் திருப்பிக்கொண்டார். காரணமே இல்லாமல் அவர் ஏனிப்படி என் மேல் வெறுப்பைக் காண்பிக்கிறார் என்று எனக்குத் திகைப்பாக இருந்தது. நான் எப்படியோ அன்றிரவு என் வீட்டுக்கு வந்து சேர்ந்தேன். என் கைவசம் கார்டினால் மாத்திரைகள் ஒரு

ஸ்ட்ரிப் இருந்தது. அது மரணத்துக்குப் போதுமா தெரியவில்லை. இருந்தாலும் நான் அதை உட்கொள்வது என்று தீர்மானித்தேன். ஆனால் அதற்கு முன்பு நான் ஏன் என்னைக் கொன்றுகொள்கிறேன் என்று உலகத்துக்கு அறிவிக்கவேண்டும் என்று நினைத்தேன். நான் ஒரு காகிதத்தை எடுத்து என் மனக்குமுறல்களை எல்லாம் எழுதினேன். வானத்தைப் பார்த்தபடி ஒரு சிகரெட் பிடித்தேன். அப்போதுதான் எனக்கு அது உறைத்தது. நான் திரும்பவந்து நான் என் இடதுகையால் எழுதியிருந்த அந்தத் தற்கொலைக் கடிதத்தை எடுத்துப் படித்தேன். மிகத் தெளிவாக நான் எனது வழக்கமான வலதுகையில் எழுதுவதை விட அழகாக எழுதியிருந்தேன்!

நான் தற்கொலை செய்துகொள்ளவில்லை. அடுத்த ஒரு மாதத்துக்குள் என் வலதுகையும் பூர்ணமாகக் குணமாகிவிட்டது. எனது கடுமையான அதிகாரி மாற்றலாகிப் போன இடத்தில் ஒரு சாலை விபத்தில் சிக்கி அவரது ஒரு கையை இழந்தார் என்று செய்தித் தாளில் படித்தேன். அது வலது கையா இடது கையா என்று அதில் குறிப்பிடப்படவில்லை.

53

அறம்-2

“போகன் நந்திக்கலம்பகம் பத்திக் கேள்விப் பட்டிருக்கீங்களா?”

“பட்டிருக்கேன். நந்தி வர்ம பல்லவன் மீது எழுதப்பட்டதுதானே. அதில் அவரது மாற்றாந்தாய் மகன் அறம் வைத்து எழுதி அதனால அவர் செத்துப் போயிட்டார்னும் கேள்விப்பட்டிருக்கேன்.”

“நவீன கவிதைல அறம் வைச்சு எழுத முடியுமா போகன்?”

நான் அந்தக் கேள்வியில் திகைத்தேன்.

அவர் அதுபற்றிக் கண்டுகொள்ளாமல் “மொழிக்கு இருக்கிற சக்திகளில் அதுவும் ஒன்னு. ஒரு பக்கம் அது ஒரு அர்த்தத்தைக் கடத்தறதாகவும் இன்னொருபக்கம் அது ஒரு மந்திரம் போலவும் இருக்கு. அதாவது அர்த்தமாகவும் ஒலியாகவும். மந்திரம் என்பது கூர்மையான ஒலிதான். திறமையான ஓர்த்தரால ஒரு சொல்லுக்குள்ள விஷம் தடவின கத்தியை வச்சிரமுடியும். அதனாலதான் அந்தக் காலத்தில அரசர்கள் புலவர்களைப் பார்த்துப் பயப்பட்டாங்க. கீட்ஸ் இளமைல செத்துட்டான்னு எல்லோருக்கும் தெரியும். அவனுக்குக் காச நோய் இருந்தது. ஆனா அவனோட கவிதைப் புத்தகத்துக்கு ஒருத்தர் எழுதின மிகக் கடுமையான விமர்சனம்தான் அவனைக் கொன்னுடுச்சி.”

எனக்கு அவர் வேறுவேறு விஷயங்களைக் குழப்பிக் கொள்வது போல் பட்டது.

“வாழ்நாள் முழுக்க எங்க தாத்தாவை எதிர்த்து ஒரு வார்த்தை பேசாத எங்க ஆச்சி ஒரு நாள் ச்சீ!.அல்பம்!னு சொன்ன அன்னிக்குதான் அவர் இறந்துபோனார்னு சொல்லுவாங்க.”

“இதெல்லாம் அறிவியலுக்கு புறம்பானதாக இருக்கவேண்டிய தேவை இல்லை. *Gloomy Sunday*ன்னு ஒரு பாட்டைக் கேட்டு நிறைய பேர் தற்கொலை பண்ணிட்டிருக்காங்க. சில அப்ஸ்ட்ராக்ட் ஓவியங்கள் பாத்துட்டு வலிப்பு வந்து விழுந்துடறவங்க உண்டு. நம்முடைய மூளையில் இந்த ஒலிகள், ஒளிகள் ஏற்படுத்துகிற

ரசாயன மாற்றங்கள் இதுக்கு ஒரு காரணமாக இருக்கலாம். நமது இடது மூளை வலது மூளை நரம்பிணைப்புகளில் இவை ஏற்படுத்தும் குழப்பங்கள்... *binaural sounds* னு கேள்விப்பட்டிருக்கியா? நமது வலது காதும் இடது காதும் ஒரே ஒலியை வெவ்வேறு அதிர்வெண்களில் கேட்குது. சிறிய வித்தியாசம்தான். ஆனாலும் இதை வச்சு மனப் பதற்றத்துக்கு சிகிச்சை கொடுக்கிறாங்க" என்றார். "எனில் இந்த ஒலிகளை ஒருவரோட மனப்பதற்றத்தை அதிகப்படுத்தி தற்கொலைக்குத் தூண்டவும் பயன்படுத்தலாம் தானே?"

நான் "ஓக்கே சார் இப்போ இதெல்லாம் ஏன் சொல்றீங்கன்னு புரியலியே?"

அவர் கொஞ்ச நேரம் மவுனமாக இருந்தார். பிறகு "அந்தத் தாயளி ஒரு புதுக் கவிதைப் புஸ்தகம் எழுதிருக்கான் இல்லியா?" என்றார்.

எனக்கு அவர் யாரைச் சொல்கிறார் என்று புரிந்தது. இலக்கிய உலகில் அவர்கள் இருவரிடையே உள்ள பகை மிகப் பிரசித்தம். கால் நூற்றாண்டுக்கும் மேலான பகை. இருவருக்கும் பேச்சே கிடையாது. ஆனால் இருவரும் ஒருவரை ஒருவர் நினைக்காத நாளும் கிடையாது என்பதாக அவர்கள் எழுத்துக்களிலிருந்து தோன்றும். நவீனத் தமிழ் இலக்கிய வெளியையே அவர்களிருவரிடையேயான ஒரு போராக அவர்கள் மாற்றியிருந்தார்கள்.

"அந்த ராஸ்கல் திடீர்னு எனக்கு அவனோட புதிய புஸ்தகத்தோட முன் வரைவுப் பிரதியை அனுப்பி வச்சிருந்தான்" என்றார் அவர். அவர் மூச்சு வேகமடைவதை என்னால் கேட்கமுடிந்தது. பிறகு மெல்ல அதைக் கட்டுப்படுத்திக்கொண்டார்.

"அவன் அதை அனுப்பி ஒரு மாசம் இருக்கும். நான் பிரிக்காமலேயே வச்சிருந்தேன். மூணு நாள் முன்னாலே ஒரு அசட்டு ஆர்வத்துல பிரிச்சிப் படிச்சிட்டேன்."

"சரி."

"அன்னிக்கு ராத்திரி திடீர்னு எனக்கு ஒரு நெஞ்சு வலி வந்தது இதுக்கு முன்னாலே எனக்கு அப்படி வந்ததே கிடையாது... டாக்டர் கிட்ட போனா ஈசிஜில ப்ளாக் இருக்கு. எக்கோ எடுக்கணும்கிறான்."

நான் "சார்!" என்றேன்.

அவர் "எனக்கு அது எந்தக் கவிதைங்கிறது கூட துல்லியமா நினைவிருக்கு. அதைப் படிச்சப்பிறகுதாம் எனக்கு நெஞ்சு வலி வந்தது. இன்னிக்கு ஒரு சந்தேகம் வந்து அந்த புஸ்தகத்தை வாங்கிப் பார்த்தேன். அதில் அந்தக் கவிதை இல்லை!"

நான் மறுபடியும் "சார்!" என்றேன்.

அவர் சிரித்துச் "சும்மா!" என்றார். "குட் நைட்!" ஆனால் அவர் கண்கள் சிரிக்கவில்லை என்று கவனித்தேன்.

அன்றிலிருந்து ஒருவாரத்தில் அவர் கடும் இருதயத் தாக்குதலில் இறந்துபோனார்.

54
தொலைதல்

பாத்ரூமில் சோப்பு போட்டு முகம் கழுவிக் கொண்டிருக்கும் போதுதான் அவன் நினைவு வந்தது. பாதி சோப்பு முகத்தோடு தகரக்கதவைத் திறந்து புழக்கடையில் நின்றபடியே பக்கத்து வீட்டு மாமியோடு பேசிக்கொண்டிருந்த மாமியாரிடம் கேட்டாள்.

"அத்தே ஹரி எங்கே?"

அவள் "பட்டாளைல இருந்தான் பாரு" என்றாள். அவள் குரலில் ரொம்ப டிராமா பண்ணாதே போ என்பது போல் ஒரு எரிச்சல் இருந்தது.

வத்சலா பட்டாளைக்குப் போய்ப் பார்த்தாள். அங்கே அவள் வீசிவிட்டு வந்த தோள்பைதான் இருந்தது. அவள் திரும்ப பின்புறம் வந்து "அத்தே ஹரி எங்கே?"

அவள் இப்போது பேச்சை நிறுத்திவிட்டு "பட்டாளைல இல்லையா? என்ன கொடுமைடா இது. ஒரு இரண்டு நிமிஷம் கண்ணை ஆத்த முடியறதில்லை"

இருவரும் வீடு முழுவதும் தேடினார்கள். ஹரி எங்கும் இல்லை.

வத்சலா அப்படியே தெருவில் இறங்கி ஓடினாள்.

ஒவ்வொரு வீடாக ஒவ்வொரு கடையாக "எங்க ஹரியைப் பார்த்தீங்களா?"

"சிகப்பா கடுக்கன் போட்டிருப்பான். பேச வராது. அப்படி ஒரு பையனைப் பார்த்தீங்களா?"

நகரம் முகத்தில் உலர்ந்த பாதி சோப்பு நுரையோடு பதற்றமாக ஓடிவரும் பெண்ணை ஆர்வமாய்ப் பார்த்தது.

எட்டு வயது. இன்னும் பேச்சு வரவில்லை. தொண்டையில் எந்தக் கோளாறும் இல்லை என்று சொல்லிவிட்டார்கள். படிப்பும் வரவில்லை. பள்ளியில் சேர்த்தாலும் மூன்றாம் நாளே

திருப்பி விட்டுவிடுவார்கள். "படிக்கலைன்னாலும் பரவாயில்லே. மத்தவங்களைப் படிக்க விடாமப் பண்றான். எல்லோரையும் தொட்டுத் தொட்டுப் பார்த்துட்டே இருக்கான்."

அவள் வேலை பார்க்கும் பள்ளியிலும் சேர்த்துப் பார்த்து அங்கும் இதே புகார்தான். ஏன் எல்லோரையும் தொட்டுத் தொட்டுப் பார்க்கிறான் என்று புரியவில்லை. கைகளால் பார்க்க முயல்வது போல...

எத்தனையோ பிள்ளைகளுக்குப் பாடம் சொல்லிக் கொடுக்கிறேன். என் பிள்ளைக்கு ஒரு அக்ஷரம் சொல்லிக்கொடுக்க முடியவில்லை! அவள் மனம் விம்மியது. அடித்தாலும் கூட சிரித்துக்கொண்டே அவள் முகத்தைத் தடவிக்கொடுக்க முயல்வானே தவிர அவள் சொல்வதைக் கேட்க மாட்டான்.

"ஹரீ!"

அவள் சோர்ந்துபோய் அப்படியே சாலை நடுவில் நின்றுவிட்டாள். வாகனங்கள் கதறி விலகின. யாரோ திட்டுவது கேட்டது. ஒரு டிராபிக் போலீஸ் காரர் அவளை நெருங்கி வந்தார்.

"என் பையனைக் காணோம்!" என்றாள் அவள்.

அவர் "கடுக்கன் போட்டிருப்பானா?"

கடுக்கன் போட்டால் பேச்சு வந்துவிடும் என்று யாரோ சொல்லிப் போட்டது.

"அங்கே ஆஞ்சனேயர் கோவில் ஒன்னு இருக்கு பாரு. அது பக்கம் போனது பார்த்தேன்."

வத்சலா ஓடினாள். நெருங்கும்போதே கோவில் முன்னால் ஒரு சிறிய கூட்டம் இருப்பதைப் பார்த்தாள்.

"அய்யோ என் பிள்ளை!" தன்னை அறியாமல் கூவிவிட்டாள்.

கூட்டத்தை விலக்கிக்கொண்டு பாய்ந்தாள். ஹரி கோவில் மண்டபத்தில் உட்கார்ந்திருந்தான். சுற்றி நிற்பவர்களை ஒவ்வொருவராய் இழுத்து வைத்து தொட்டுத் தடவிக் கொண்டிருந்தான்.

"ஹரி இங்கே என்னடா பண்றே? வாடா."

ஹரி அவளைக் கவனிக்கவில்லை. ஒரு கனவில் ஆழ்ந்திருப்பவன் போல் அமர்ந்திருந்தான்.

“அம்மா யாரும்மா நீங்க இவருக்கு?” என்றது அருகில் ஒரு குரல் “அம்மை விழுந்து கண்ணு போன ஒருத்தருக்கு திரும்பப் பார்வை வர வச்சுட்டாரு!”

அவள் “என்ன!” என்றாள்.

“என் கால் முறிவைக் கூடச் சரி பண்ணிட்டாரு” என்று ஒருவன் காலைக் காண்பித்தான்.

அவள் “என்ன இது! மட ஜனங்கள்!” என்று நினைத்தாள்.

“ஹரி வா” என்று அவன் கையைப் பிடித்து இழுத்துக்கொண்டு வீட்டுக்குக் கூட்டிவந்தாள். அந்தக் கூட்டம் கொஞ்ச தூரம் பின்னாலேயே வந்தது.

மாமியார் “எங்கே போய்ட்டான்? இனி இப்படிப் போனா கால்ல சூடு வை. அப்பதான் போகமாட்டான். என்னேரமும் இவன் பின்னாலே திரிய முடியுமா? வீட்ல ஆம்பிளை இல்லேன்னா இப்படித்தான்.”

அவனுக்குத் தட்டில் சோறுபோட்டு ஊட்டிவிட்டாள். அவளுக்கு அருகிலேயே அவனுக்கும் படுக்கை விரித்து சீக்கிரமே விளக்கை அணைத்துப் படுத்துவிட்டாள். சோர்வாக இருந்தது. உறங்கிவிட்டாள்.

நடுவில் வயிற்றில் நீர் முட்டி விழிக்கும்போது ஹரியை அருகில் மறுபடி காணவில்லை!

ஹரி இம்முறை பட்டாளையில் ஏற்றிவைக்கப்பட்டிருந்த தீபத்தைப் பார்த்தபடி அதன் முன்பு சிரிப்புடன் அமர்ந்திருந்தான்.

வத்சலா மெல்லப் பின்னால் போய் “ஹரி?” என்றாள். அவன் திரும்பிப் பார்த்து சிரித்தான்.

“வா. படுத்துக்கலாம்.”

மறுப்பேதும் சொல்லாமல் எழுந்து அவளுடன் வந்தான்.

படுத்துக்கொண்டான்.

அவளுக்கு கோவிலில் அந்த மக்கள் சொன்னதெல்லாம் நினைவுக்கு வந்தது. அதெல்லாம் உண்மையாக இருக்குமா? ச்சே.

திரும்பி ஹரியைப் பார்த்தாள். அவன் இப்போது அவனது அப்பாவின் படத்தின் மீது துடிக்கும் விடிவிளக்கைப் பார்த்துச் சிரித்துக்கொண்டிருந்தான்.

அவளுக்கு ஏனோ பயமாக இருந்தது.

கோவிலில் வைத்து அவன் திரும்பிக் கிடைத்துவிட்டதாகவே அவள் நினைத்தாள். இப்போது சந்தேகமாக இருந்தது. முன்பைவிட அவன் கிடைக்க முடியாத ஒரு இடத்துக்குப் போய்விட்டதாகத் தோன்றியது.

அய்யோ என் பிள்ளை! என்று வத்சலா மறுபடி ஏங்கி அழ ஆரம்பித்தாள்.

55
கார்வை

நான் அவருடைய சில புத்தகங்களைப் படித்திருந்தேன். சில சுமாரானவை சில குறிப்பிடத் தகுந்தவை என்பது என் எண்ணம். அவர் குறிப்பிடத்தக்க ஒரு எழுத்தாளர்தான். ஆனால் அவர் மீது மதிப்பு இருந்ததே ஒழிய பிரமிப்பு ஏற்பட்டதில்லை. நானும் அவரும் சேர்ந்து சில இலக்கிய விழாக்களில் கலந்துகொண்டிருக்கிறோம். ஒன்றாகப் பிரயாணம் செய்திருக்கிறோம். ஒரே அறையில் தங்கி இலக்கியம் முதற்கொண்டு பல விஷயங்கள் பேசியிருக்கிறோம். நான் ஒருபோதும் அவரிடம் மரியாதை தவறிப் பேசியதில்லை. ஆனால் நானும் அவரும் ஒரே தளத்திலானவர்கள் என்ற எண்ணமே எனக்கு இருந்தது. அந்த தொனியில் தான் எனது உரையாடல் அவருடன் இருந்தது. அதைத் திருத்த அவர் எந்த முயற்சியும் செய்யவில்லை என்பது வேறு விஷயம். அதற்கு அவரது இயல்பான தன்னடக்கமோ எதையும் முளையடித்து நிறுவ முயலாத அவர் குணமோ காரணம். ஆனால் இது எல்லாம் அவரது பிறரால் அவரது பலவீனமான நூல் என்று விமர்சிக்கப்பட்டிருந்த அந்த நூலை வாசிக்கும் வரை.

பாருகுட்டி விஜயதசமி பாட்டுக்கச்சேரி என்று எங்கோ போயிருந்தாள். அதன் சத்தம் வீட்டுள் வரைக் கேட்டது. "பொன் வீணே என்னுள்ளில்..."

நான் உறங்க முயன்று முடியாமல் கட்டிலுக்கடியில் துழாவியதில் அவருடைய இந்தப் புத்தகம் கிடைத்தது. எப்போதோ கொண்டு வந்து போட்டிருக்கிறேன். படுத்துக்கொண்டு ஜன்னல் வழியே விழுந்த தெருவிளக்கு வெளிச்சத்தில் படிக்க ஆரம்பித்தேன். என்னுடைய உத்தேசம் அந்தப் புத்தகம் என்னை உறங்க வைத்துவிடும் என்பதாகவே இருந்திருக்கவேண்டும். மாறாக அது என்னைக் கலங்கடித்து விட்டது. மெல்ல மெல்ல புற ஒலிகள் எல்லாம் மறைந்து நான் புத்தகத்துக்குள் மொத்தமாக மூழ்கிவிட்டேன். பாருகுட்டி கச்சேரி முடிந்து வந்தபோது நான் அழுதுகொண்டிருந்ததாகச் சொன்னாள்.

அவள் முதலில் பதறி "என்னாச்சு எதுவும் கெட்ட செய்தியா உடல் சரியில்லையா?" என்று என்னைக் கேட்டாள்.

வெகு நேரம் தேம்பித் தேம்பி அழுதபிறகே நான் அந்தப் புத்தகத்தைக் காண்பித்தேன். "தமிழில் எழுதப்பட்டவற்றிலேயே மகத்தான நாவல்" என்றேன். "மகத்தான எழுத்தாளன். சமீபத்தில் கூட அவனைச் சந்தித்துப் பேசிக்கொண்டிருந்தேன்" என்று விசும்பினேன். "இல்லை. போதித்துக்கொண்டிருந்தேன். நினைத்துப் பார்க்கவே கூசுகிறது!" என்றேன்.

அவள் திகைத்து "அதற்கா இப்போது அழுகிறாய்!" என்றாள். நான் "இல்லை. உனக்குப் புரியாது. நான் என்னை ரொம்பக் கீழானவனாய் வெற்றுப் பாத்திரமாய் உணர்கிறேன். என் வாழ்க்கை மழைவெள்ள நுரை போல் மிக மேலோட்டமானது" என்று அரற்றினேன்.

அவள் கொஞ்ச நேரம் என்னையே பார்த்துக்கொண்டிருந்தாள். பிறகு என்னை அணைத்து "சரி. தூங்கலாம் வா" என்று அருகில் படுத்துக்கொண்டாள். நான் இன்னமும் உள்ளம் தணியாமல் அந்த நாவலின் கதையை, அதன் நுணுக்கங்களை, ஆழங்களை அவளுக்கு விவரித்துச் சொல்லிக்கொண்டே இருந்தேன். அவள் ம்ம் ம்ம்ம் என்று உம் கொட்டியபடி கேட்டுக்கொண்டிருந்தாள். ஒருவாறாக என் மனதின் தந்தி தளர்ந்தபோது மணி நான்காயிருந்தது. எங்கோ ஒரு அக்காக்குருவி கத்தியது. நாங்கள் இருவரும் ஒருசேர பெருமூச்செறிந்தோம். பாருகுட்டி திடீரென்று "அக்காக் குருவியின் ஆழ்ந்த சோகத்தை கொண்டுவர முடிகிற வாத்தியத்தை இன்னும் கண்டுபிடிக்கவில்லை என்பதுதான் உண்மை. இல்லையா?" என்றாள்.

எனக்கு அவள் தொடர்பில்லாமல் பேசியது போலிருந்தது. ஆனால் அந்த எழுத்தாளர் ஏறக்குறைய அதே போல் ஒரு வரியை போனமுறை சந்தித்தபோது அறையில் சொன்னது நினைவுக்கு வந்தது. அதை நான் பாருவிடம் சொன்னதில்லையே?பிறகு எப்படி?

எனக்கு மயிர்க்கூச்செறிந்து கண்களிலிருந்து நீர் தன்னிச்சையாய் வழிந்தது. பாரு என்னை இறுக்கமாய் அணைத்துக்கொண்டு "தூங்கு என் செல்லமே" என்றாள். "அவர் உன் கர்வத்தை நிச்சயம் மன்னித்துவிடுவார். உண்மையில் அக்காக்குருவி யாருக்காகவும் பாடுவதில்லை. அது தன்னையேதான் பாடிப்பாடி அழைத்துக்கொள்கிறது."

❖❖❖

56

முனகிக் கொண்டிருந்தவன் நெற்றி மேல் ஒரு கைபடல் உணர்ந்து கஷ்டப்பட்டு விழித்துப் பார்த்தேன். எவ்வளவு முயன்றும் அரை இமைக்கு மேல் உயர்த்த முடியவில்லை. மேலே தலை தெறிப்பது போல் ஓடிக்கொண்டிருந்த மின்விசிறி மங்கலாய்த் தெரிந்தது

"ஏய் சங்கர் ஏய் சங்கர்."

நான் கழுத்தைத் திருப்ப முயற்சித்தேன். அது கல் போல் இறுகிக் கிடந்தது. குரல் அது திரும்ப முடியாத திசையிலிருந்து வந்தது.

நான் களைப்புடன் கண்களை மூடிக்கொண்டேன்.

"சங்கர் ஏய் சங்கர்."

நான் என்னையும் அறியாமல் "ம்ம்" என்றேன்.

"எலே என்னலே பண்ணுது?"

நான் பேசாதிருந்தேன்.

"ஏலே?"

நான் களைப்புடன் "நீ எங்கே வந்தே?"

"அனத்திக்கிட்டியே இருக்கியே... அதான் வந்தோம்."

நான் அப்படியே கிடந்தேன்.

"வந்தோம்னா..."

"பெரியம்மாவும் வந்திருக்கா. பேசுதியா... ஏட்டி பேசுட்டீ."

பெரியம்மா "சங்கரா உடம்புக்கு என்னடா?" என்றாள்.

நான் "காய்ச்சல்" என்றேன். "விஷக் காய்ச்சல்."

"காய்ச்சலோட இப்படி தனியா வரலாமாலே?"

நான் "இங்கே வந்துதான் காய்ச்சல் வந்துது... ஹம்மா... மேலெல்லாம் வலிக்கி."

அம்மா "அய்யோ" என்றாள். அவள் கரங்களை நெற்றியின் மீது மீண்டும் உணர்ந்தேன்.

"சிவசிவா... சங்கரன் கோவில் கோமதீ... புள்ளைக்குச் சரியாயிடணும்... சிவசிவா."

பெரியம்மா "இது என்ன இடம்லே?" என்றாள்.

நான் "கோட்டயம்" என்றேன்.

"கேரளா. என்னா..? இங்கே நிறைய கோவில் இருக்கோ? அது பார்க்க வந்தியோ?"

நான் "ம்ம்ம்" என்றேன்.

அவள் "சரியாயிடும். கவலைப்படாதே" என்றாள்.

நான் "சரி" என்றேன்.

பிறகு விடியும் வரை என் வலி முனகல்கள் உச்சத்துக்குப் போகையில் எல்லாம் என் மனம் எத்தனையோ இது போன்ற இடர்களில் என்னுடன் இருந்த இறந்து போன அவர்களை மீண்டும் உருவாக்கி வாழ்க்கையோடு பிடித்து நிற்க முயல்வதைக் கவனித்துக்கொண்டு இருந்தேன்.

எப்போதோ உறங்கினேன். விழிக்கும் போது நல்ல வெயில் வந்துவிட்டிருந்தது. மதியம் டிரெய்ன். அறையைக் காலி பண்ணிப் பூட்டும்போது ஒருமுறை தயங்கி அதைச் சுற்றிப்பார்த்தேன்.

இம்முறை இந்த பயணத்தில் நான் உத்தேசித்த விஷயங்களைக் காண முடியவில்லை.

பரவாயில்லை.

ஒருவேளை கண்டுவிட்டேனா?

57

அரசாங்கங்களுக்கும் தற்கொலைகளுக்கும் உள்ள தொடர்பு விசித்திரமானது. அரசாங்கம் ஒரு தெரு நாயைப் போல. சில நேரங்களில் நீங்கள் அதன் வாலை மிதித்துவிட்டுக் கூட காலை நடை செல்ல அனுமதிக்கிறது. சில நேரங்களில் சும்மா பூங்காவில் உட்கார்ந்திருப்பவரைத் தேடி வந்து கடிக்கிறது. தற்கொலை செய்துகொள்வது பற்றி அரசாங்கங்களின் நிலைப்பாடு என்ன? என்று சரியாக அதன் செயல்பாடுகள் மூலம் தெரிந்து கொள்ள முடிவதில்லை. நான் உளறுவது போல் உங்களுக்குத் தோன்றினால் இந்தக் கதையைக் கேளுங்கள்.

இந்த கதை நாயகனின் பெயர் எதுவாய் வேணுமானால் இருக்கலாம். ஆசாமி ஒரு அரசு ஊழியன். திடீரென்று தற்கொலை செய்ய முடிவெடுத்துவிட்டான். காரணம் காதல் தோல்வி, காதல் வெற்றி எதுவானாலும் இருக்கலாம். ஆசாமி தற்கொலை செய்வதாக முடிவெடுத்து தேதி குறித்து உபகரணங்களும் ஏற்பாடு செய்துவிட்டான். என்ன பெரிய உபகரணங்கள். ஒரு கழுத்து. ஒரு கயிறு. ஒரு நாற்காலி. ஒரு சீலிங் பேன். அவ்வளவுதான்.

ஆனால் பாருங்கள் அவன் தற்கொலையில் அரசு குறுக்கிட்டது. நண்பர்கள், மனைவி,காதலிகள் எல்லாம் பாராமுகமாய் இருந்த நேரத்தில் அரசு ஒரு தபால் மூலமாக குறுக்கிட்டது. நெடு நாளாய் அவனுக்கு வராமல் இருந்த ஒரு நிலுவைத் தொகையை என்ன நினைத்ததோ வழங்க சம்மதித்து விட்டிருந்தது. பணம் அல்ல முக்கியம். செத்த பிறகு அதைக் கொண்டு என்ன செய்யப்போகிறான்?

அவன் அதற்காக அவ்வளவு போராடி இருக்கிறான். எத்தனை விண்ணப்பங்கள் எழுதியிருக்கிறான்!கோர்ட் வழக்குகள் கூட!. அது ஒரு தார்மீக வெற்றி. அவன் அந்த தபாலைக் கொண்டு அவனது உடனடி தலைமை அதிகாரியிடம் போனான். அவர் அடடே! என்று மகிழ்ந்து ஆபீஸ் சூப்பிரண்டுக்கு அனுப்பி வைத்தார். அவர் படித்துவிட்டு முதுநிலை குமாஸ்தாவுக்கு அனுப்பி வைத்தார். அவர் இளநிலை குமாஸ்தாவுக்கு அனுப்பிவைத்தார். அங்கிருந்து அது எப்படியோ ஸ்டோர் கீப்பர் கைக்குப் போனதில்

233

தொலைந்து போய்விட்டது. ஒன்றும் பிரச்சினை இல்லை என்று அவர்கள் இன்னொரு பிரதி கேட்டு மாவட்ட அதிகாரிக்கு கடிதம் எழுதினார்கள். அவர்கள் அடடா! என்று சொல்லித் தேடும்போதுதான் அவர்களிடமிருந்த ஒரே நகலை இவனுக்கு அனுப்பி விட்டார்கள் என்று தெரிந்தது. அஞ்ச வேண்டாம் என்று சென்னையில் தலைமை அலுவலகத்துக்கு நகல் கேட்டு எழுதினார்கள். நகல் கேட்டு எழுதிய கடிதத்துக்கு ரசீது வந்தது. நகல் வரவில்லை. மறுபடி ஒரு நினைவூட்டும் கடிதம் எழுதினார்கள். அதற்கும் உடனடியாக கவனிக்கிறோம் என்று ரசீது வந்தது. விஷயம் வரவில்லை. இப்படியே ஒன்றரை வருடம் போயிற்று. அவன் தற்கொலை செய்ய முடிவு செய்து ஒன்றரை வருடம். அவன் மறுபடி மறுபடி தபால் எழுதினான். நேரிலேயே மாதம் ஒருமுறை சென்னை போய் அதிகாரிகளைப்பார்த்தான். இந்தக் காலத்தில் அவன் இதற்காகவே வாழ்ந்தான் என்று கூட சொல்லலாம். கடைசியில் ஒரு நாள் அவனுக்கு அந்தக் கடித ஆணை திரும்பவும் தயாரிக்கப்பட்டு புதிதாக அனுப்பப்பட்டது. எல்லாம் சரியாக இருந்தது. அதிகாரி அவசரத்தில் கையெழுத்து போட மறந்திருந்தார்.

அவன் இன்றைக்கு சாயங்காலம் திரும்பவும் தற்கொலை செய்யப்போவதாகச் சொல்லி இருக்கிறான். பார்ப்போம். அரசாங்கம் என்ன நினைக்கிறதோ? B 5 க்ளார்க் என்ன நினைக்கிறாரோ?

❖❖❖

58
மார நாதன்

"உன்னிடம் ஒன்று சொல்ல மறந்துவிட்டேன். எமிலி சேச்சியை நேற்று இரவு பார்த்தேன்."

நான் என் இதயத் துடிப்பைக் கட்டுப்படுத்திக்கொண்டேன்.

செத்துப் போன ஜீவ ராசிகளைத் திரும்பவும் காண்பது, உயிரோடு இருப்பவர்களின் சாவை முன்கூட்டியே காண்பது இதெல்லாம் பாருகுட்டியின் திறமைகளில் ஒன்று என்பதால்தான் இந்த நிதானம். அவள் இதுவரை ஏழு ஆண்கள், பதினொரு பெண்கள்(கேரளத்தில் பெண்கள் பிறப்பு விகிதம் அதிகம்) ஆறு பூனைகள், நாலு நாய்கள், ஒரு புறாவின் ஆவியைப் பார்த்திருக்கிறாள்.

"எமிலி சேச்சி இன்னமும் கர்த்தருக்குள் நித்திரை அடையவில்லையா?"

"இல்லை என்றுதான் தோன்றுகிறது. அவள் அந்த தியேட்டர் முன்பு நின்றுகொண்டு அதையே பார்த்துக்கொண்டிருந்தாள்."

"தியேட்டர் முன்பு?"

எமிலி சேச்சி ஒரே ஒரு சினிமா வாழ்நாளில் பார்த்திருக்கிறாள். 'மார நாதன்' இது அவளே எப்போதும் விளம்பரப்படுத்திக் கொள்வது.

அந்தப் படத்தில் யூதரான ஏசு நாதர் மலையாளத்திலேயே பேசி மலையாளத்திலேயே பாடுபட்டு மலையாளத்திலேயே மரித்துப் போனார். அந்தப் படம் எமிலியின் வாழ்வில் ஒரு திருப்பு முனையாக அமைந்தது.

அதன்பிறகு எமிலி சேச்சிக்கு ஆண்களைப் பிடிக்கவே பிடிக்காது போயிற்று. ஆண்கள் என்றால் ஆண்கள் செய்யும் காரியங்கள்... அய்யே...

அவளுக்குக் கல்யாணமே ஆகவில்லை என்றும் ஆகி முதலிரவு அன்று அறையைவிட்டு சாடி வெளியேறி ஓடிவந்து விட்டாள்

என்றும் இரண்டு மாதிரி சொல்கிறார்கள். எமிலி சேச்சியே அப்படி இரண்டு விதமாகவும் சொல்வதாக பாருகுட்டி சொல்கிறாள்.

உலகில் கர்த்தர் மட்டுமே நாதர்.

மற்றவர் எல்லாம் அவருடைய ஸ்திரீகள் என்பது அவள் கொள்கை. உண்மையான நாதன் இருக்கையில் போலி நாதன்கள் எதற்கு?என்று அவள் பாருகுட்டியைக் கேட்கையில் துரதிர்ஷ்டவசமாக நானும் அவள் கூட இருந்தேன். இந்த 'ப்ராஜக்ட்' தொடர்பாகதான் அவள் அடிக்கடி பாருகுட்டியைச் சந்திக்க வருவது. என்னைக் கண்டு முகத்தை வெட்டிக்கொண்டு போவது... நான் ஸ்ரீவைஷ்ணவத்திலும் இதுபோல் ஒரு கருத்து உண்டு என்று சொன்னேன். ஹரியே ஒரே ஒரு புருஷன். நாம் எல்லோரும் அவனது நாயகிகள்.

அப்படிப்பட்ட எமிலி சேச்சி கல்லறைக்குள் தூங்காமல் இரவெல்லாம் தியேட்டர் வாசலில் ஏன் தேவுடு காத்துக் கொண்டிருக்கிறாள்?

நான் பாருகுட்டியிடம் விடையும் ஒரு முத்தமும் பெற்றுக்கொண்டு சாலையை நோக்கி ஏறினேன். நல்லதொரு தேரி. மூச்சு வாங்கியது. அப்போது தான் நானும் அவளைப் பார்த்தேன். வெள்ளைச் சேலை பறக்க தியேட்டர் முன்பு நின்றுகொண்டு...

நான் "சேச்சி" என்று என்னையும் மீறிக் கத்திவிட்டேன். அவள் திடுக்கிட்டு என்னைத் திரும்பிப் பார்த்து அவசரமாக இழுத்து அணைக்கப்பட்ட விளக்குத் திரி போல் புகைந்து மறைந்து விட்டாள். ம்ஹூம். உயிரோடு இருக்கும்போதே முகம் பார்த்துப் பேசாதவள்.

நான் ஏறி ஏறி தியேட்டர் முகப்புக்கு வந்தேன். அவள் நின்ற இடத்திலிருந்து தியேட்டரைப் பார்த்தேன். அவள் அப்படி என்னதான் பார்த்துக்கொண்டிருந்தாள்?

இதன்பின்பு வருவதை சிலர் யூகித்திருக்கலாம். நான் யூகிக்கவில்லை.

அவள் பார்த்துக்கொண்டிருந்தது ஒரு திரைப்படத்தின் போஸ்டரை.

அதில் ஒரு ஆண் பெண்ணின் மீது கவிழ்ந்து படுத்துக் கொண்டிருந்தான்.

59

பள்ளிக்கூடம் செல்லும் இரண்டு சிறுமிகள்.

பேசிக்கொண்டே செல்கிறார்கள்.

"இன்னிக்கும் அப்பா வருவாரா அக்கா?" என்கிறாள் சிறியவள். "எனக்கு அவரைப் பார்த்தாலே பயமா இருக்கு. அவர் வந்தா அம்மா, உன்னை எல்லாம் போட்டு ரொம்ப அடிக்கார்."

பெரியவள் பெருமூச்சு விடுகிறாள். "குடிச்சிருக்கும்போதுதானே?"

"தினம்தானே குடிக்கிறார்?" என்கிறாள் சிறியவள். "ஏன் குடிக்கிறார்?"

பெரியவள் சொல்கிறாள். "அப்பாவுக்கு வேலை சரியா இல்ல. அதான் குடிக்கார்."

"இப்படி குடிச்சா யாரு வேலை தருவாங்க?"

பெரியவள் புன்னகைக்கிறாள். "நீ எப்படி பேசறே!" என்கிறாள். "அப்பா முந்தில்லாம் குடிக்க மாட்டார். அடிக்கவும் மாட்டார்."

சிறியவள் அதை நம்பத் தயாராக இல்லை. பெரியவள் விடுவதில்லை. தன்னைத் தினமும் குடித்துவிட்டு வந்து அடிக்கும் அப்பாவை இன்னும் தன் தங்கை மனதில் காப்பாற்ற முயல்கிறாள்.

"அப்பா குடிக்காட்டா வீட்டுக்கு வரலாமா? நீ அவர்கிட்ட பேசுவியா?"

சிறுமி "மாட்டேன்" என்கிறாள் கொஞ்சம் தடுமாற்றத்தோடு... சற்று நேரம் மவுனம். அது கழிந்து ஒரு பலவீனமான ஆசையும் நம்பிக்கையும் கூட அவள் குரலில் ஏறுகிறது. அவள் இப்போது சொல்கிறாள். "சரி."

60

"இது கூட தெரியாதா உனக்கு?" புதிதாய் வந்த டீச்சர் அதட்ட திடுக்கிடுகிறாள். "கையை நீட்டு!" கையில் இரண்டு மூன்று அடியும் விழுந்தபிறகு யாரோ வகுப்பில் சொல்கிறார்கள் "அவ ஸ்லோ லேர்னர் டீச்சர்" இருக்கைக்குத் திரும்பும்போது அவள் கண்ணில் நீர் துளிர்த்திருக்கிறது. அடியினாலா எங்கும் தன் பின்னால் இரக்கமாகவும் எள்ளலாகவும் துரத்தும் இந்த 'ஸ்லோ லேர்னர்' என்ற பட்டத்தினாலா தெரியவில்லை. வாரம் ஒருமுறையாவது அம்மாவிடம் வகுப்பாசிரியை சொல்லிவிடுகிறாள் "உங்க மகளுக்கு என்னால சொல்லித்தர ஆகாது. எப்படியாவது ஒரு செர்டிபிகேட் வாங்கிடுங்க." அவள் கண்ணீரை அடக்கிக்கொண்டு புது டீச்சர் சொல்வதைக் கூர்ந்து கவனிக்க முயல்கிறாள். வழக்கம்போல் முதல் இரண்டு வார்த்தைகள் தவிர மற்றவை வேகம் கொண்டு பறக்கின்றன. அவள் இவ்வளவு வேகமாக இவ்வளவு அவசரமாகப் பேசாத ஒரு டீச்சருக்காக ஏங்குகிறாள். அவள் கவனம் ஜன்னலுக்கு வெளியே இருக்கும் செடிக்குப் போகிறது. அதன் பூவொன்றின் மீது ஒரு சிறிய பட்டாம்பூச்சி மிக மெதுவாய் பறந்துவந்து அமர்கிறது. அதன் சிறகுகள் மிக மெதுவாய் மிக மெதுவாய் மூடி மூடித் திறக்கின்றன. அவள் அந்தப் பட்டாம்பூச்சியின் பள்ளியில் படிக்க விரும்புகிறாள்.

௪௧

“ஆக உன்னால் உன் அறிவை இறக்கி வைக்க முடியும். இல்லையா?” என்றாள் பாருகுட்டி. ஒரு பூனைக்குட்டிக்கு என் பெருவிரலை நக்கக் கொடுத்துக் கொண்டிருந்ததைப் பார்க்க நேர்ந்ததும் இப்படி சொன்னாள்.

நான் சுய உணர்வு பெற்று சற்றே வெட்கத்துடன் கோபத்துடன் அதைத் தள்ளிவிட்டேன். ஹிரியண்ணாவின் இந்திய தத்துவ வரலாற்றைப் படித்துக் கொண்டிருந்தவன் எப்படியோ இந்த மயக்குக்கு ஆட்பட்டிருக்கிறேன். அவள் அடிக்கடி இப்படிச் சொல்லியிருக்கிறாள். நான் என் அறிவை ஒரு கனமான இரும்புப் பாத்திரம் போல்த் தூக்கிக்கொண்டு திரிகிறேன். ஏன் எனில் நான் உள்ளே வெறும் ஒரு குழிந்த கூடு மட்டும்தான் என்ற பயம் எனக்கு இருக்கிறது. என்ன ஒரு உவமை! பாருகுட்டி அவ்வப்போது இப்படிப்பட்ட அபாரமான உவமைகளை மிகச் சாதாரணமாக எழுப்பிக்கொண்டு வருவாள். அவற்றைப் பாராட்டவாவது அறிவு தேவைப்படத்தானே செய்கிறது? என்று நான் என்னையே சமாதானம் செய்துகொண்டேன்.

அவள் கொஞ்ச நேரம் என்னுடன் பேச்சு கொடுத்துப் பார்த்துவிட்டு உறங்கிவிட்டாள். அவளால் எந்தத் துயர் நடுவிலும் உறங்கிவிட முடியும். துயருக்கு அவள் வாழ்வில் பஞ்சம் இருந்ததில்லை. ஆனாலும் முடியும். நானோ அன்று ஆபீஸில் நடந்த அற்ப விஷயங்கள் குறித்து மனதை வருத்திக்கொண்டிருந்தேன். என்னுடைய தத்துவ வாசிப்பெல்லாம் எனது ஆபீஸ் அவமானங்களைச் சமாளிக்கத்தான் செலவாகிறது. படுக்கைக்குப் போனபோது அவள் நன்றாகத் தூங்கிக்கொண்டிருப்பதைப் பார்த்தேன். சற்றே வாய்பிளந்து சிறு குழந்தை போல். நிலவொளி ஜன்னல் வழியே அவள் முகத்தில் ஒரு ஓவியம் போல் விழுந்திருந்தது. அவளருகே அந்தப் பூனைக்குட்டி சுருண்டு படுத்திருந்தது. என்னை உணர்ந்து ஒரு கண்ணின் அரைக் கண்ணை மட்டும் திறந்து மெலிதாக முனகியது. நான் கீழே ஒரு போர்வையை விரித்துப் படுத்துக்கொண்டேன். எனக்குத் தோன்றியது. மனிதர்கள் கற்றுக்கொள்ள வேண்டியது ஒன்றேதான். அவர்கள் இப்பூமியில் பூனைப்பாதம் கொண்டு நடக்கக் கற்றுக்கொள்ளவேண்டும்.

❖❖❖

62

துயர முடிவுடன் கூடிய ஒரு பேய்க்கதை.

"போகன் சங்கர்னு பேய்க்கதைல்லாம் எழுதுவாரே அவர் வீடு..."

"இதுதான். நான்தான். உள்ளே வாங்க."

"கேட்டு பூட்டியிருக்கே?"

"இதோ திறக்கறேன்." நான் அவிழ்ந்துவிழும் கைலியைச் சரியாகக் கட்டியபடியே கேட்டைத் திறக்கக் கிளம்பினேன். முன் கதவைத் திறக்கையில் அவள் விழித்துக்கொண்டு "என்ன எங்கே போறீங்க?"

நான் "கீழே யாரோ கூப்பிடறாங்க. என்னோட வாசகர் போலத் தெரியுது."

"ஆமா. கூப்பிடறாங்க. மணி நடு ராத்திரி ஒன்னரைக்குக் கூப்பிடறாங்க. வாரம் இரண்டு நாளைக்கு இப்படிக் கிளம்பிடறது. மனுஷி நிம்மதியா உறங்க முடியுதா?"

நான் அப்போதுதான் கவனித்தேன். என்னைச் சுற்றி ஒரே இருள். இருட்டிலேயே நடந்து போய் வாசலைத் திறக்க முயன்றிருக்கிறேன்.

முன்பு கேட்ட எந்தக் குரலும் இல்லாமல் இரவு ஒரு ஆந்தையின் மவுனத்துடன் என்னைப் பார்த்துக்கொண்டிருந்தது. நான் அப்படியே தடவித் தடவி நடந்து என் அறைக்கு வந்து தண்ணீர் குடித்துவிட்டு படுத்துக்கொண்டேன்.

"என்ன படுத்தாச்சா?"

"ஆச்சு."

கொஞ்ச நேரம் மவுனம்.

"கூப்பிட்டது ஆணா பொண்ணா?"

நான் தடுத்துக்கொள்வதற்குள் என் வாய் "பெண்" என்று சொல்லிவிட்டது.

பட்டென்று தெறிப்பாய் அங்கிருந்து பதில் வந்தது,

"அதானே?"

❖❖❖

63
பாதாளத்தின் சாளரம்

வழக்கத்தை விட கூட்டம் அதிகமாய், நிறைவாய் இருந்தது. உரை முடிந்ததும் பலர் தனியாக வந்து வாழ்வில் தாங்கள் சந்தித்த அமானுஷ்ய அனுபவங்கள் என்று அவர்கள் கருதியவற்றைப் பற்றியெல்லாம் சொன்னார்கள். நான் எல்லாவற்றிற்குமே அறிவியல் பூர்வமான விளக்கம் கொடுத்தேன். சிலர் முகங்களில் ஏமாற்றம் தெரிந்தது. பலர் அந்த அனுபவங்களை ஒரு குழந்தை பொம்மை வைத்திருப்பது போல் வைத்திருந்தார்கள். பாவம்.

அறையில் இரவு விளக்கை அணைத்துவிட்டு படுக்கும்போது ஜன்னலில் நிழலாடியது. நான் "யார்?" என்றேன். "ஒன்னுமில்லே சார். அப்போ நிஜமா பேய் இல்லியா சார்?"என்றது ஒரு குரல். நான் களைத்து "இல்லை. என் உரை முழுக்க அதைத்தானே சொன்னேன்?" என்றேன். "நாளை பேசலாமா?" பதில் இல்லை. நான் உறங்கிவிட்டேன்.

காலை சூரிய வெளிச்சம் வெம்மையாய் மேலே படர்ந்தபிறகே விழித்தேன். திறந்திருந்த ஜன்னல் வழியே தெரிந்த மலைகளின் மேல் மேகங்கள் அங்குமிங்கும் அலைந்துகொண்டிருந்தன.

என் விடுதி இன்னொரு மலை மீது கட்டப்பட்டிருந்தது. சன்னல்களின் மறுபுறம் அதல பாதாளம்.

64

"சார் இவர் நமக்கு தெரிஞ்ச ஆளு" என்று ஆஸ்பத்திரி பணியாள் கூட்டிவந்தவனைப் பார்த்தேன். குள்ளமாக சிறிய உடல் சட்டத்துடன் அலையும் விழிகளுடன் இருந்தான் "நார்த் ஈஸ்ட் இந்தியனா..?தமிழ் தெரியுமா?" என்றேன். "அதெல்லாம் தெரியும் சார். சின்ன வயசிலிருந்தே சுகரு. அதான் இப்படி இருக்காரு" என்றவளைப் பார்த்தேன். "நீங்க?" "அவனோட சம்சாரம்" என்றான் ஆஸ்பத்திரி பணியாள். நான் பரிசோதித்துவிட்டு ஏதோ தோன்றியவனாய் "குழந்தைகள் உண்டா?" என்று கேட்டேன். "அதெல்லாம் கிடையாது சார். ஆசாமிக்கு செல்ப் எடுக்காது" என்று பணியாள் சிரிக்க அந்தப் பெண்ணும் சேர்ந்து சிரித்தாள். நானும் அனிச்சையாக சேர்ந்து சிரித்துவிட்டு சட்டென்று சங்கடமாய் உணர்ந்தேன். "சுகரு கண்ணை பாதிச்சிருக்கு" என்றேன். "கண்ணாடி போடுங்க" என்று எழுதிக்கொடுத்தேன். "இன்னொரு டெஸ்ட் இருக்கு. நாகர்கோயில் போணும்" என்றேன். "இதுக்காக அங்கெல்லாம் போக முடியாது சார். இங்கேயே ஏதாவது பண்ணுங்க" என்று சலித்தாள் அந்த பெண். பிறகு "ஏய் வா" என்று அந்தப் பெண் சொல்ல அவன் மவுனமாக எழுந்து கொண்டான். பணியாளும் அவளும் சிரித்தவாறே பேசிக்கொண்டு முன்னால் போக அவர்கள் பின்னால் ஓட்டமும் நடையுமாக போனான். அவசரத்தில் எதிரே வந்த ஒரு பெண் மீது மோதிவிட்டான், அவள் அவனைக் கடுமையாகத் திட்ட அவர்கள் அதைக் கவனிக்காமல் போய்க்கொண்டே இருந்தார்கள்.

65
The Devil and the priest's assistant

அவருடன் சுமார் இரண்டு வருடங்கள் சுற்றித் திரிந்தேன். அவர் ஒருபக்கம் யோகி. இன்னொரு பக்கம் ஒரு எக்சார்ஸிஸ்ட். கொஞ்சம் மாடர்னான சமீபத்திய மம்முட்டி படத்தில் வந்தது போல ஒரு ஸ்டைலான பேயோட்டி. சித்தர், வாலை வழிபாடு, வராகி பூஜை, சைக்கோ அனாலிசிஸ் என்று குழப்பமான கலவை. பல கேஸ்களை அவரே பேயில்லை நோய் என்று வண்ணாரபேட்டை பைபாஸ் ரோட்டில் இருந்த சைக்கியாட்ரிஸ்ட்டிடம் அனுப்பிவிடுவார். அவர் சில கேஸ்களை இவரிடம் அனுப்புவதுமுண்டு.

"இது நிச்சயமா பொசஷன் தான்" என்றார் அவர். நான் எப்படி சொல்றீங்க என்று கேட்டேன். "பர்ஸ்ட் செஷன்ல பேசிக்கிட்டிருக்கும்போதே பொண்ணு உக்கார்ந்தபடியே அந்தரத்தில மிதந்தது."

எனக்கு மயிர்க்கூச்செறிந்து (அந்தரத்தில் மிதக்கும் பொண்ணா!) அப்படியே திரும்பிவிடலாமா என்று யோசிப்பதற்குள் அந்த வீட்டுக்குள் போய்விட்டிருந்தோம். அதற்கு முன்பு அவ்வளவு அழகான பேய்பிடித்த பெண்ணை நான் பார்த்ததே இல்லை. தரையில் களம் வரைந்து நடுவில் ஒரு குத்துவிளக்கு எரிய அந்தப் பக்கம் அந்தப் பெண். இந்தப்பக்கம் நாங்கள்.

பெண் என் குருவைப் பார்த்து "என்ன திரும்பவும் வந்துட்டியா?" என்றாள். அவர் "நீ போகும் வரை வருவேன்" என்றார். பிறகு சில மந்திரங்களை உச்சரிக்க ஆரம்பித்தார். பெண் கொட்டாவி விட்டபடி "தலைவலிய்யா உன்னோட" என்றாள். பிறகு என்பக்கம் திரும்பி புன்னகைத்தாள். "ஏய் நீ இப்போ என்னோட மாரைப் பார்த்தே!"என நான் திடுக்கிட்டு "இல்லியே" என்றேன். அவள் "ஐ நோ. நீ பார்த்தே" நான் ஏறக்குறைய கண்ணீர் மல்க "இல்லை மேடம். நான் பார்க்கவே இல்லை" என்றேன். அவள் யோசித்து "அப்படியா. அப்ப பார்த்துக்க" என்று சரேலேன்று சேலையைத் தழைத்துக் காண்பிக்க நான் இருந்த இடத்திலேயே ஒன்னுக்கு

போவது போலாகிவிட்டேன். குரு அதைக் கவனித்து "அவளிடம் பேசாதே" என்பது போல் கண்களாலேயே எச்சரித்தார். பெண் "என்ன சொல்றாரு?" என்றாள். நான் பேசாதிருந்தேன். "என்ன பேச மாட்டியா. இதை மட்டும் கேளு. நீ அந்த சந்தான லட்சுமியை மறந்துரு" என்றாள். நான் என்னையும் அறியாமல் "ஏன்?" என்றேன். பேய்ப்பெண் உற்சாகம் பெற்று "அவ உனக்கு செட்டாக மாட்டாப்பா" என்றாள். நான் குருவின் எச்சரிக்கையையும் புறக்கணித்து "ஏன்?" என்றேன் தாபமாக. என்ன இருந்தாலும் இது என் வாழ்க்கைப் பிரச்சினை. பேய் என்னை பரிதாபமாக பார்த்துச் சொன்னது "சொன்னாக் கேளுப்பா. நீயோ ரொம்ப சாப்டு. யார் மாரையும் பார்க்காத ஆளு. அவளானா அடங்காப் பிடாரி. பேய்!"

66
Web of life

யுவன் சந்திரசேகரின் கதைகளை நான் சற்று மிகை மதிப்பீடு செய்வதாக ஒரு நண்பரின் எண்ணம். அவர் யுவனின் கதைகள் மீது சில விமர்சனங்களை வைத்தார். 'அவரது நாவல்கள் உட்பட பலவற்றில் ஒருமை இல்லை. உதிரியாக இருக்கின்றன. அவரால் அவர் பெரிதாக மதிக்கும் இசை அனுபவத்தைச் சரியாக எழுத்தில் கொண்டுவர முடியவில்லை...'

கதைகளுக்கு குறிப்பாக நாவல்களுக்கு ஒருமை அவசியம் என்று E. M. Forster, James wood உட்பட பல விமர்சகர்கள் கருதுகிறார்கள் என்பது உண்மைதான். யுவனின் கதைகளில் இந்த கட்டுமான ஓர்மை குறைவுதான். இசை அனுபவம் பற்றிய அவர் எழுத்தை மதிப்பிட எனது இசை அறிவு குறைவு.

நான் யுவனின் கதைகளை விரும்புவதற்குக் காரணம் அவர் கதைகளில் தொடர்ந்து வரும் ஒரு நொய்மையான மனதின் சித்திரங்களுக்காக.

அவரது குள்ளச்சித்தன் சரித்திரத்தில் ஒரு சம்பவம் வருகிறது.

ஒரு சாமியார் காரில் வருகிறார். ரயில்வே கேட் பூட்டப்பட்டிருக்கிறது. ரயில் வந்துகொண்டிருக்கிறது. அப்போதுதான் கவனிக்கிறார்கள். ஒரு பசுவின் கால் தண்டவாளத்தில் சிக்கிக்கொண்டிருக்கிறது. யாரும் என்ன செய்தும் அதைக் காப்பாற்ற நேரம் இல்லை. சாமியார் கண்களை மூடிக்கொள்கிறார். சடக்கென்று ஒரு முறியும் சப்தம் கேட்கிறது. சாமியார் முகம் வேதனையில் சுருங்குகிறது. அவர் திரும்பிப் போய்விடுகிறார்.

மணற்கேணியில் தான் சந்தித்த கொஞ்சம் பைத்தியக்காரத்தனமான ஒரு ஜப்பானியனைப் பற்றி யுவன் இப்படி எழுதுகிறார். 'அவனுக்கு பட்டாம்பூச்சி மெதுவாக சிறகை திறந்து திறந்து மூடுவதில் ஒரு மரணபயம்தான் தெரிகிறது. உறை ஊற்றிய பால் மோராகத் திரளும்போது வேதனையில் அது முனகுவதை இரவெல்லாம் கேட்டுக்கொண்டு தூங்காதிருப்பவன் அவன்...'

யுவனின் கதைகள் கொண்டுவரும் இதுபோன்ற நொய்மையான மனித மனங்கள் குறித்த உதிரிச் சித்திரங்களே எனக்குப் பிரியமானவை. அவர் கதைகளில் வரும் கிருஷ்ணன் நல்லவனும் அல்ல. கெட்டவனும் அல்ல. நொய்மையானவன். ஒரு உதாரண மிடில் க்ளாஸ் தன்மை.

இன்னும் கொஞ்சம் விளக்குகிறேன்.

இன்று முகரம் விடுமுறையானதலால் மாடியில் படுத்துத் தூங்கிக் கொண்டிருந்தேன். திடீரென்று விழிப்பு தட்டியது. மொட்டை மாடியில் நல்ல காற்று வீசிக்கொண்டிருந்தது. மழையும் இல்லை. வெயிலும் இல்லை. சில நேரம் மாலைகளில் அங்கு போய் அமர்ந்திருந்ததுண்டு. பகலில் எப்போதும் இல்லை. எனக்கு எதுவோ தோன்றி குளச்சல் போர் பற்றிய ஒரு புத்தகத்தை எடுத்துக்கொண்டு அங்கிருந்த இணைத் தென்னை மரங்களுக்கு கீழ் நிழலில் அமர்ந்து படிக்க ஆரம்பித்தேன். என் மனம் புத்தகத்தில் ஆழவில்லை. மனம் ஜெயகாந்தன் எழுதிய

தென்னங்கீற்று ஊஞ்சலிலே
தென்றலில் நீந்திடும் சோலையிலே
சிட்டுக்குருவி பாடுது
தன் பெட்டைத் துணையைத் தேடுது

என்ற திரைப்பாடலை எழுப்பிக்கொண்டு வந்தது. வாய் அதன் ஹம்மிங்கை முனகிக்கொண்டிருந்தது.

சட்டென்று கண் விழித்தேன். ஒருவர் தென்னை மரத்தில் மெஷின் துணையுடன் ஏறிக்கொண்டிருந்தார்.

என்னைப் பார்த்துப் புன்னகைத்தார். நானும் புன்னகைத்தேன்.

“காய் பறிக்கப் போறிங்களா?”

“இல்லே. ஓனர் இரண்டு தென்னையையும் வெட்டச் சொல்லிட்டாங்க.”

எனக்கு அவர் சொன்னது உறைப்பதற்குள் அவர் மஷின் ரம்பம் கொண்டு மரத்தை வெட்டித் தள்ள ஆரம்பித்துவிட்டார். பத்து நிமிடம் இருக்கலாம். இரண்டு மரங்களும் துண்டு துண்டாய் அறுபட்டு வீழ்ந்தேவிட்டன.

நான் பதற்றத்துடன் கீழே ஓடிவந்துவிட்டேன். என் கைகள் நடுங்கின. கண் தளும்பிற்று. என் மனம் என்னென்னவோ நினைத்துக் குமைந்தது.

இன்று பார்த்து நான் பார்க்க இது ஏன் நிகழவேண்டும்? நான் ஏன் திடீரென உறக்கத்திலிருந்து விழித்து அந்த மரங்களுக்கடியில் போய் இல்லாத வழக்கமாய் பகலில் அமர்ந்துகொண்டேன்? அந்த மரங்கள் தங்களை நெருங்கும் அபாயத்தை உணர்ந்து என்னிடம் உதவி கேட்டனவா? அல்லது கடைசியாக ஒருமுறை எங்கள் நிழலில் அமர்ந்துகொள் என்று பிரியாவிடை தந்தனவா? அல்லது நான் ரொம்ப தன் மையமாக சிந்திக்கிறேனா?

நான் இன்னமும் கேட்கும் அந்த இயந்திர ரம்பங்களின் இரைச்சல் மீதாக என் காதுகளைப் பொத்திக்கொண்டேன். குள்ளச்சித்தன் சரித்திரத்தில் வரும் சாமியார் நான்தான் என்று நினைத்துக்கொண்டேன். நீண்ட நாட்கள் நிறுத்தியிருந்த என் மனப்பதற்றத்துக்கான மாத்திரைகளைத் தேட ஆரம்பித்தேன்.

67
மழைப்பாடல்

இங்கு மழை அடித்துப் பெய்கிறது. மழை எப்போதுமே பழைய மழைகளின் நினைவுகளை கொண்டுவருகிறது. நீங்கள் பார்த்த முதல் மழை நினைவிருக்கிறதா? எனக்கு நினைவிலிருக்கும் முதல் மழை சென்னைக்கு அருகிலிருக்கும் பொன்னேரி என்ற ஊரில் அப்பா வேலையிலிருந்தபோது கண்ட மழை. இரவில் கதவுக்கு வெளியே ஒரு கடல்பறவை கத்துவது போன்ற அதன் ஓசை.

அடுத்த மழை நெல்லையில் ஆலங்குளம் என்ற ஊரில் இருந்தபோது நாங்கள் இருந்த ஓட்டு குவார்ட்டர்சை துளைத்துக்கொண்டு உள்ளே வந்த மழை. வீட்டுக்குள் ஒரு கட்டிலைத் தவிர தண்ணீர் தொடாத பகுதியே இல்லை. வீடு முழுவதும் எல்லா பாத்திரங்களிலும் தண்! தண்! என்ற ஒலியுடன் சொட்டிக்கொண்டிருந்த அதன் நாட்டியம். வெளியே ஓ! என்ற அதன் ஓங்காரம். நான் அப்பாவுடன் கட்டிலில் ஒடுங்கிப் படுத்துக்கொள்ள அம்மா ஒரு மேசையின் மீது படுத்துக்கொண்டவாறே கயிறு மூலம் தொட்டிலை ஆட்டிக்கொண்டிருந்தாள். அப்பா கவலையுடன் வானொலியில் கரகரக்கும் வானிலைச் செய்திகளைக் கேட்டது நினைவிலிருக்கிறது. "அடுத்த இருபத்தி நாலு மணி நேரத்தில் தென் தமிழகத்தில் இடியுடன் கூடிய மிக பலத்த மழை பெய்யக்கூடும். தாழ்வான பகுதிகளில் வசிப்பவர்கள்..."

ஒரு முறை பாருகுட்டிக்காக அவள் வீட்டில் காத்திருந்த சமயம் அவள் எங்கோ போய்விட்டு மழையில் முழுக்க நனைந்தபடி வந்தாள். "எங்காவது நின்று வரக் கூடாதா? எதற்கு இப்படி மழையில் வருகிறாய்?" என்றேன். அவள் "நனைவதற்குத்தான்" என்றாள். பிறகு கிட்டே வந்து அவள் புறங்கையை என் முகத்தின் முன் நீட்டினாள்.

"மழையோட சுகந்தம் உனக்கு பிடிக்காதா?"

நான் தளர்ந்து "பிடிக்கும். ஆனால் பனி வரும்."

அவள் "வரட்டே" என்று உள்ளே போனாள். ஆடை மாற்றிக்கொண்டு "இந்தா நல்ல கட்டன் காப்பி. குடி சூடுண்டு" என்று வந்தாள். நான் அவள் தளரவிட்டிருந்த கூந்தலை எடுத்து முகர்ந்தேன் "ம்ம். நீ பறஞ்சது சரி. பெண்களின் கூந்தலுக்கு எப்போதும் ஒரு புதுமழையின் மணம் உண்டு. நீங்கள் அதை நிலைப்படுத்தத்தான் என்னென்னவோ செய்கிறீர்கள். இல்லையா."

அவள் "ம்ம்ம். எடோ ஷேக்ஸ்பியரே மழை குறிச்சி ஒரு பாட்டு பாடு" என்றாள்.

"பாட்டா? என் குரலின் கம்பீரம் நீ அறியுமல்லோ?"

"நீ தாசேட்டன் அல்ல என்னு எனக்கு அறியாம். எங்கிலும் பாடு."

நான் யோசித்து "you look like rain look like rain" என்று Morphine பாடல் ஒன்றை பாடினேன்.

"ஷேக்ஸ்பியர் என்றதும் ஏமான் இங்கிலந்துக்கே போயோ? ஒரு தமிழ் அல்லது மலையாளப் பாட்டு பாடடோ. இது ஒரு மலையாள மழை அல்லே?"

"தமிழ்மழையா? மலையாள மழையா?"

"பாஷாயுத்தம் வேண்டா. ஏதெங்கிலும் பாஷையில் மழையைக் குறிச்சி ஒரு பாட்டு" என்றாள். "என்னைக் குறிச்சிம்..."

நான் சற்றே நெகிழ்ந்த ஆடையுடன் மழை வாசனையுடன் ஜன்னல் விளிம்பில் அமர்ந்தபடி ஆவி எழும்பும் காப்பிக் கோப்பையுடன் மழையை ரசித்துக்கொண்டிருந்த அவளைப்பார்த்தபடி இந்த பாட்டை பாடினேன்.

"புதுமழையாய் பொழிவேன்.
தேனைப்போல நான் பாடுவேன்"

68

ஆன்மாவின் உயரங்கள்

நடிகர் ‘மேள ரகு’ மறைந்துவிட்டார் என்று இப்போது தான் அறிந்தேன். கே வி ஜார்ஜின் படங்களில் இங்கு அதிகம் பேசப்படாத படங்களில் ஒன்று.

‘மேள’ சர்க்கஸை வைத்து மலையாளத்தில் பல படங்கள் வந்துள்ளன. மேள, தம்பு, ஜோக்கர் போன்ற படங்கள் முக்கியமானவை. தமிழில் பறக்கும் பாவை மட்டுமே எனக்கு நினைவிலிருக்கிறது. பிறகு அபூர்வ சகோதரர்கள். சர்க்கஸ்களில் நாம் நிறைய மலையாளிகளைக் காணலாம். நாட்டை விட்டு ஓடிப்போய் சர்க்கஸிலோ ராணுவத்திலோ கப்பலிலோ சேர்ந்துவிடுவது மலையாளிகளிடையே ஒரு வழக்கமாக இருந்திருக்கிறது. இன்றும் மலையாளிகள் தங்கள் சொந்த நாட்டைவிட்டு எங்கெங்கோ ஓடிக்கொண்டுதானிருக்கிறார்கள். கேரளத்தின் கம்யூனிசம் முதலாளித்துவ, அரசுரிமை நாடுகளில் லட்சக்கணக்கான மலையாளிகள் முதுகெலும்பு வளைத்து உழைக்கும் காசில் விளம்பும் பந்தியே.

மேள படத்தின் விசேடம் அதில் மம்முட்டி நடித்திருந்தாலும் அவர் அதன் கதாநாயகன் அல்ல என்பதே. உருவத்தில் குள்ளனும் சர்க்கஸில் ஜோக்கருமான ரகுவே அதன் கதாநாயகன். இங்கு இது போன்ற பரீக்ஷார்த்தங்கள் சிந்திக்கப்படவே கூட செய்யப்படாது. ஒருவேளை செய்யப்பட்டாலும். குள்ளனாகவும் அந்தகனாகவும் நடிக்க ஏன் ஒரு ஒடுக்கப்பட்ட தலித்தாக நடிக்கவும் கூட சூப்பர் ஸ்டார்கள்தான் தேவைப்படும் என்பதே தமிழின் ஆபாச யதார்த்தம்.

உருவத்தில் குள்ளனான கோவிந்தன்(ரகு) உயரமானவர்களின் உலகத்துக்குள் புக முயன்று தோற்று மடிந்து போவதன் கதையே மேள. விடுமுறைக்கு ஊருக்குச் சென்ற சர்க்கஸ் ஜோக்கர் கோவிந்தன் சாரதா என்கிற பெண்ணை மணம் முடித்துக்கொண்டு திரும்பவும் அவன் வேலை பார்க்கும் சர்க்கஸுக்கு அழைத்து வருகிறான். ஒற்றையாய் இருந்தவரை உயரமானவர்கள் உலகில்

அவன் தானொரு கோமாளிதான் என்பதை மனதளவில் ஒப்புக்கொண்டு வாழப்பழகி இருந்தான். ஆனால் அதன் பிறகு... ஒரு ஹோட்டலில் அவன் தவறி விழும்போது எல்லோரும் சிரிக்க அவன் மனைவியும் சேர்ந்து சிரிக்கும்போதுதான் அவன் அகத்தில் ஒரு கீறல் விழுகிறது. அவனால் பெரும்பான்மை உலகம் இயல்பாக வாழும் ஒரு வாழ்க்கையை எவ்வளவு முயற்சி செய்தும் வாழவே முடியாது என்று உணர்கிறான். சாரதாவிடம் "எல்லோரும் சிரிக்கட்டும். ஆனால் நீ சிரிக்கும்போது மட்டும் என்னால் தாங்க முடியவில்லை" என்கிறான்.

பாருகுட்டிக்கு இது போன்ற பெரும்பான்மை ஜனத்திரளுக்கு வெளியே வாழ்கிற நிறைய பேர்களுடன் பழக்கம் உண்டு. அவர்களுக்காக சிறிய சிபாரிசுகளுடன் வருவாள். குள்ளர்கள், உடலெங்கும் கொழுப்புக் கழலைகள் தொங்குகிறவர்கள், தலையில் நீக்க முடியாத பெரிய கட்டிகளைச் சுமந்து திரிபவர்கள், ஒரு தூண் போன்ற விகாரமான ஆனைக்காலைத் தூக்கிக்கொண்டு நடக்கிறவர்கள்... இதற்காக நான் அவளை வெறுத்தேன். என்னால் அவர்களுடன் இயல்பாக பேச முடியவில்லை என்பது ஒரு காரணம். இன்னொரு காரணமும் உண்டு. நான் எவ்வளவு கவனமாக பேசினாலும் அவர்களின் உடற்குறையை ஏதோ ஒருவிதத்தில் என் அகம் உரையாடலில் கொண்டுவந்துவிடுவதை பதற்றத்துடன் உணர்ந்தேன். பிராய்டியன் ஸ்லிப் என்பது போன்ற ஒரு செய்கை. எனக்குள் இப்படிப்பட்ட ஒரு குரூரமான கீழ்மையான நபர் ஒருவன் இருந்ததையே நான் அதுவரை அறிந்திருக்கவில்லை. அது எனக்கு அதிர்ச்சியாக இருந்தது. வெட்கமும் நாணமும் என் மேலேயே வெறுப்பும் கொண்டேன்.

ஆனால் அவர்கள் அதை பெரிதாக எடுத்துக்கொள்ளவில்லை. பாருகுட்டி உன் அகத்தில் அவர்கள் நிலை குறித்த அச்சமும் அதிர்ச்சியுமே இவ்வாறு வெளிப்படுகிறது என்று சொன்னாள். இதுபோன்ற நிலை நமக்கு வந்துவிட்டால்? என்று உன் உள்போதம் யோசித்து அச்சம் கொள்கிறது என்றாள் அவள். உனக்கு இந்த அச்சம், விலக்கம் தோன்றியதில்லையா என்று கேட்டேன். அவள் சிரித்தாள். "நானும் ஒருவிதத்தில் இவர்கள் போலத்தானே. இல்லையா? மிக அருகில் இருந்தும் நான் போக முடியாத இடங்கள் அறைகள் இந்த பூமியில் தாராளம் எனக்கும் உண்டல்லவா?"

❖❖❖

69
ஸ்மாரகம்

இந்த காலகட்டத்தில் இலக்கியம், இசை, அரசியல், தத்துவம், தனி மனித உறவுகள், நட்பு, காதல் போன்ற எல்லாவற்றின் மீதும் இருந்த எனது *innocence*, வியப்பு உதிர்ந்துவிட்டதை உணர்கிறேன். எல்லாவற்றின் மீதும் பழகியதின் நாற்றம் இருப்பதை ஸ்பர்சிக்கிறேன். வீட்டின் ஏதோ ஒரு மூலையில் ஈரமான ஒரு பழைய கந்தைத் துணி கிடந்துகொண்டே இருப்பதைப் போன்ற உணர்வு. பாருகுட்டியிடம் ஒரு தடவை "நீ உண்மையில் மறு நாளில் என்ன புதிதாக நல்லதாக நடந்துவிடும் என்ற நம்பிக்கையில் உறங்குகிறாய்?" என்று கேட்டிருக்கிறேன். குரூரமான கேள்வி. நாளை என்பது மற்றுமொரு நாளே என்று நம் ஜி. நாகராஜன் சொன்னதின் மூலம் *Gone with the wind* நாவலில் ஸ்கார்லட் ஹாரா சொல்வது. "*After all tomorrow is another day!*"

ஆனால் ஸ்கார்லட் ஹாராவின் நம்பிக்கை தொனி நாகராஜனிடம் கிடையாது. நான் நாகராஜன் வாரிசு. பாரு குட்டி ஒரு ஸ்கார்லட்.

உண்மையில் பாருகுட்டியின் வாழ்க்கை என் வாழ்வை விட பல மடங்கு தீவிரமும் துயரங்களும் நிரம்பியது. நம்பிக்கை இழப்புகளுக்கு இடம் கொடுக்கக் கூடியது. அவள் எப்படி சலிப்படையாமல் இருக்கிறாள்?

அவள் "நான் எப்போதும் என் முதல் தருணங்களை நினைவில் வைத்திருப்பேன்" என்றாள் "அச்சன் முதல் முதலில் என்னை தோளில் வைத்து பஜாருக்கு அழைத்துப் போனது, வள்ளத்தில் அம்மாவுடன் போனது, நான் பார்த்த முதல் சர்க்கஸ், அதில் கரடி சைக்கிள் ஓட்டிப் போனது எல்லாவற்றையும் நினைவில் வைத்திருப்பேன். நினைவு என்றால் வெறும் நினைவுகளாக மட்டுமல்ல. முதல் நினைவுகளின் ஆச்சர்யங்களையும்" என்றாள். "நீ உன் துயரங்களின் அதிர்ச்சிகளை மட்டுமே நினைவு வைத்திருக்கிறாய்" என்றவள் என் கண்களை ஆழப் பார்த்தாள். "உனக்கு நீ முதல் முதலாக என்னிடம் உன் சினேகத்தைத்

தெரிவித்தது நினைவிருக்கிறதா?" என்றாள். நான் சலித்து "இருக்கிறது" என்றேன்.

அவள் "அப்போது நீ சொன்ன வார்த்தைகள் அல்ல. அப்போது நீ அணிந்திருந்த ஷர்ட் நிறம், பருவ நிலை, அதன் பிறகு நீ சாப்பிட்டது, பார்த்த பொருட்கள், வாசனைகள், கேட்ட ஒலிகள், ஒளியின் சாய்வு, பாட்டு இவை எல்லாம் நினைவிலிருக்கிறதா?" என்றாள். நான் "இல்லை" என்றேன்.

அவள் பெருமூச்செறிந்து "எனக்கு இருக்கிறது" என்றாள்.

70
நிறுத்தம்

"ஹைகிரவுண்டு போகும்லே?" என்ற கேள்விக்கு மட்டும் பதில் சொல்லிவிட்டு புத்தகத்தில் ஆழ்ந்தேன்.

"குழந்தைகள் சிறப்பு வார்டு பழைய கட்டடத்தில இறங்கணுமா? புது கட்டிடத்துக்குப் போகணுமா?"

"தெரியாதுங்க."

நான் அவர்களைப் பார்ப்பதை வலுக்கட்டாயமாக தவிர்த்தேன். இவற்றையெல்லாம் பார்க்க ஆரம்பித்தால் அந்த நாள் முழுக்கவே நாசமாகிப் போய்விடும். நம்மால் சரி பண்ணமுடியாத எந்த துயரத்துக்குள்ளும் நாம் இறங்கக் கூடாது.

ஆனால் பக்கத்திலிருப்பவர்களை எப்படி கட்டுப்படுத்துவது?

"பாப்பாவுக்கு என்ன வயசு? தூக்கியே வச்சிருக்கீங்களே!"

"பனிரெண்டு. நட்டமா உட்கார முடியாது."

"ஏன் என்னாச்சு?"

நான் பல்லைக் கடித்தேன். கவனத்தைக் காதுகளிலிருந்து அகற்றமுயன்றேன்.

இதோ வெளியே இளமுலைகள் துள்ள ஒரு காலேஜ் பெண் போகிறாள். அவளைப் பார்.

"திடீர்னு பள்ளிக்கூடத்திலிருந்து மயங்கி விழுந்துட்டான்னு தூக்கி வந்தாங்க. காலையிலே சிரிச்சிக்கிட்டே போன பொண்ணு. அன்னிக்கு ஏதோ டான்ஸ் போட்டில கலந்துக்கப் போறேன்னு ஆர்வமாப் போனா."

நான் ஓடுகிற பேருந்தை நிறுத்திக் குதித்துவிடலாமா என்று நினைத்தேன்.

"டாக்டர்கள் என்ன சொல்றாங்க?"

"ஒவ்வொருத்தரும் ஒவ்வொன்னு சொல்றாங்க. இதுவரை எட்டு லட்சம் ரூபா ஆச்சி. பாம்பேல டாட்டா ஆஸ்பத்திரிக்குக் கூட்டிட்டு போகச் சொல்றாங்க. என் கிட்டே சல்லி பைசா இல்லே. கடவுள் விட்ட வழின்னு இங்கே வந்திருக்கேன். போட்டு. இவ வந்த பிறகுதான் இந்தக் காசு பணம்லாம் வந்துது. இப்போ இவளுக்காகவே போகுது."

அவர் தன் மகளின் நோய்க்கூறுகளை விவரிக்க விவரிக்க எனக்கு அது ஒரு குணப்படுத்த முடியாத நோய் என்பது ஊர்ஜிதமானது. என் பதற்றம் கூடியது

ச்சே. இந்த நாள் இனி அவ்வளவுதான். மனம் நைந்துகொண்டே இருக்கும்.

பாளை பஸ் ஸ்டாண்டில் ஒரு பஞ்சுப் பொம்மைகள் விற்பவன் ஏறினான். பல்வேறு சிரிக்கும் மிருகங்களின் பஞ்சு பொம்மைகள்.

தகப்பன் எவ்வளவு என்று விசாரித்தான். "நூறு ரூபாயா! வேணாம்."

அந்தக் குழந்தை ஏதோ முனகியது. அதை குழந்தையின் தாய் அதட்டுவது கேட்டது.

"நான் வேணா பாப்பாவுக்கு வாங்கித் தரட்டா?"

நான் அதிர்ச்சி அடைந்தேன். என்னையும் அறியாமல் நான் தான் அதைச் சொல்லியிருந்தேன்.

தகப்பன் என் பக்கம் திரும்பி என்னைக் கூர்ந்து பார்த்துவிட்டு "வேணாங்க" என்றான்.

அதன்பிறகு பேருந்துக்குள் யாரும் பேசவில்லை.

நான் எனது நிறுத்தத்துக்கு முன்பே இறங்கி என் வீட்டுக்கு நடக்க ஆரம்பித்தேன்.

71

சாமுண்டி

பாருகுட்டி சொல்லவில்லை. மூன்றாம் நபர் மூலம் கேள்விப்பட்டேன். அவளிடம் "அந்த சட்டாம்பி கோவிந்தன் உன்னை பஸ் ஸ்டாப்பில் வைத்து ரொம்பத் தொந்திரவு செய்து அவமானப்படுத்தினானாமே?" என்றேன். அவள் மவுனமாக இருந்தாள். "என்னிடம் ஏன் சொல்லவில்லை?"அவள் மீண்டும் மவுனமாக இருக்கவே "என்னிடம் ஏன் சொல்லவில்லை?" என்று திரும்பவும் கேட்டேன். அவள் "உன்னால் என்ன பண்ண முடியும்? ஊரே நடுங்கும் சட்டாம்பி அவன். இங்குள்ள சி ஐ அவனைப் பார்த்துக் குழைகிறான்"என்றாள். "நீ உன் மனதை வருத்திக்கொள்வாய் என்றுதான் சொல்லவில்லை" நான் தளர்ந்தேன். உண்மைதான். அவனை நான் ஒன்றும் செய்யமுடியாது. "அப்படியானால்?" என்றேன். "இதை அப்படியே விட்டுவிட வேண்டியதா? இவன் போன்றவர்கள் ஒருமுறை நம்மை கீழ்ப்படுத்துவதோடு நின்றுவிட மாட்டார்கள். மனித நிண ருசி கண்டுவிட்ட கடுவாய் போன்றவர்கள் இவர்கள். மலை விட்டிறங்கினால் திரும்பப் போக மாட்டார்கள்."

அவள் "கரிக்ககம் ரத்த சாமுண்டியிடம் சொல்லியிருக்கிறேன். திக்கற்றவர்க்குத் தெய்வமே துணை" என்றாள். நான் "தெய்வம்!" என்றேன். கரிக்ககம் திருவனந்தபுரம் அருகிலிருக்கும் ஒரு கோவில். பால சாமுண்டி, ரத்த சாமுண்டி என்று இரண்டு தெய்வங்கள் உண்டு. அருகிலேயே நாகர் காவு. அங்கே இருபது ரூபாய் கொடுத்து உங்கள் ஜன்ம நட்சத்திரமும் சொன்னால் உங்களுக்காக புள்ளுவன் பாட்டு வாசிப்பார்கள். நானும் போய் அங்கு நின்றுவிட்டு வந்தேன். பாதி நம்பிக்கையும் அவ நம்பிக்கையுமாய்.

அதன்பிறகும் ஒரு நாள் அவன் அவளைத் தெருவில் நிப்பாட்டி வம்பு பேசியதாக அறிந்தேன். அவளுடைய ரத்த சாமுண்டி!நான் என் கோபத்தை என்ன செய்வதென்று தெரியாமல் குடித்தேன். குடித்துவிட்டுச் சரியாகச் சாப்பிடாமல் அல்சர் வந்துவிட்டது. ஒரு நாள் ரத்த வாந்தி எடுத்தேன். பாறசாலையில் ஒரு ஆஸ்பத்திரியில் அட்மிட்டாகிக் கிடந்தேன். யாருக்கும் சொல்லவில்லை.

பாருகுட்டியின் எந்த அழைப்பையும் எடுக்கவில்லை. அங்கிருந்த நர்ஸ் “உங்களுக்கு யாரும் இல்லையா யாரும் இல்லையா” என்று கேட்டு உயிரை வாங்கிக்கொண்டிருந்தாள். நான் அவளிடம் “எல்லாவற்றுக்கும் பணம் தருகிறேன். ஒருவேளை நான் செத்துப் போய்விட்டால் தூக்கிப்போடுவதற்குக் கூட. இந்த சல்லியத்தை விட்டுவிடு” என்றேன். அல்சர் டாக்டரின் சிகிச்சைக்கு உடன்பட மறுத்தது. அவர் மாற்றி மாற்றி மருந்துகளைப் பிரயோகித்துக்கொண்டிருந்தார்.

வெளியே செலுத்த முடியாத கோபம்தான் என் குடலைத் தின்கிறது என்பது எனக்குப் புரிந்தது. அவரிடம் சொல்லவில்லை. சொல்லி என்னாகும்? என் கையாலாகாத்தனம் உலகத்தில் இன்னும் சிலருக்கு வெளிச்சமாகும்.

ஒரு நாள் மாலை ரொம்ப மனம் தளர்ந்து போய் ஆஸ்பத்திரி மொட்டைமாடியில் போய் நின்றேன். ச்சே!பிரியமானவர்களுக்கு ஒரு இடர் நேரும்போது காப்பாற்ற முடியாதவன் என்ன ஒரு ஆண்! என்று தோன்றியது. அந்த ஆஸ்பத்திரியில் இன்னமும் கட்டிட வேலைகள் நடந்துகொண்டிருந்தன. மேலே காப்புச் சுவர் கட்டாமல் விட்டிருந்தார்கள். கம்பிகள் நீட்டிக்கொண்டிருந்தன. அங்கிருந்து பார்க்க நகர மாந்தர்கள் மினியேச்சர் பொம்மைகள் போல் தோன்றினார்கள். நான் இன்னும் நெருங்கி கீழே பார்த்தேன். இன்னும்... இன்னும்... இன்னும் ஓரடி... எனும்போது அவனைப் பார்த்தேன்.

அவன் அங்கு எப்படி எதற்கு வந்தான் என்று தெரியவில்லை. மொட்டை மாடியின் மறுமூலையில் இதே போல் விளிம்பில் நின்றுகொண்டு யாரிடமோ உற்சாகமாக போனில் பேசிக்கொண்டிருந்தான். உற்சாகத்தின் போதையில்தான் விளிம்பை நோக்கிப் போயிருக்கவேண்டும். அந்தக் கருக்கல் வெளிச்சத்திலும் அவனை அடையாளம் கண்டுகொள்வதில் சிரமம் இருக்கவில்லை எனக்கு. கடந்த மூன்று மாதங்களாக என் நினைவிலும் கனவிலும் புழுதியில் என்னைத் தள்ளிச் சவட்டிக்கொண்டிருந்த உருவம் அல்லவா!

நான் அவனை மெதுவாகப் பின்னிருந்து நெருங்கினேன். ஒவ்வொரு அடியாய் வைத்து. பூனை போல. ஏதோ ஒரு கட்டத்தில் அவன் பேசிக்கொண்டே திரும்பினான். வேகமாக சாய்ந்துகொண்டிருந்த பகலொளியின் சாய்வில் என் உருவம்

அவனுக்கு ஒரு நிழலாகத்தான் தெரிந்திருக்கும். இருந்தாலும் அவன் "யார்?" "என்ன?" என்று உளறியது என்னைப் பார்த்தல்ல என்று தோன்றியது,நான் குழப்பத்துடன் என் பின்னால் திரும்பிப் பார்த்தபோது அவன் என்னை ஓரமாகத் தள்ளிவிட்டு இறங்கி ஓடிப்போனான். அவன் பின்னால் கனமான ஒரு சதங்கையொலியும் இறங்கிப் போவது போல் எனக்குக் கேட்டது என்னுடைய பிரமையாகவே இருக்கலாம்.

ஆனால் அதற்குப் பின் அவன் பாருகுட்டியைத் தொந்திரவு செய்யவில்லை. ஊரைவிட்டே போயும் விட்டான்.

72
மயிரான்

"ஆசாமி பெயர் வெல்லச்சாமியார்" என்றான் நண்பன். "பெயர் எப்படி வந்தது என்று தெரியாது. ஊரிலே பாதி பேர் இப்படி எங்கிருந்தோ வந்து போகிறவர்கள்தான். வெளி நாட்டிலிருந்து வந்து போகிறவரும் உண்டு. தங்கி விடுவதும் உண்டு. பாதி பேருக்குப் பேர் வியாபாரிகள் கொடுப்பதுதான்."

அவ்வாறு அறிமுகப்படுத்தப்பட்ட ஆளைப்பார்த்தேன். வெல்லம் என்றால் மண்டவெல்லம் என்பார்களே அப்படி இருந்தார். ஆசாமி உருண்டுதான் செல்வதுபோல் தோன்றியது. அச்சு வெல்லத்தின் கெட்டி இனிப்பு ஒரு குழந்தையின் மண்டை போலிருக்கும் வெல்லத்தில் பொதுவாக இருக்காது. ஆகவே எனக்குப் பிடிக்காது. எனக்கு எல்லாமே சரியான ஒழுங்கான வடிவில் இருக்கவேண்டும். "சாமி ஒரு கடைக்குள் ஏறினால் யாரிடமாவது பேசினால் அவன் அதிர்ஷ்டசாலி என்கிற கதை உண்டு" என்றான் நண்பன்

"வழக்கமான கதை" என்றேன் நான். "பல நேரம் அந்தச் சாமியாரே கட்டிவிட்டதாய் இருக்கும்."

இவ்வாறு பேசிக்கொண்டிருக்கும்போதே ஒரு பெண் வந்து அவனிடம் ஏதோ ஒரு பொருளின் விலை கேட்டாள். பேரம் பேசினாள். கூடத்தில் மாட்டக்கூடிய ஒரு ஆனைமுகப்படம். இருவரும் விலை பேசிக்கொள்வது ஒரு பாலே நாட்டியம் போலிருந்தது. அவள் போனவுடன் "இவள் வாரத்தில் எப்படியும் இரண்டு நாள் இப்படி வந்துவிடுகிறாளே?" என்றேன் "எதையும் வாங்குவதில்லை" அவன் சிரித்தான். "பாவம்" என்றான். "இல்லாத குறைதான்."

மறு நாள் அந்தப் பெண் வரவில்லை. ஆனால் வெல்லச்சாமியார் கடைக்குள் வந்துவிட்டார். வந்து அந்தப் பெண் விரும்பிய அதே பொருளை எடுத்து "இதன் விலை என்ன?" என்று கேட்டார்.

என்னைப் பார்த்து.

நண்பன் வேகமாக வந்து "நீங்க எடுத்துக்கோங்க சாமி" என்றான்.

அவர் அவனைப் புறக்கணித்து என்னிடம் "நீ விலை சொல்!" என்றார்.

நான் அந்த விளையாட்டை ஆடத் தீர்மானித்து "ஆயிரம் ரூபாய்!" என்றேன். நண்பன் மூச்சு திகைத்து நிற்பது கேட்டது. அதன் விலை அதிகபட்சம் ஐம்பதாக இருக்கலாம்.

அவர் தன் வேஷ்டியில் மடித்து வைத்திருந்த கசங்கிய நோட்டுகளை எடுத்து நீட்டினார். நான் வாங்கி எண்ணிப் பார்த்தேன். சரியாக ஆயிரம் ரூபாய்கள்.

பொருளை நண்பன் பொதிந்து கொடுத்தான். போகும்போது அவர் என்னிடம் "பெர்க்லியும் பெட்ராண்ட் ரசலும் படித்துவிட்டால் பெரிய மயிரானோ?" என்றார். "எல்லாம் அம்மை கொடுக்கும் பாலில் அன்பு என்று ஒரு பொருள் உண்டா என்று மைக்ரோஸ்கோப்பில் தேடும் பயல்கள்!" என்றார்

நான் அடுத்த நாள் ஊருக்கு வந்துவிட்டேன். கொஞ்ச நாள் அதைப் பற்றி நினைத்துக்கொண்டிருந்தேன். நண்பன் எனக்கு கெட்டதாகவோ நல்லதாகவோ எதுவோ பெரிதாக நடக்கப்போகிறது என்று பயந்துகொண்டிருந்தான்.

அப்படி எதுவும் நடக்கவில்லை.

ஆனால் வேறு ஒன்று நடந்தது. இதற்குத் தொடர்புடையதா தெரியவில்லை.

அந்தப் பெண்ணை சிலகாலம் கழித்து அவள் கணவன் சந்தேகப்பட்டு குளத்தில் தள்ளிக் கொன்றுவிட்டான்.

73
தும்மல்களும் மீன்களும்

அப்பா காலையில் எழுந்ததும் சண்டமாருதமாய் தும்முவார். சண்டமாருதம் என்றால் என்னவென்று எனக்கு ஒரு குன்சாய்தான் ஐடியா இருக்கிறது. பாரதியார் இவ்வார்த்தையைப் பயன்படுத்துகிறார். குன்சு என்றால் என்னவென்றும்தான்.

ஒரு நீராவி ரயில் ஸ்டேஷனை விட்டுக் கிளம்பும் முன்பு பல்வேறு பெருமூச்சுகளை வேகமாகத் துப்பும் அல்லவா? அது போல்தான். அவரது மூக்கு அன்றைய நாளுக்குத் தன்னைத் தயார் செய்துகொண்டது. சில சமயம் இந்தத் தும்மல்கள் மிகப்பலமாக அடிக்கடி கட்டிடவேலைகள் நடந்துகொண்டிருந்த அந்தக் காலனியின் காண்டிராக்டர்கள் கவலை கொள்ளும்படியாக அடுத்த வீட்டுக் குழந்தைகளைத் தூக்கிக்கொண்டு அதிகாலையிலேயே அவற்றின் தாய்மார்கள் மருத்துவர்களைத் தேடிபோகும்படியாக இருக்கும். அவரது மொத்த உடலுமே தும்முவதில் ஈடுபட்டுவிடும். சில மிகப்பெரிய தும்மல்களில் அவர் மொத்த உடலும் மாட்டிக்கொள்வதுமுண்டு. யாராவது ஒரு தும்மல் மெக்கானிக் வந்து ஜாக்கி போட்டு அதிலிருந்து அவரை விடுவித்துவிட மாட்டார்களா என்றிருக்கும். தும்மலை நிறுத்த அவர் மருந்து எடுத்துக்கொண்ட நேரங்களில் எல்லாம் அவர் மூக்கு, முகம் எல்லாம் வீங்கி அவர் ஒரு மாபெரும் தும்ம முடியாத தும்மல்களின் பத்தாயம் போல் எல்லோருக்கும் தோன்ற ஆரம்பித்துவிடவே பிறகு அந்த முயற்சிகளை விட்டுவிட்டார். மற்றவர்கள் தினமும் காலையில் ஒரு அரை மணிக்கூறு ஏதோ ஒரு வாத்திய சாதகம் என்று நினைத்துக்கொள்ளவேண்டியதுதான் என்று சொல்லிவிட்டார்.

ஒரு சுபதினத்தில் அப்பாவின் பல்வேறு விஷயங்களைப் போலவே இந்தத் தும்மல் சாதகமும் எனக்கு வந்து சேர்ந்தது. ஏறக்குறைய அதே நேரத்தில்தான் பாருகுட்டியின் தொடர்பும் எனக்கு வந்து நேர்ந்தது என்று இப்போது நினைத்துப் பார்க்கையில் இதில் எதுவும் ஃப்ராய்டியன் கோணம் உள்ளதா என்று யோசிக்கத்

தோன்றுகிறது. அப்பாவுக்கும் அம்மா நெடு நாள் சந்தேகப்பட்டது போல இதைப்போல் ஒரு நட்புதான் தும்மலைக் கொண்டுவந்ததா?

ஆரம்ப காலங்களில் பாருகுட்டிக்கு இந்த தும்மல் ஒரு தொந்திரவாய் இருந்ததில்லை. "தஞ்சாவூரில் கொஞ்ச நாட்கள் நாங்கள் இருந்தபோது பக்கத்துவீட்டுப் பையன் என்னை எழுப்ப இதுபோல் கொட்டு அடிப்பான்" என்றாள். நான் 'அது மிருதங்கம்' என்று சொல்லி எனது அறிவு மேல் நிலையை ஸ்தாபித்துக்கொண்டேன்.

ஆனால் ஒரு நாள் காலையிலேயே எழுந்து நான் இப்படி அசுரத்தும்மல் பண்ணிக்கொண்டிருந்தபோது பாருகுட்டி வெளியிலிருந்து சண்டை மாருதமென வீட்டுக்குள் வந்தாள். "உன்னால் எனது வாளி கிணற்றுக்குள் விழுந்துவிட்டது!" என்றாள்.

நான் தும்மல்களின் நடுவே "புதிது வாங்கிக் கொள்ளலாம்!" என்றேன்.

"புதிது! எல்லாவற்றுக்கும் இப்போது புதிய மாற்று கிடைத்துவிடுகிறது. இல்லையா?" என்றாள். "நான் தொலைந்துவிட்டால் கூட நீ தேடாமல் ஒரு புதிது வாங்கிவிடுவாய்!"

என் தும்மல் தானாகவே நின்றுவிட்டது. "ஒரு வாளிக்கா நாட்டில் பஞ்சம்?"

"அது என் அம்மாவுடையது. குடும்ப வாளி."

நான் "குடும்ப விளக்கு, குடும்ப நாவல் கேள்விப்பட்டிருக்கிறேன். இதென்ன குடும்ப வாளி?"

அவள் அதற்குப் பதில் சொல்லாமல் "பறவைக்காவது ஒரு கூடு இருக்கும். மீனுக்கு நீந்துகிற இடமெல்லாம் வீடுதானே?" என்றாள். எனக்கு இப்போதெல்லாம் அவள் சொல்கிற தத்துவங்கள் எதுவும் புரிவதில்லை என்று உணர்ந்தேன்.

இப்படியாக நான் காலையிலேயே கிணற்றுக்குள் விழுந்த குடும்ப வாளி, குடும்ப சாவி, குடும்பப் பெண், குடும்ப கவுரவம் போன்றவற்றை எடுத்து தருவதில் வல்லவனாய் அங்கே அறியப்பட்டிருந்த தாசையாவைத் தேடித் தும்மிக்கொண்டே போனேன்.

ஒரு தோப்பின் நடுவே அவன் குடிசை. "தாசையா தாசையா" என்று கூப்பிட்டேன்.

அவன் மனைவி கேரள முறைப்படி மார்பை மறைக்காமலும் மறைத்தும் ஒரு துண்டை போட்டுக்கொண்டு வந்தாள்,

"தாசையா வெளியே போயிருக்கு. ஏன்?" என்றாள்.

நான் அவள் மார்புகளிலிருந்து என் கண்களை விலக்கிக்கொண்டு "தாசையா இல்லையா?" என்றேன். மனம் இன்னும் அவற்றில்தான் தங்கியிருந்தது. பாருகுட்டி இந்த என் கண் அலைதலைக் கண்டிருப்பாள். அவற்றின் விளைவே அவளுக்கு எனது தும்மல்கள் இப்போது வெறுக்கத்தக்கவையாக ஒலிக்கத் துவங்கியிருக்கும் என்று எனக்குப் புரிய ஆரம்பித்தது. கண் மட்டுமா அலைகிறது. மனம், உடல் எல்லாமே அலைகிறது மீன் போல என்று நினைத்துக்கொண்டேன். ஆனாலும் எங்கோ படித்தது போல் மீன்களுக்கும் நீரில் வீடு போல் ஒன்று உண்டு என்பதை அவளிடம் சொல்லவேண்டும்.

தாசையாவின் மனைவி மறுபடி "ஏன்?" என்றாள்.

நான் "கிணற்றில் ஒரு தும்மல் விழுந்துவிட்டது" என்றேன்.

74
கயம்

ஒரு ஞாயிற்றுக்கிழமை நல்ல மத்தியான நேரம். "யாரோ மெட்ராஸ்ல இருந்து உங்களைப் பார்க்க வந்திருக்காங்க" என்றபோது சற்று தூக்கம் கலைந்த எரிச்சலோடு கேட்டேன். "யாருன்னு கேட்டியா? எதையாவது விக்க வந்திருப்பாங்க."

"கேட்டேன். உங்க சின்ன வயசு பிரண்டுங்கிறார். எவ்ளோ நேரம் ஹால்லேயே உட்கார வைச்சிருக்க முடியும்?"

நான் அவிழ்ந்து விழுந்த கைலியைச் சரிசெய்தபடியே போனேன். பட்டாளையில் அமர்ந்து போனை நோண்டிக்கொண்டிருந்த வழுக்கைத் தலை ஆளை எனக்குப் பிடிகிட்டவில்லை.

"யெஸ்?" என்றேன். அவர் நிமிர்ந்து "சங்கர் நான் மணி. மணிகண்டன்" என்றார்.

நான் "மணி?" என்றேன். என் வாழ்வில் இதற்குள் ஏகப்பட்ட மணிகள் சேர்ந்திருந்தார்கள். அதில் இது எந்த மணி.

அவர் "மணிகண்டன் சங்கர்" என்றவர் தயங்கி "பாலுவோட அண்ணன்" என்றார். "குட்டை பாலு?"

எனக்கு இப்போது நினைவுக்கு வந்தது. "ஓ. பாலு அண்ணன்" என்றவன் சற்றே அசவுகர்யமாய் உணர்ந்தேன். "அம்மா அப்பால்லாம் எப்படி இருக்காங்க? மெட்றாஸா இப்ப?" என்றேன்.

"இரண்டு பேருமே இப்ப இல்லே. அம்மா அந்த சம்பவத்துக்கு மறுவருஷமே போயிட்டாங்க. அவங்களாலே அதைத் தாங்கிக்க முடியலை. அப்பா போன வருஷம்தான்."

நான் "சாப்பிடறியா... சாரி சாப்பிடறீங்களா?"

அவன் "ஒருமைலேயே கூப்பிடலாம். பசியில்லே. உன் சம்சாரத்தை முடிஞ்சா ஒரு தம்ளர் வெந்நீர் மட்டும் தரச்சொல்லு."

அவள் "லெமன் கலக்கிக் கொண்டு வாரேன்" என்று போனாள் "சர்க்கரை போடலாம்லே?"

நான் "அப்புறம்?" என்றேன். எனக்கு இன்னமும் அவன் வருகையின் நோக்கம் புரியவில்லை.

"சொந்தக் காரங்களை எல்லாம் பார்க்க வந்திருக்கியா?" என்றேன்.

அவன் "இல்லே" என்றான். ஒரு தவிப்பு அவன் முகத்தில் தெரிந்தது. "சங்கர். எனக்கு ஆனையார் குளத்துக்குப் போகணும்" என்றான். "அவன், என் தம்பி பாலு முங்கிப் போன இடத்தைப் பார்க்கணும்."

நான் அதிர்ச்சி அடைந்தேன். "அய்யே. இதென்ன விபரீத ஆசை?"

அவன் மவுனமாய் இருந்தான். "இல்லே போகணும். அதுக்காகதான் நான் வந்தது."

ஆனையார் குளம் குட்டை பாலு என்றழைக்கப்பட்ட, இந்த மணிகண்டனின் தம்பி மூழ்கிப் போன இடம்.

குட்டை பாலு மணியைவிட இரண்டு வயதுதான் சிறியவன். ஆனால் ஏதோ வளர்ச்சிக் குறைபாடோ என்னவோ ரொம்பக் குள்ளமாய் சின்னச் சின்னக் கை காலோடு பொம்மை மாதிரி இருப்பான். பெரும்பாலும் அண்ணா அண்ணா என்று மணியோடேயே திரிவான், விளையாட வருவான். நாங்கள் அவன் கேட்சுகளைத் தவறாமல் தவறவிட்டுவிடுவதால் கிரிக்கெட்டில் மிக எளிதாக அடிபட்டுவிடுவதால் கபடியில் என்று எந்த விளையாட்டிலும் சேர்த்துக்கொள்ள மறுப்போம். மணி அவனைத் துரத்தி துரத்தி விட்டாலும் அவன் பின்னாலேயே வந்துகொண்டிருப்பான். அவனையும் விளையாட்டில் சேர்த்துக்கொள்ளும்படி கெஞ்சுவான் மணி. "இல்லாட்டி என்னையும் என் வீட்ல விளையாட விட மாட்டாங்கடே" என்பான். ஒரு நாள் குட்டை பாலுவின் அம்மாவே அப்பாவிடம் வந்து "அவனும் பையன் தானே அண்ணா அவனையும் சேர்த்துக்கச் சொல்லுங்க" என்று சொல்லியபோது வேறு வழியில்லாமல் போயிற்று.

இதே போல் ஒரு ஞாயிற்றுக்கிழமை பக்கத்து தெருப் பையன்களுடன் ஒரு டோர்னமெண்ட் மேட்ச். குட்டை பாலு விட்ட ஒரு கேட்சால் தோற்றுவிட்டோம். அவர்களில் ஒரு பையன் தந்திரமாக குட்டை

265

பாலுவை எங்கு நிறுத்திவைத்தாலும் அந்தப் பக்கமாகவே அடித்து ஜெயித்துவிட்டான்.

நாங்கள் எல்லோருமே கடும் எரிச்சலில் இருந்தோம். யாரோ ஒருவர் ஆனையார் குளத்துக்குக் குளிக்கப் போவோம் என்றார்கள். சாப்பிடக்கூட இல்லாமல் குளிக்கப்போனோம். குட்டை பாலுவும் கூடவே வந்தான். மணிகண்டன் அவனைத் திரும்பச் செல்லும்படி அடித்தான். அவன் "எவ்வளவோ ட்ரை பண்ணேன் அண்ணா. ஸ்லிப் ஆயிடுச்சி" என்று சொல்லியவாறே கூடவே வந்துகொண்டிருந்தான். மணிகண்டனின் முகம் ஆத்திரத்திலும் அவமானத்திலும் கன்றிப் போயிருந்தது. ஒரு பையன் "என்னடே மணி இவன் மட்டும் இப்படி இருக்கான் உங்க வீட்ல? உங்கப்பா நடுவிலேயே உருவிட்டாரோ?" என்றான், எல்லோரும் சிரித்தார்கள். மணி அவனை அடிக்கப்போனான். எல்லோரும் விலக்க அவன் திரும்பப் போய்த் தன் தம்பியை அடித்தான். "போலே மரப்பாச்சிப் பயலே! உன்னாலே இதெல்லாம் நான் கேக்கவேண்டியிருக்கு. சாவேம்லே!" என்றான். நான் "விடுறே. குளிக்கலாம் வா" என்றேன்.

எல்லோரும் குளத்தில் இறங்கினோம். சட்டை, கால் சராய் எல்லாவற்றையும் கழற்றிவிட்டோம். அம்மணக் குளியல்.

நீர் சில்லென்று இருந்தது. அதன் தண்மையில் தோல்வியின் வெம்மை சற்றே தணிந்தது. குட்டை பாலு மட்டும் கரையில் தனியாக எங்கள் உடைகள் அருகே அமர்ந்திருந்தான். எங்களில் ஒருவன் "ஏலே குட்டை. இறங்கிக் குளிலே. எங்க சுன்னியை எல்லாம் நீ பார்க்கே. உன் சுன்னியை நாங்க பார்க்கவேண்டாமா?" அவன் காது கேட்காதது போல் தனது அண்ணனையே பார்த்தபடி அமர்ந்திருந்தான். "ஏலே குட்டிச் சாத்தான் உன்னைத்தான்."

அவன் இன்னமும் காது கேட்காதது போலிருக்க எங்களில் இன்னொருவன் கரையேறிப் போய் அவன் டிரவுசரைப் பிடித்து இழுத்தான். அவன் அதைக் கெட்டியாகப் பிடித்துக்கொண்டு "அண்ணா அண்ணா" என்றான். சொந்த அண்ணன் பேசாது இருந்தான். நான் "டேய் அவன் தான் உன்னை போகச் சொன்னான்லா?" என்றேன். இதற்குள் சட்டாம்பிப் பையன் பாலுவை நிர்வாணமாக்கிவிட்டான். "என்னடா உனக்கு குஞ்சே இல்ல? இதை வச்சிட்டு நீ எப்படி ஒன்னுக்குப் போவே? நாளைக்கு பொண்ணு கட்டினா குடும்பம் நடத்துவே?" அவன் சிரித்தபடியே

அவனை அப்படியே தூக்கி குளத்துக்குள் எறிந்தான். பிறகு அது எங்களிடையே ஒரு விளையாட்டாய் மாறிவிட்டது. நாங்கள் மாறி மாறி அவனைத் தூக்கித் தூக்கி தண்ணீருக்குள் எறிந்தோம். மணிகண்டன் உட்பட. அவன் 'அண்ணா அண்ணா" என்று கதறியது இப்போதும் எனக்கு நினைவிலிருக்கிறது,

ஒரு கட்டத்தில் எல்லோருக்கும் பசிக்க ஆரம்பித்துவிட்டது. எல்லோரும் கரையேறி உடைகளை அணிந்துகொண்டிருந்தபோது நான்தான் கேட்டேன். "டேய் பாலு எங்கேடா?"

பாலுவைக் காணவில்லை.

கரையில், நீரில் ...எங்கும்...

சட்டாம்பி முத்துதான் "டேய் அவன் அந்தக் கசத்துப் பக்கம் போயிட்டான் போலிருக்கு" என்று கத்தினான்.

நாங்கள் ஒரு நிமிடம் ஸ்தம்பித்து போனோம். அந்தக் குளத்தில் ஒரு கயம் உண்டு. அவன் அந்தப் பக்கம் போய்விட்டானா?

முத்துவும் மணிகண்டனும் உடனே குளத்தில் குதித்தார்கள். மற்றவர்கள் பீதியுடன் பார்த்துக்கொண்டிருந்தோம். முத்து அந்தச் சுழலருகே போய் மிதந்துகொண்டு சுற்றிச் சுற்றி வந்தான். "டேய் மணி இங்கேதான், உள்ளே சுத்திச் சுத்தி இறங்கறான். நான் மட்டும் இழுக்க முடியாது. வாடே!" என்றான்.

மணிகண்டன் பாய்ந்து நீந்தி கயம் பக்கம் போவதை நாங்கள் எல்லாம் பார்த்தோம்.

ஆனால் ...

"குடிங்க" என்று என் மனைவி லெமனேடைக் கொண்டுவந்து கொடுத்தாள். அவன் அதை வாங்கி டம்ளரை உருட்டிக்கொண்டே இருந்தான். பிறகு சட்டென்று ஒரு துளி கண்ணீர் பொங்கி அதனுள் விழுந்தது.

"இத்தனை நாள் கழிச்சு உன் கிட்டே ஒன்னு சொல்ல வந்தேண்டா. இதை நான் யார்கிட்டயாவது சொல்லியே ஆவணும். அன்னிக்கு அவன் என் கைப்பிடி தூரத்திலதான் இருந்தான், நான் எட்டி அவன் கையைப் பிடிச்சிருந்தேன்னா அவனை மேல தூக்கிருக்கலாம். அந்த நேரம் என்ன நினைச்சேனோ தெரியலை. விட்டுட்டேன்" என்றான். "கையை நீட்னபடியே அதிர்ச்சில

விரிஞ்ச கண்ணோட அவன் அந்த ஆழத்துக்குள்ள போனது கொஞ்ச நாளா என் கனவுலே வந்துட்டேயிருக்கு. நான் அந்த இடத்துக்குப் போகணும்டா. அவன் அங்கேதான் இன்னமும் இருக்கான். அண்ணா அண்ணான்னு கத்திக்கிட்டே."

75
நகரம்

வழக்கம் போலவே நகரத்தில் சாப்பாடு எங்கும் வாயில் வைக்க விளங்கவில்லை. ஒருவேளை தன் நாவுதான் மரணித்துவிட்டதோ என்று அவன் நினைத்தான். அல்லது ருசி என்கிற விவகாரமே சலித்துப் போகிற நிலைமைக்கு அவன் வாழ்வு வந்துவிட்டதா. கடைசியில் ரெட் ஹில்ஸ் போகிற வழியில் ஒரு அடையாறு ஆனந்த பவனில் கிச்சிடி என்று அவர்கள் அழைக்கிற உப்புமா மட்டும் நன்றாக இருந்தது. உப்புமாவுக்கு ஒரு விஷேட குணம் உண்டு. ஹோட்டலில் மட்டும் உயிரோடு இருக்கிற பலகாரம் அது. மற்ற பலகாரங்கள் எல்லாம் வீடுகளில் சமைக்கப் படுகிறவற்றின் செத்த பிரதிகள். மவுனியின் கதையில் சொல்வது போல எவற்றின் நடமாடாத இட்லிகளை நாம் விழுங்கிக் கொண்டிருக்கிறோம்? என்று அவன் நினைத்தான். மேலும் அவனுக்கு நகரம் என்பது மனிதர்களுடையதல்ல லாரிகளுடையது என்றும் தோன்றியது. அல்லது மாபெரும் டிரான்ஸ்பார்மர்களுடையது. கோடவுன்களுடையது. மனிதர்கள் சும்மா இவற்றைப் பேணவே நகரத்தில் இருக்கிறார்கள். மேலும் நகரம் சட்டென்று கண்கள் இடுங்கும் ஒரு விடுதி வரவேற்பாளனுடையது. உண்மையில் அவன் இடுங்கிய கண்கள் யாரையும் வரவேற்பதில்லை. அவன் உங்கள் சட்டைப் பையை ஊடுருவி அதில் உள்ள பணத்தாள்களின் எண்ணிக்கையைக் கணிக்க முயல்கிறான். கடலில் நீராடும் பெண்களின் ஈர ஆடைகளூடே முலை தெரிகிறதா என்று தான் ஒரு காலத்தில் பார்த்துத் திரிந்தாற்போலதான் என்று அவன் நினைத்துக்கொண்டான். இப்போது பெண்கள் அதற்காக அதிகம் அலட்டிக்கொள்வதில்லை. அவனும் அவ்வாறு பார்ப்பதை விட்டுவிட்டான். அது கொஞ்சம் தடித்த அவ்வப்போது கசியும் ஒரு பெரிய மரு அவ்வளவுதானே. தி நகரில் ஒரு ஹோட்டலில் மறுபடி ஒரு செத்த பலகாரத்துக்காகக் காத்திருந்தபோது அவனுக்குத் தெரிந்த ஒரு பெண்ணின் சாயலில் ஒருத்தி பரிமாறினாள். முகத்தில் ஒரு புன்னகை இருந்தது. அழகி இல்லை, ஆனால் முகத்தில் ஒரு தெளிச்சி. செத்த பட்சணங்கள் நடுவே ஒரு உயிருள்ள பலகாரம். அவனுக்கு அவளை அந்த

வேலை செய்யவேண்டிய அளவு வாழ்க்கை வைத்துவிட்டது வருத்தமாக இருந்தது. அவளைக் கதாநாயகியாய் வைத்து ஒரு படம் எடுத்து ஒரு நட்சத்திரமாக்கி ஒரு மகாராணி போல் வாழவைத்துப் பார்க்கவேண்டும் என்று நினைத்தான். ஆனால் அதற்கு காசு வேண்டும். அவனால் கூட பத்து ரூபாய் டிப்ஸ் தான் தரமுடிந்தது. அதற்கு அவள் அதிக நன்றி சொன்னபோது அவமானமாக இருந்தது. அவன் அவளிடமே அவளது டூட்டி நேரம் பற்றியெல்லாம் கேட்டுத் தெரிந்துகொண்டான். அப்போது அவள் முகத்தில் மலர்ந்த மெல்லிய நாணத்தை இரவு முழுவதும் நினைத்துக்கொண்டிருந்தான் அவன். அவனால் அவளைக் கதா நாயகி ஆக்கமுடியாமல் போகலாம். ஆனால் வேறு ஏதாவது செய்யலாம் அவளுக்காக.

பக்கத்து மேசையில் மூன்று பெண்கள் இருந்தார்கள். நடுவயது பெண் இரண்டு இளம்பெண்களுடன் ஆதூரமாகப் பேசிக்கொண்டிருந்தாள். அந்தப் பெண்மணிக்கும் அவர்களுக்கும் தோற்றத்தில் தரத்தில் சம்பந்தமே இல்லை. அவனுக்கு ஏனோ பதற்றம் ஏற்பட்டது. அவள் அவர்களை 'பேய்களா' என்று கன்னத்தைச் செல்லமாக நிமிண்டினாள். அவன் அந்தப் பெண்களைத் தொடர்ந்துபோய் எச்சரிக்கவேண்டும் என்று நினைத்தான். ஆனால் அன்று அவனுக்குச் சந்திராஷ்டமம். இதுபோன்ற காரியங்களை அவன் சந்திராஷ்டம தினங்களில் செய்வதில்லை. இதெல்லாம் நமது நம்பிக்கையைப் பொறுத்துச் செயல்படுவதோ செயல்படாமல் இருப்பதோ செய்வதில்லை என்று அவன் பார்த்திருக்கிறான்.

அவன் மறு நாளும் தி நகரில் அந்த ஹோட்டல் பெண்ணைப் பார்க்கப்போனான். அவள் வரவில்லை. முந்தின நாள் இரவு டூட்டி முடிந்து போனபோது ஒரு லாரி அவள் மீது ஏறிவிட்டது போல் திடீரென்று ஒரு காட்சி அவனுக்குள் ஏற்பட்ட போது அவள் வந்துவிட்டாள். "என்ன வேண்டும் சார்?" என்று புன்னகையுடன் கேட்டாள். ஆனால் அந்தப் புன்னகையில் பரிச்சய பாவனை இல்லை என்பதை உணர்ந்தான். அவனுக்கு வெறுப்பு ஏற்பட்டது. அன்று அவன் அவளுக்கு மிகக்குறைவான டிப்ஸையே வைத்தான.

❖❖❖

76

பொதுவாக அதிகாரிகளிடம் இரக்கத்தை எதிர்பார்க்கக் கூடாது என்பது தெரியும். ஆனாலும் ஒரு பலவீனமான தருணத்தில் "வேலைப்பளு தாங்க முடியவில்லை. உடம்பும் முடியலை" என்பது போல் சொல்லிவிட்டேன். சகஜமாக இருந்தது போன்ற அவரின் வெளித்தோற்றமோ என்னுடைய அதீத சோர்வின் காரணமாக நான் என் சுயகட்டுப்பாட்டை இழந்துவிட்டதோ ஒரு காரணமாக இருக்கலாம். "முடியலைன்னா ரிசைன் பண்ணிட்டுப் போங்க!" என்று விட்டார். நான் அதிர்ச்சி அடைந்தது ஒருகணம்தான். பிறகு அதை என் அகங்காரம் மறைத்துக்கொண்டது.

திரும்பி வரும்போது முன்பு திருச்செந்தூரில் நான் கண்ட ஓர் காட்சி நினைவுக்கு வந்தது. கடலை ஒட்டியிருக்கிற வெளிப்பிரகாரத்தில் அவர்கள் உட்கார்ந்திருந்தார்கள். வடவர்கள். ஒரு ஆண் ஒரு பெண். அவள் மடியில் ஒரு ஏழு வயது அருகில் இருக்கக்கூடிய பெண் குழந்தை. உடன் ஒரு பொதி. அவர்கள் உடைகளில் அழுக்கு. கண்களில் களைப்பு. கடந்து போகிறவர்களை வெறித்தபடி அமர்ந்திருந்தார்கள். நான் மாங்காய் சுண்டலோ எதுவோ சாப்பிட்டபடி நடந்துகொண்டிருந்த நினைவு.

நான் அந்தப் பெண் குழந்தையின் நீலக்கண்களைப் பார்த்தபடியே கடக்கும்போது சட்டென்று அந்தக் குழந்தை கையை நீட்டி விட்டது. "சாச்சா!"

ஒரு கணம்தான். குழந்தையின் தாய் திடுக்கிட்டுப் பதறி அதன் கைகளை இழுத்துக்கொண்டாள். "மாப் கரானா சாப்!"

என்றவள் பிறகு குழந்தையைக் கட்டிப்பிடித்துக்கொண்டு அழ ஆரம்பித்தாள்.